பன்முக ஆளுமை
அயோத்திதாசப் பண்டிதர்

AF762393

முனைவர் சீமான் இளையராஜா

அறம்
பதிப்பகம்

அறம் பதிப்பகம்

பன்முக ஆளுமை அயோத்திதாசப் பண்டிதர்

ஆசிரியர்: முனைவர் சீமான் இளையராஜா

உரிமை : ஆசிரியருக்கு

முதற் பதிப்பு : நவம்பர் 2021

அட்டை மற்றும் நூல் வடிவமைப்பு : மெய்யருள் 98416 99579

அச்சாக்கம் : துர்கா பிரிண்டர்ஸ், சென்னை

வெளியீடு:

அறம் பதிப்பகம் 3/584, முல்லை தெரு, கஸ்தூரி பாய் நகர் எதிரில், தமிழ்நாடு வீட்டுவசதி வாரியக் குடியிருப்பு முள்ளிப்பட்டு கிராமம் மற்றும் அஞ்சல், ஆரணி வட்டம் - 632 316 திருவண்ணாமலை மாவட்டம்.

email:arampublication50@gmail.com

தொடர்புகொள்ள : 91507 24997

விலை ரூ.250

PANMUGA AALUMAI AYOTHOIDASA PANDITHAR

Editor : Seeman Ilayaraaja ©

First Edition : November 2021

Cover and Layout By : Meyyarul

Printed By : Durga printers, chennai

Published By : Aram Publications

3/584, Mullai Street, Kasthuribai Nagar (Opp)

TNHB, Mullipattu Village & (Post)

Arani (Taluk) Thiruvannamalai (Dist)

Pincode : 632316

Contact Number : 91507 24997

email:arampublication50@gmail.com

ISBN : 978-93-91480-20-2

பன்முக ஆளுமை அயோத்திதாசப் பண்டிதர்

முனைவர் சீமான் இளையராஜா (1983)

அரியலூர் மாவட்டம், உடையார் பாளையம் வட்டம் கீழச் செங்கல்மேடு என்னும் கிராமத்தில் துரை.சீமான் – மங்களம்பாள் தம்பதியர்க்கு இளைய மகனாகப் பிறந்தார். கொல்லாபுரம் கிராமத்தில் ஆரம்பக் கல்வியை முடித்து, மீன்சுருட்டி அரசு மேல்நிலைப் பள்ளியில் மேல்நிலைக் கல்வியையும், அரியலூர் அரசு கலைக் கல்லூரியில் இளங்கலைத் தமிழும், கும்பகோணம் அரசு கலைக் கல்லூரியில் முதுகலைத் தமிழும், திருப்பனந்தாள் எஸ்.கே. எஸ். எஸ்.கலைக் கல்லூரியில் ஆய்வியல் நிறைஞர் பட்டமும், தஞ்சாவூர் தமிழ்ப் பல்கலைக்கழகத்தில் முனைவர் பட்டமும் முடித்துள்ளார். மேலும் திருமுட்டம் கல்வியியல் கல்லூரியில் இளங்கலை கல்வியியலும், கும்பகோணம் மாஸ் கல்வியியல் கல்லூரியில் கல்வியியல் நிறைஞர் பட்டமும் முடித்துள்ளார்.

மாணவர்களின் நலனுக்காக பள்ளி, கல்லூரிப் படிப்பின்போதே குரல் கொடுத்தவர். தஞ்சாவூர் தமிழ்ப் பல்கலைக் கழகத்தில் 'மாணவர் நலக்கூட்டமைப்பு' ஏற்படுத்தி மாணவர் நலனுக்காகவும், தமிழ்மொழி வளர்ச்சிக்காகவும், பல்கலைக் கழக மேம்பாட்டிற்காகவும் பல்வேறு போராட்டங்களை நடத்தியவர். தமிழன் தொலைக்காட்சி நிறுவனம் 2016 ஆம் ஆண்டுக்கான தமிழன் மாணவர் விருதுக்குத் தேர்வு செய்யப்பட்டு 'மக்கள் போராளி' என்ற விருது வழங்கி சிறப்பித்தது. இவரது முயற்சியால் தமிழ்ப் பல்கலைக் கழகத்தில் 2017 ஆம் ஆண்டு எழுச்சித் தமிழர் அறிவர் தொல்.திருமாவளவன், முனைவர் துரை.இரவிக்குமார் ஆகியோர் பங்கேற்ற 'மாணவர்களின் கல்வி உரிமை' கருத்தரங்கம் சிறப்பாக நடைபெற்றது.

தஞ்சாவூர் தமிழ்ப் பல்கலைக்கழகத்தில் உதவிப் பேராசிரியராகப் பணியாற்றி வரும் இவர்

1. அயோத்திதாசப் பண்டிதரின் இலக்கியப் பணிகள்
2. பெரியாரின் பெண் கல்விச் சிந்தனைகள்
3. சாதி பள்ளி முதல் பல்கலைக்கழகம் வரை
4. பவுத்த நெறியில் இந்து கடவுளும் பண்டிகையும்
5. திருநங்கையர் வாழ்வியல்
6. பிழைப்பு வாதம் (கவிதை)

ஆகிய நூல்களின் ஆசிரியர் கள ஆய்வு மேற்கொண்டு பல ஆய்வுக் கட்டுரைகளையும் எழுதியுள்ளார். விளிம்பு நிலை மக்களின் கல்வி, கலை, இலக்கியம், அரசியல், பண்பாட்டு ஆய்வுகள் சார்ந்து இயங்கி வருகிறார்.

நன்றி

தோழர் முனைவர் சுரேஷ்

தோழர் முனைவர் பிரபாகரன்

தோழர் முனைவர் புண்ணியமூர்த்தி

தோழர் முனைவர் ஜெயக்குமார்

தோழர் முனைவர் இராஜ்குமார்

தோழர் முனைவர் திருக்குமரன்

தோழர் முனைவர் இராஜதுரை

தோழர் முனைவர் ஜான் வின்செண்ட்

தோழர் முனைவர் சாபு விக்னேஷ்

தோழர் முனைவர் நிர்மல் குமார்

தோழர் முனைவர் மதிவாணன்

தோழர் முனைவர் ஆனந்தகுமார்

தோழர் முனைவர் மோகன்தாஸ்

தோழர் முனைவர் சைமன்

தோழர் முனைவர் அறிவழகன்

தோழர் முனைவர் சச்சிதானந்தன்

எழுதவும் படிக்கவும் வழியில்லாமல்

வறுமையால் கைநாட்டு வைத்து...

கூலி வேலை செய்து வாழ்ந்தவர்கள்...

அந்த கைநாட்டிலிருந்து

என்னை மீட்டு... கையெழுத்து போட வைத்தவர்கள்

என் தாயும்... என் தந்தையும்...

இரு. **துரை.சீமான்**

திருமதி. **ச.மங்களம்பாள்**

இணையருக்கு சமர்ப்பணம்

பதிப்புரை

பன்முக நோக்கில் அயோத்திதாசர். இந்த புத்தகம் தமிழுக்கு ஒரு புதிய வரவு. இதன் தலைப்பு கல்வியாளர்களுக்கான தலைப்பு. ஆனால் பேசும் பொருள் அனைவருக்குமானது. இந்த புத்தகத்தை வாசிக்கும் அனைவரும் இரண்டு வகையான உணர்வுகளுக்கும் செல்வர். முதலாவதாக அயோத்திதாசர் பண்டிதரின் பணிகள் குறித்த ஒரு பிரமிப்புக்கு உள்ளாவார்கள். ஒரு தனிநபர் இத்தனை பணிகளை செய்வது எப்படி சாத்தியமானது என்ற வி.யப்பு அனைவருக்கும் உருவாகும்.

இரண்டாவதாக அயோத்திதாசரின் தேவை இன்றும் நாளையும் கூட தமிழ் நாட்டிற்குத் தேவை என்பதையும். நூற்றாண்டுகள் கடந்த பின்னும் அயோத்திதாசர் இன்னும் அரியப்படவேண்டியத் தலைவராகவும் இருக்கின்றார் என்பதே வியப்பான உண்மை. இந்த புத்தகம் தமிழுக்கு அவசியம் தேவையான புத்தகம். இதை வெளியிடுவதில் அறம் பதிப்பகம் பெருமை கொள்கிறது இந்த புத்தகத்தை தட்டச்சு செய்து வடிவமைத்த தோழர் மெய்யருள் அவர்களுக்கு நன்றி அட்டைப்படம் அவரே வடிவமைத்தார் அதற்கும் நன்றி அச்சிட்ட துர்கா பதிப்பகத்தாருக்கும் நன்றி பதிப்புத்துறையில் செயல்பட அனுமதி அளித்திருக்கும் பிரபஞ்சத்திற்கும் அருட்பேராற்றல் நன்றி

அறம் பதிப்பகத்திற்காக

மா.அமரேசன்

ஆகஸ்ட் 2021

என்னுரை

தமிழக வரலாற்றில் அயோத்திதாசப் பண்டிதர் (1645—1914) வாழ்ந்த காலம் மிக முக்கியமானதாகும். சாதி, மதம், மொழி, இனம், திறம் ஆகிய ஏற்றத்தாழ்வுகளால் உலகம் கீழ்நிலைக்குத் தள்ளப்பட்டபோது உரிமைக்குரல் கொடுத்த சீர்திருத்தச் செம்மல்கள் வரிசையில் ஏறக்குறைய 175 ஆண்டுகளுக்கு முன் தமிழகத்தில் சமூக மாற்றங்கள் நிகழ்வதற்கு வித்திட்டவர் அயோத்திதாசப் பண்டிதர்.

இந்தியாவில் ஒடுக்கப்பட்ட மக்கள் விடுதலை அடைய புரட்சியாளர் அம்பேத்கரின் போராட்டமும், பவுத்தமத மாற்றமும் வழிவகுத்தன. இதற்கு அயோத்திதாசப் பண்டிதரின் எழுத்தும் பேச்சும் பவுத்தச் சிந்தனையும் அவருக்கு உதவியாக இருந்தது எனக் கூறப்படுகிறது. அயோத்திதாசப் பண்டிதர் தமிழகத்தில் ஒடுக்கப்பட்ட மக்களின் அரசியல் மறுமலர்ச்சிக்கும் பவுத்த மத மறுமலர்ச்சிக்கும் தோற்றுவாயாக இருந்தவர். தமிழர்களுக்கு சுயமரியாதைச் சிந்தனைகளையும், பகுத்தறிவு கொள்கைகளையும் அளித்தவர். தமிழ் இலக்கண இலக்கியங்களைப் படைத்ததோடு மட்டுமல்லாமல் சமூகத்தில் மாற்றம் காண அனைவருக்கும் இலவசக் கல்வியையும், பெண் கல்வியையும் கொண்டு வந்தவர்.

1907 இல் ஒருபைசாத் தமிழன் என்ற இதழை நடத்தியவர். தென்னிந்தியாவின் முதல் சாதி ஒழிப்புப் போராளியாக செயல்பட்டவர். 'சாதியற்ற தமிழர்கள்' எனப் பதிவு செய்யுமாறு அரசுக்கு கோரிக்கை வைத்தவர். கல்வி உரிமை, சாதி ஒழிப்பு, சமத்துவம், சகோதரத்துவம், இட ஒதுக்கீடு, பவுத்தம், பகுத்தறிவு, பெண் விடுதலை, இந்துமத எதிர்ப்பு போன்ற முற்போக்கு அரசியலுக்கு இந்திய அளவில் பெரும் பங்களிப்பு செய்தவர் அயோத்திதாசப் பண்டிதர். சனாதனவாதிகளால் வரலாற்றில் அயோத்திதாசப் பண்டிதர் மறைக்கப்பட்டிருந்தார். இருட்டடிப்பு செய்யப்பட்டிருந்தார். அறிவின் எழுச்சியில் தற்போது வரலாற்றில் மறைக்கமுடியாத ஆளுமையாக அயோத்திதாசப் பண்டிதர் உச்சத்தில் நிற்கிறார். எனது கல்வி வழிகாட்டியாக இருந்து என்னை ஊக்கப்படுத்திய பேராசிரியர்கள் முனைவர் து.சேகர், முனைவர் அ.குணசேகரன், முனைவர் அ.ரவிச்சந்திரன் ஆகியோருக்கு எனது நன்றி என்றும் உரியது.

இந்நூல் வெளிவர பெரிதும் துணைபுரிந்த பேராசிரியர்கள் மற்றும் தோழமை உறவுகள் அனைவருக்கும் எனது நெஞ்சம் நிறைந்த நன்றியைத் தெரிவித்துக் கொள்கிறேன்.

அயோத்திதாசப் பண்டிதரின் மறைக்கப்பட்ட புகழையும் வரலாற்றையும், பன்முக ஆளுமையையும் வெளியுலகிற்குக் கொண்டுவரவேண்டும் என்ற அடிப்படையில் இந்நூல் எழுதப்பட்டது.

நான் பத்தாம் வகுப்பு படிக்கும்போதுதான் முதன்முதலில் அயோத்திதாசப் பண்டிதர் என்ற பெயரை விடுதலைச் சிறுத்தைகள் கட்சியின் தலைவர் எழுச்சித் தமிழர் அறிவர் தொல். திருமாவளவன் அவர்களின் பேச்சில் கேட்டேன். அன்று முதல் அயோத்திதாசப் பண்டிதர் எனக்குப் பரிச்சயமாகிவிட்டார் என்று தான் சொல்ல வேண்டும். அதன் பின்னர் எனது கல்லூரிப் பயணத்தில் புரட்சியாளர் அம்பேத்கர், தந்தை பெரியார், காரல் மார்க்ஸ் போன்ற சமூகச் சிந்தனையாளர்களை தேடித் தேடி படிக்கத் தொடங்கினேன். அந்தத் தேடுதலில் அயோத்திதாசப் பண்டிதர் குறித்த பல தகவல்கள் கிடைத்தது. அது முனைவர் ரவிக்குமார் அவர்களின் எழுத்திலிருந்து எனக்குக் கிடைத்தது. அயோத்திதாசப் பண்டிதர் பற்றி நான் அறிந்துகொள்வதற்கும் புரிந்து கொள்வதற்கும் முன்னோடியாய் இருந்தவர்கள் அறிவர் முனைவர் தொல்.திருமாவளவன், எம்.பி., முனைவர் ரவிக்குமார் எம்.பி. இருவருக்கும் என் நன்றி என்றும் உரியது.

சீமான் இளையராஜா

பொருளடக்கம்

காத்தவராயன் (எ) அயோத்திதாசப் பண்டிதர்

காத்தவராயன் (எ) அயோத்திதாசப் பண்டிதர் (1845—1914) வாழ்ந்த காலம் வரலாற்றில் மிக முக்கியமான காலக் கட்டமாகும். மக்கள் கூடி வாழும் இவ்வுலகில் எத்தனை ஏற்றத்தாழ்வுகள், சாதி, மதம், இனம், மொழி, நிறம் ஆகியவற்றால் உலகம் மாறுபட்டு கீழ நிலைக்குத் தள்ளப்பட்டபோது ஞானஒளியாய் இந்நானிலத்தில் உரிமைக்குரல் கொடுத்த நல்லோர்களையே நாம் சீர்திருத்தச் செம்மல்கள் எனச் சிந்தை மகிழ பாராட்டுகிறோம்.

அத்தகைய வரிசையில் ஏறக்குறைய 175 ஆண்டுகளுக்கு முன் தமிழகத்தில் பிறந்து, மாபெரும் மாற்றங்கள் நிகழ்வதற்கு வித்திட்டவரே காத்தவராயன் எனும் அயோத்திதாசப் பண்டிதர்.

அரேபியர்களின அரசியல் எழுச்சிக்கு முகமது நபிகளின் சிந்தனையும் வழிகாட்டலும் காரணமாகும். இந்தியாவில் ஒடுக்கப்பட்ட மக்கள் விடுதலையடைய புரட்சியாளர் அம்பேத்கரின் பவுத்த மதப் புரட்சி வழிவகுத்தது. இதற்கு அயோத்திதாசப் பண்டிதரின் தமிழ்ப் பவுத்தமே முன்னோடியாக இருந்தது. இவர் தமிழகத்தில் ஒடுக்கப்பட்ட மக்களின் அரசியல் மறுமலர்ச்சிக்குத் தோற்றுவாயாக இருந்தவர். தமிழ் மண்ணில் சுயமரியாதைச் சிந்தனைகளையும், பகுத்தறிவு கொள்கை—களையும், இலவசகல்வியையும், பெண்கல்வியையும், சமூகத்தில் மாற்றம் பெற குரல் கொடுத்தவர். அயோத்திதாசப் பண்டிதரின் வாழ்வியல் அனுபவங்களையும், இலக்கியங்களையும் அறிந்து கொள்வது தவிர்க்கமுடியாத ஒன்றாக இருக்கின்றது. அதனால் பகுத்தறிவுச் சிந்தனையாளரான அயோத்திதாசப் பண்டிதரின் பன்முக ஆளுமைகள் பற்றி இனி காணலாம்.

அயோத்திதாசப் பண்டிதரின் குடும்பம்

கி.பி. 1820 ஆம் ஆண்டு தாமஸ் மன்றோ சென்னை மாகாண ஆட்சியராகப் பதவிக்கு வந்தார். 1828 ஆம் ஆண்டு வரை ஆட்சியில் இருந்த தாமஸ் மன்றோவின் காலத்தில்

கம்பெனி நிர்வாகத்தின் பொறியாளராக பணிபுரிந்த ஜார்ஜ் ஆரிங்டன் என்பவரிடம் கந்தப்பன் என்பவர் உதவியாளராகப் பணிபுரிந்து வந்தார். இவர் சித்தமருத்துவராகவும் இருந்தார். அக்காலத்தில் பார்ப்பனர்களால் ஒதுக்கி வைக்கப்பட்ட தீண்டத்தகாத சமூகத்தைச் சேர்ந்தவர்கள்தான் மருத்துவம், சோதிடம், இலக்கியம், இசை, நாடகம், கல்வித்துறை ஆகியவற்றில் சிறந்து விளங்கினர். பெருமளவில் ஓலைச் சுவடிகளைப் பாதுகாத்து வந்த குடும்பங்கள் மேற்படி கலைகளில் சிறந்து விளங்கின. அத்தகைய குடும்பத்தைச் சார்ந்தவர்தான் கந்தப்பன் ஆவார். இவர் கோயம்புத்தார் அரசம்பாளையத்தைச் சார்ந்தவர் என்றாலும் சென்னை, மயிலாப்பூரிலேயே வாழ்ந்தார்.

கந்தப்பன், ஜார்ஜ் ஆரிங்டன் அவர்களிடம் உதவியாளராகப் பணிபுரிந்து வந்த நேரத்தில் ஜார்ஜ் ஆரிங்டனின் உற்ற நண்பரான "எல்லீஸ்" என்பவர் பிரிட்டனின் குடிமைப் பணியில் தேர்ச்சி பெற்று சென்னைக்கு வந்தார் 1825 ஆம் ஆண்டு வாக்கில் 'தமிழ்ச் சங்கம்" ஒன்றை நிறுவி நடத்திவந்தார். இந்தச் சங்கம் பல்வேறு சுவடிகளை நூல் வடிவில் அச்சேற்றும் நோக்கத்தோடு நிறுவப்பட்டதாகும். கந்தப்பன் தன்னிடம் இருந்த பரம்பரைச் சொத்தான திருக்குறள் மூலம், திருவள்ளுவமாலை, நாலடி நானூறு ஆகியவற்றின் சுவடிகளை ஜார்ஜ் ஆரிங்டன்னிடம் கொடுத்து அவற்றை அச்சேற்றும்படி கேட்டுக் கொண்டார். சுவடிகளின் சிறப்பை உணர்ந்த ஜார்ஜ் ஆரிங்டன் அவற்றை எல்லீசிடம் கொடுத்துப் புதுப்பிக்கச் செய்தார். 1831 ஆம் ஆண்டு திருக்குறள், திருவள்ளுவமாலை, நாலடிநானூறு ஆகியவை புதுப்பித்து நூலாக வெளியிடப்பட்டது.

கந்தப்பன் அவர்களின் தனிப்பட்ட குடும்ப வாழ்வைப் பற்றி அதிகம் அறியமுடியவில்லை. அவருக்கு கந்தசாமி என்ற மகன் இருந்தார். இவருக்கு சிறு வயது முதலே கல்வி போதிக்கப்பட்டு வந்ததோடு அவர் தந்தையின் பரம்பரைத் தொழிலான சித்த மருத்துவமும் போதிக்கப்பட்டு வந்தது.

கந்தசாமி மயிலாப்பூரில் தங்கி தன் பரம்பரைத் தொழிலான சித்த மருத்துவத் தொழிலைப் பார்த்து வந்ததோடு, பச்சைக் கற்பூரம், நீலம், சோப்பு முதலிய பொருள்களைத் தயாரித்து விற்பனை செய்து வந்துள்ளார். ஆதிலெட்சுமி எனும் பெண்ணைத் திருமணம் செய்து வாழ்ந்துள்ளார் என்பதை மட்டுமே அறியமுடிகிறது.

காத்தவராயன் பிறப்பு

சென்னை ஆயிரம் விளக்கில் உள்ள மக்கிமா நகரில் வாழ்ந்துள்ளனர். 1845 ஆம் ஆண்டு மே மாதம் 80ஆம் நாள் கந்தசாமி தம்பதியருக்கு ஆண் குழந்தை பிறந்தது. இக்குழந்தைக்குக் 'காத்தவராயன்' எனப் பெயரிட்டனர். 1845 முதல் 1850 வரை சென்னை மாகாணம் தேனாம்பேட்டையில் காத்தவராயன் வளர்ந்தார். காத்தவராயனின் தொடக்க காலப் பருவம் சென்னை தேனாம்பேட்டையில் கழிந்தபோதிலும் தீண்டாமைக் கொடுமைகளை இளமையிலேயே புரிந்து கொண்டார்.

காத்தவராயன் இளமைக் கல்வி

காத்தவராயனுக்கு இளமையிலேயே கல்விகற்பிக்கப் பட்டது. தன் பாட்டனாரிடமும், தந்தையிடமும் ஆங்கிலம், சித்த மருத்துவம் ஆகியவற்றைக் கற்றுள்ளார். தனது குடும்பத்தாரிடம் கற்றுவந்தபோதிலும், மற்றொரு குருவிடமும் இவருக்கு கல்வி கற்பிக்கப்பட்டது. ஆதிதிராவிடர் சமூகத்தில் அன்று புகழ்பெற்றவர்களாக விளங்கியவர்கள் காசிமேடு சதாவதானிவைரக்கண் வேலாயுதம் புலவர் (1830—1892), வல்லக்காளத்தி வீ.அயோத்திதாசப் பண்டிதர் (1836—1900) ஆகியோர் ஆவர். இதில் வீ.அயோத்திதாசப் பண்டிதர் செங்கல்பட்டு அருகிலுள்ள வல்லக்காளத்தி எனும் ஊரில் பிறந்து கல்விக்கற்று சென்னைப் பட்டணத்தில் கருப்பர்பட்டினப் பகுதியான காசிமேட்டில் வசித்து வந்தவர். இவர் பெரும் அறிஞர் மட்டுமல்ல; சிறந்த சித்த வைத்தியராகவும் பன்மொழிப் புலவராகவும் விளங்கியவர்.

இப்படிப்பட்ட பெரும் புலவரிடம் தான் காத்தவராயன் கல்வி கற்க அனுப்பிவைக்கப்பட்டார். காத்தவராயனுக்கு இளமையிலேயே இளம்பிள்ளைவாதம் தாக்கி இடது கணுக்கால் வளைத்திருந்து பாதிக்கப்பட்டுள்ளது. அது காத்தவராயனை எந்த விதத்திலும் பாதிக்கவில்லை. நீலகிரியிலிருந்து சென்னை காசிமாநகரில் வந்து வீ.அயோத்தி தாசரிடம் குரு சிஷ்ய பரம்பரைப்படி கல்வி கற்றுள்ளார்.

பண்டிதர் பெயர்க் காரணம்

இலக்கியம், சித்தமருத்துவம், தத்துவம், சமஸ்கிருதம், பாலி உட்பட காத்தவராயன் கற்றுத் தேர்ந்தார். காத்தவராயன் தன் குருமீது வைத்திருந்த அதிக அன்பினால் தன்பெயரை அயோத்திதாசர் என மாற்றிக் கொண்டார்.

அயோத்திதாசப் பண்டிதரைப் பற்றி ஆராய்கின்ற ஆய்வாளர்களும் இவரின் கருத்தியலை முன்னெடுக்கின்றன. இயக்கவாதிகளும் இவரைப் பண்டிதமணி அயோத்திதாசர், "அயோத்திதாசப் பண்டிதர்', 'பண்டிதர்', "தாசர்" என்ற பெயர்களால் அழைப்பர். அயோத்திதாசப் பண்டிதர் என்ற பெயருக்குப் பின்னே 'பண்டிதர்' என்று அழைத்தால் தமிழகத்திலுள்ள இசைக் கலைஞர், மரபுசார் மருத்துவம், முடிதிருத்துதல் முதலிய பல திறமையைப் பெற்றிருக்கும் ஒரு சாதியினரின் பெயரைக் குறிப்பதாகும். எனவே பெயருக்கு முன்னர் பண்டிதர் அயோத்திதாசர் என்று அழைத்தால் அயோத்தி தாசப் பண்டிதரின் பல்துறைப் புலமையைக் குறிக்கும். குறிப்பாக இவர் தமிழ், சமஸ்கிருதம், பாலி ஆகிய மொழிகளில் புலமை பெற்றிருந்ததையும், தமிழ் இலக்கண, இலக்கியப் புலமை பெற்றிருந்ததையும் குறிக்கும்.

அயோத்திதாசர் சாதியையும், தீண்டாமைக் கொடுமையையும், சாதிய அடையாளத்தையும், சாதிப் பட்டப் பெயரையும் இறுதிநாள் வரை வெறுத்து, சமத்துவச் சமுதாயத்தை உருவாக்கப் பாடுபட்டார். அதனால் அயோத்தி தாசப் பண்டிதர் என்று அவரின் பெயருக்குப் பின்னால் உள்ள பண்டிதர் என்பது சாதிய அடையாளத்தைக் குறிப்பதாக சிலரால் புரிந்துகொள்ளப்படும். இவர் தமிழ் இலக்கிய, இலக்கண நூல்களை ஆராய்ந்து கற்றுணர்ந்ததனால் இவருக்குத் தமிழ்ச் சமூகம் 'பண்டிதர்' எனும் சிறப்புப் பட்டத்தைக் கொடுத்துள்ளது. அதனால் அவரின் பெயருக்கு முன் 'பண்டிதர்' என்று சேர்த்துப் பண்டிதர் க.அயோத்திதாசர் என்று அழைப்பதே பொருத்தமாகும் என்று பலர் கருதினர். இருப்பினும் அயோத்திதாசப் பண்டிதர் என்று அழைப்பது சிறப்பானதாக கருதப்பட்டது.

அயோத்திதாசப் பண்டிதர் வாழ்க்கை

அயோத்திதாசப் பண்டிதர் தான் ஈட்டிய அறிவைப் பூட்டி வைக்கவில்லை. அதை அரசியல் துணிவோடு இணைத்து ஈடுபட்டார். குன்னூர் பகுதியில் வாழ்ந்த தோடர் பழங்குடி இனப் பெண் ஒருவரைச் சாதி மறுப்புத் திருமணம் செய்து கொண்டார். அதில் ஒரு ஆண் குழந்தை பிறந்தது. பிறப்பிலேயே பார்வையிழந்த அக்குழந்தை இறந்துவிட்டது. அந்த சோகத்திலிருந்து மீள்வதற்குள் அவர் மனைவியும் இறந்துவிட்டார். இந்த நிகழ்வுக்குப் பின்பு அயோத்திதாசப் பண்டிதர் குன்னூர் திரும்பி விட்டார்.

பத்தாண்டுகளுக்கு மேலாக தனிமையில் மக்கள்பணி செய்துவந்த அயோத்திதாசப் பண்டிதருக்கு இரண்டாவது திருமணம் செய்து வைக்க அவரது தந்தை முடிவு செய்தார். அக்காலத்தில் கோவையில் கந்தசாமி வீட்டில் அவரது தூரத்து உறவினரும் செல்வந்தருமான ரெட்டைமலை என்பவரின் பிள்ளைகள் படித்து வந்தார்கள். அப்பிள்ளைகளில் இரண்டாவது மகன் சீனிவாசன், மூன்றாவது மகள் தனலெட்சுமி. எட்டாம் வகுப்பு படித்துக் கொண்டிருந்த தனலெட்சுமியை அயோத்திதாசப் பண்டிதருக்கு இரண்டாவதாகத் திருமணம் செய்து வைத்தார்கள்.

இருவரும் கருத்தொருமித்த தம்பதியினராகவே வாழ்ந்து வந்தனர். அயோத்திதாசப் பண்டிதரின் குழந்தைகள் இந்த தம்பதியர்களுக்கு நான்கு ஆண் குழந்தைகள் பிறந்தனர். அவர்களுக்கு பட்டாபிராமன், மாதவராம், சானகிராமன், இராஜராமன் எனப் பெயரிட்டனர். இவர் பவுத்த மதக் கொள்கைகளுக்கு ஆட்பட்ட பின் பிறந்த இரண்டு பெண் குழந்தைகளுக்கும் அம்பிகாதேவி, மாயாதேவி என்னும் பெயர்களைச் சூட்டினர்.

முதல் மகன் பட்டாபிராமன் எஸ்.எஸ்.எல்.சி. வரை படித்தவர். அயோத்திதாசப் பண்டிதரின் எழுத்துப்பணிக்கும் சமுகப்பணிக்கும் உதவியாக இருந்தவர். அயோத்திதாசப் பண்டிதர் மறைவுக்குப் பின் இவர்தான் தமிழன் இதழின் ஆசிரியராக இருந்து இதழை நடத்தினார். இரண்டாவது மகன் மாதவராம் இவர் எட்டாம் வகுப்பு வரையில் படித்துவிட்டு மருத்துவ உதவியாளர் பணியில் சேர்ந்தார். அயோத்திதாசப் பண்டிதரின் சித்தமருத்துவப் பணிகளுக்கு இவர் உதவியாக இருந்துள்ளார். மூன்றாவது மகன் சானகிராமன், பத்தாம் வகுப்பு வரையில் படித்து இரயில்வே துறையில் பணியாற்றியுள்ளார். நான்காவது மகன் இராஜாராம் அயோத்திதாசப் பண்டிதரின் சமூக அரசியல் பணிக்கு மிகவும் துணையாக இருந்தவர். அயோத்திதாசப் பண்டிதர் பவுத்தத் தர்மம் ஏற்று “தென்னிந்திய சாக்கிய பவுத்தச் சங்கம்” தோற்றுவித்த பின்னர் அவரோடு பல்வேறு கிராமங்களில் சங்கத்தின் கிளைகளைத் துவங்கி பவுத்தத்தை வளர்த்தவர். அயோத்திதாசப் பண்டிதர் இறந்த பின்னர் தென்னிந்திய சாக்கிய பவுத்தச் சங்கத்தின் பொதுச் செயலாளராகப் பொறுப்பேற்றுச் சிறப்பாகச் சமூக மாற்றத்திற்கான பணியை மேற்கொண்டவர். இராஜாராம் இறந்த பின் இவரின் மகன் அசோகன் தந்தைவழி நின்று தனது

தாத்தாவான அயோத்திதாசப் பண்டிதரின் கொள்கை வழியில் நின்று மக்கள் பணி செய்து வந்தார். ஆறு பிள்ளைகளில் இராஜராம் குடும்பத்தினரைப் பற்றிய வரலாறுகள் கிடைக்கின்ற அளவிற்கு மற்ற ஐந்து பேர் வரலாறும் கிடைக்கவில்லை. யாரும் இதுவரையில் பதிவு செய்யவும் இல்லை.

அயோத்திதாசப் பண்டிதரும் ஆல்காட் சந்திப்பும்

நீலகிரியில் தன்னுடைய மைத்துனர் இரட்டைமலை சீனிவாசனுடன் ஹென்றிஸ்டீல் ஆல்காட், பிளவாட்ஸ்கி அம்மையார் ஆகியோரை 1882 இல் சந்தித்தனர். பிளவாட்ஸ்கி அம்மையார் (1831—1891) ரஷ்யாவில் பிறந்தவர். தம்முடைய 17வது வயதில் திருமணம் செய்துகொண்டு இல்வாழ்வில் நாட்டமின்றி கணவரைப் பிரிந்து இந்தியா, ஆசியா, தென்னாப்பிரிக்கா ஆகிய நாடுகளுக்கு தத்துவம் மற்றும் ஆன்மிகத்தை அறியும்பொருட்டு சுற்றுப்பயணம் மேற்கொண்டார். ஹென்றிஸ்டீல் ஆல்காட் (1932—1907) அமெரிக்காவில் பிறந்தவர். பல்கலைக்கழகப் படிப்பை முடித்த பின்பு விவசாயியாகத் தொழில் புரிந்த இவர் அமெரிக்க உள்நாட்டுப் போரில் பங்கேற்று, கர்னலாகப் பணிபுரிந்தார். போர் முடிவடைந்தவுடன் வழக்கறிஞர் பணி செய்துள்ளார்.

இந்நிலையில் பிளவாட்ஸ்கசியை அமெரிக்காவில் சந்தித்து 1875 இல் "தியோசபிகல் சொசைட்டி' என்ற அமைப்பை ஆரம்பித்தனர்.தம் கொள்கைகளைப் பரப்புவதற்குத் தகுதியான இடம் இத்தியா என்பதால் 1879 இல் இருவரும் சென்னை வந்தனர். ஓய்வுக்காக நீலகிரி வந்த இருவரையும் அயோத்திதாசப் பண்டிதரும், ரெட்டைமலை சீனிவாசனும் சந்தித்தனர். கர்னல் ஆல்காட் பவுத்தத்தின் மீது அதிக ஆர்வம் கொண்டிருந்தார். 1883 இல் சென்னை அருகே உள்ள அடையாறில் பிரம்மஞான சபையைத் தொடங்கினார். பிரம்மஞானசபை தொடங்கப்பட்ட மறு ஆண்டு 1884—இல் சபையின் ஆண்டு விழா, கர்னல் ஆல்காட் தலைமையில் நடந்தது. இந்த விழாவில் பல வெளிநாட்டவர்கள், பார்சிகள், வங்காளிகள், தமிழகப் பிராமணர்கள் கலந்துகொண்டு இந்தியர்களின் அரசியல் பணி தொடர்பாக ஓர் அமைப்பு தொடங்குவதென முடிவு செய்தனர். இந்த அமைப்புதான் பின்னர் இந்திய தேசிய காங்கிரசாக மாறியது. இக்கூட்டத்தில் ரெட்டை மலை சீனிவாசனும் கலந்துகொண்டார் என்பது குறிப்பிடத்தக்கது.

அயோத்திதாசப் பண்டிதரைப் பற்றித் தமிழறிஞர் அன்பு பொன்னோவியம் பின்வருமாறு பதிவு செய்கிறார்.

அவரது அறிவாற்றலுக்கு அவரின் நூல்கள், சிறப்புரைகள், ஆராய்ச்சிகள் அவரால் 1907 இலிருந்து 1914 வரை நடத்தப்பட்ட தமிழன் வார ஏடு ஆகியவை சான்றாகும். சித்தாந்தத்தையும் பக்தி நெறியின் நீக்குப்போக்கையும் அறிந்தவராகவும் ஆயுர்வேத மருத்துவமும் கலையறிவும் கொண்டு கவிஞராய் வாழ்ந்த தமிழர். தமிழைக் கற்றவர். தமிழறத்தைப் பேணிய அந்தணர் என்றால் மிகையாகாது.இவர் பல புதிய நூல்களை வெளியிடும் பணியை மேற்கொண்டார். அவரின் தொடக்கக்கால ஒருபைசா தமிழன் இதழுக்கும் அவரின் இறுதிக்காலத் தமிழன் இதழுக்கும் வேறுபாடு இருப்பதைக் காணலாம். அவரின் சிந்தனையிலும் தெளிவு பெற்றிருப்பதையும் தன்னுடைய பாதையும் பயணமும் எதை நோக்கி இருக்க வேண்டும் என்பதைத் தெளிவுபடவும் வெளிப்படுத்தியுள்ளார். குறிப்பாக 19ஆம் நூற்றாண்டின் பிற்பகுதியை அயோத்திதாசப் பண்டிதரின் காலம் எனக் குறிக்கலாம். தமிழ் அறிவு, சமூக அறிவு, மருத்துவ அறிவு, ஆரிய எதிர்ப்பு, பகுத்தறிவு, திராவிட எழுச்சு, தமிழ் உணர்வு, இன உணர்வு என்று அனைத்திலும் அயோத்திதாசப் பண்டிதரே தமிழகத்திற்கு மட்டுமல்லாது இந்தியாவிற்கே தத்துவ நோக்கில் வழிகாட்டி வழிநடத்தினார் என்றால் மிகையல்ல. இவரின் பல நூல்கள் புராணங்களாகவும் புராணங்களுக்கு மறுவிளக்கம் அளிப்பவையாகவும் அமைந்துள்ளன.

முதல் மக்கள்தொகை கணக்கெடுப்பு

ஆதி திராவிடர்கள் கி.பி. 1881 இல் இந்தியக் குடிமக்கள் முதல் கணக்கெடுப்பு மேற்கொள்ளப்பட்டது. சாதியற்ற திராவிடர்கள் அல்லது ஆதி தமிழர்கள் எனத் தம்மைப் பதிவு செய்து கொள்ளும்படி தீண்டத் தகாத மக்களுக்கு அயோத்திதாசப் பண்டிதர் வேண்டுகோள் விடுத்தார். தவறுதலாக அவர்கள் தம்மை சாதி அடையாளத்தோடு பதிவு செய்தால் அதைப் புறக்கணித்து அவர்களை சாதியற்ற திராவிடர்கள் அல்லது அது திராவிடர்கள்" ஆதி தமிழர்கள் என்றே பதிவு செய்ய வேண்டும் என அரசாங்கத்திடம் அயோத்திதாசப் பண்டிதர் கோரிக்கை வைத்தவர்.

திராவிடக் கழகம்

தாழ்த்தப்பட்ட மக்களை அரசியலில் விழிப்புணர்வு பெற வைக்க வேண்டுமென்பது அவசியமானதால் தலித் தலைவர்கள், அனைவரும் தீவிரமாக சமூகப் பணியாற்றினார்கள். 1882 இல் "திராவிட கழகம்" என்ற அமைப்பை நிறுவி சமூகப் பணியாற்றி வந்த ரெவாரண்ட் ஜான்ரத்தினம் அவர்களுடன் அயோத்திதாசப் பண்டிதர் இணைந்து "திராவிடப் பாண்டியன்'

என்னும் இதழை 1885—இல் தொடங்கினார். இந்த இதழுக்கு ஜான் ரத்தினம் அவர்களே ஆசிரியராகப் பணியாற்றி வந்தார். 1885—இல் தொடங்கிய இதழ் 1887 வரை இருந்துள்ளது. 1887—இல் ஜான் ரத்தினம் கவுரவ மாகாண நீதிபதியாகப் பதவியேற்றவுடன் "திராவிட பாண்டியன்' இதழை நடத்த இயலவில்லை.

திராவிட மகா ஜனசபை

இ.பி. 1890 ஆம் ஆண்டு அயோத்திதாசப் பண்டிதரின் சமூக வாழ்வில் மிகுந்த சிரமங்கள் தொடங்கிய ஆண்டாகும். சுமார் 45 வயது நிரம்பியவராக நிதானத்துடன் சமூகப் பணிகளுக்கான வழிகளைத் திட்டமிட்டுப் பரவச் செய்தார். 1890 இல் "திராவிட மகாஜனசபை" அயோத்திதாசப் பண்டிதரால் தொடங்கப்பட்டது. இதன் முதல் மாநாடு நீலகிரியில் 1.12.1891 இல் நடைபெற்றது. மாநாட்டுச் சபையின் தலைவராக அயோத்திதாசப் பண்டிதர் தலைமை தாங்கினார். தாழ்த்தப்பட்டோர் இந்தியாவில் நடத்திய முதல் மாநாடு இதுதான். இம்மாநாட்டில் விரிவான ஆய்வுகள் நடைபெற்றன. பல்வேறு தீர்மானங்கள் நிறைவேற்றப்பட்டன. முக்கியமாக காங்கிரசு இயக்கத்திற்கு 10 கோரிக்கைகளை அனுப்புவது என்று அதில் முடிவெடுக்கப்பட்டது. காங்கிரசு இயக்கமானது இக்கோரிக்கைகளை பிரிட்டிஷ் அரசிடம் விளக்கி அவற்றை நிறைவேற்றித் தரும் என எதிர்பார்க்கப்பட்டது.

மாநாட்டுத் தீர்மானங்கள்

- பறையர் என்று கூறுவது இழிவுபடுத்துதல் மற்றும் குற்றம் எனக் கருத சட்டம்.
- கல்வி வசதி அளித்தல்.
- கல்வி உதவித்தொகை அளித்தல்.
- கல்வியில் தேறியவர்களுக்கு அரசு வேலை.
- கல்வி கற்றவர்களுக்கு தடையின்றி அரசு வேலை.
- உள்ளாட்சி அமைப்புகளின் பிரதிநிதித்துவம்.
- சிறைச்சாலை சட்டம் 464 பிரிவை நீக்குதல்.
- பொது இடங்களில் நுழைய உரிமை.

அரசு அலுவலகங்களில் இக்குலத்தோர் தங்கு தடையின்றி அனுமதித்து நீதி அளித்தல். கிராம முன்சீப் அலுவலகங்களில்

இக்குலத்தவர் நியமிக்கப்பட்டு அரசு நிர்வாகத்துடன் நேரடித் தொடர்பு வைக்க வேண்டுமென்ற கோரிக்கைகளை பொது விண்ணப்ப மனுவாக 21.18.1891 அன்று காங்கிரஸ் செயலாளர் எம்.வீரராகவாச்சாரியார் அவர்களுக்கு அனுப்பப்பட்டது. இதைப் பெற்றுக் கொண்டு அதற்கான அத்தாட்சிக் கடிதம் மட்டும் அனுப்பினர். ஆனால் மேல் நடவடிக்கை ஏதும் எடுக்கவில்லை என்ற பதிவு இருக்கிறது.

பவுத்த சங்கம்

கி.பி. 1898 ஆம் ஆண்டுவாக்கில் அயோத்திதாசப் பண்டிதர் தலைமையில் தீண்டத் தகாத மக்களின் பிரதிநிதிகள் ஒரு குழுவாககர்னல் ஆல்காட்டிடம் சென்று தங்களது பூர்வமதம் பவுத்தம் என்றும், சென்னை நகரில் பவுத்த சங்கம்" ஒன்றை நிறுவ உதவிசெய்ய வேண்டும் எனவும் கோரிக்கை வைத்தனர். அவர்களது கோரிக்கையை ஏற்று கர்னல் ஆல்காட் அயோத்திதாசப் பண்டிதரையும் தாம் நடத்தி வந்த 'பஞ்சமர் பள்ளி" ஒன்றின் தலைமை ஆசிரியராக இருந்த பி. கிருஷ்ணசாமி என்பவரையும் கொழும்பிற்கு அழைத்துச் சென்று 'சுபமங்களா" என்ற பவுத்த சமயத் துறவியிடம் முறைப்படி தீட்சை பெற்றுத் தந்தார்.

1898 இல் "சாக்கிய பவுத்த சங்கத்தை' சென்னையில் அயோத்திதாசப் பண்டிதர் உருவாக்கினார். 1900 ஆம் ஆண்டு மகாபோதி சொசைட்டியின் கிளையும் சென்னையில் தொடங்கப்பட்டது. பூர்வமதமான பவுத்தத்தை தாழ்த்தப்பட்ட மக்கள் ஏற்கும்படி கேட்டுக் கொண்டார். அயோத்திதாசப் பண்டிதர் தம் மதத் திட்டங்களை விளக்கு புத்தர் எனும் இரவு பகலற்ற ஒளி" என்ற நூலை வெளியிட்டார். ஆரம்பத்தில் ஒருங்கிணைத்துச் செயல்பட்ட மகாபோதி சொசைட்டியும், சாக்கிய பவுத்த சங்கமும் சாதி வேறுபாடு காரணமாக தனித்தனியே தத்தமது அடையாளங்களோடு இயங்கி வந்தன. கர்னல் ஆல்காட் உதவியுடன் பஞ்சமர் ளுக்கான பள்ளிகள் சென்னையில் பல இடங்களில் தொடங்கப்பட்டது.

தமிழ்ப் பவுத்தத்தைக் கட்டமைத்தல்

அயோத்திதாசப் பண்டிதர் கவுதம புத்தரின் மனிதநேய வாழ்வியல் தத்துவமான பவுத்ததிலிருந்து தமிழ்ப் பவுத்தத்தைக் கட்டமைத்தார். மண்ணிற்கேற்ற பவுத்தமே மக்களிடம் இரண்டறக் கலக்கும் என்று தமிழ் மக்களின் பண்பாட்டிற்கேற்ப தமிழ்ப் பவுத்தத்தைக் கட்டமைக்கும் முயற்சியில் ஈடுபட்டார்.

அதில் வெற்றியும் கண்டார். தமிழ்ப் பவுத்தம் என்ற விரிந்த கட்டமைப்பைச் செய்வதற்கு அயோத்திதாசப் பண்டிதர் பன்முகப்பட்ட தகவல்களையும் பயன்படுத்தினார். அவருடைய வாழ்க்கை அனுபவங்கள், அறிந்த செய்திகள், வாய்மொழித் தகவல்கள், நாட்டுப்புற வழக்காறுகள், இலக்கியப் பனுவல்கள், இலக்கிய விவாதங்கள், செவிவழிச் செய்திகள், மருத்துவ எடுகள், மருத்துவக் குறிப்புகள், மருத்துவ அனுபவங்கள், வடமொழி அறிவு, பாலிமொழி அறிவு, அம்மொழிகளில் இயற்றப்பட்ட நூல்களும் ஏடுகளும், சொற்களுக்கு விளக்கங்கள், நிகண்டுகள் பற்றிய மாற்றுப் பார்வை—இப்படியே தமிழ்ப் பவுத்தம்" என்ற கட்டமைப்பிற்கு இன்னதுதான் என்றில்லாமல் பயன்படும் என்று தோன்றக்கூடிய அனைத்தையும் உபயோகப்படுத்துகிறார்.

மேற்கண்ட அணுகுமுறையோடு இவர் தமிழ்ப் பவுத்தத்தைக் கட்டமைத்து ஒடுக்கப்பட்ட தமிழர்களின் உரிமைகளை மீட்டெடுப்பதற்கான ஆயுதமாகப் பவுத்தத்தைப் பயன் படுத்தினார். ஒரு நூற்றாண்டிற்கு முன்னர் சாதி ஒழிப்பிற்கு அவர் முன்வைத்த பவுத்தத்திற்கு மாறும் விடுதலை அரசியல் தத்துவத்தை புரட்சியாளர் அறிவர் அம்பேத்கர் முன்னெடுத்தார். அவரைத் தொடர்ந்து இன்றைய ஒடுக்கப்பட்ட அமைப்புகளும் மக்களும் நாங்கள் இந்துக்கள் அல்லர், பூர்வ பவுத்தர்கள் என்ற விடுதலை முழக்கத்தோடு அவர்களுக்கான விடுதலை அரசியலை அறைகூவல் விடுத்து முன்னெடுப்பதற்கு அயோத்திதாசப் பண்டிதரே காரணமானவர் என்று கூறலாம்.

அயோத்திதாசப் பண்டிதரின் பெயரில் விருது

இத்தனை சிறப்புகள் கொண்ட மாமனிதராய் வாழ்ந்த பன்முகத் தன்மை கொண்ட மாபெரும் அறிஞன் ஒடுக்கப்பட்ட சமூகத்தில் பிறந்த காரணத்தால் அவர் மறைந்து நூறு ஆண்டுகள் முடிந்தும் அவரை தமிழ்நாடும், தமிழினமும் மறந்து போனது. அயோத்திதாசப் பண்டிதருக்குப் பிறகு அவர் கொள்கைகளை எடுத்துச் செல்வதற்குச் சரியானதலைவர்கள் இல்லை. அவருடைய கொள்கைகளை விடுதலைச் சிறுத்தைகள் கட்சியின் தலைவர் தொல்.திருமாவளவன் அவர்கள் பல்வேறு மேடைகளில் பேசி வருகின்றார். தமிழ்நாட்டு அரசியல் கட்சித் தலைவர்களில் முதன் முதலில் அயோத்திதாசப் பண்டிதரின் புகைப்படத்தை பட்டி தொட்டி மக்களுக்கெல்லாம் பார்க்கச் செய்தவர். தொல். திருமாவளவன் ஒருவர் மட்டுமே தொடர்ந்து இந்தப் பணியைச் செய்து வருகிறார். ஓவ்வொரு ஆண்டும் தனது பிறந்தநாள் விழாவில் அயோத்திதாசப் பண்டிதர்

பெயரில் விருது வழங்கி வருகின்றார். தற்போது தமிழக அரசால் அயோத்திதாசப் பண்டிதர்பெயரில் விருது வழங்கப்பட்டு வருகிறது.

அயோத்திதாசப் பண்டிதரின் பகுத்தறிவுச் சிந்தனைகள், கருத்துக்கள் அனைத்தும் ஆவணங்களாக நின்று நிலைத்து விடாமல் இனிவரும் தலைமுறையினருக்கும் தமிழர்களுக்கும் கொண்டு சேர்ப்பது நம் கடமையாக கருதுவோம்.

இலக்கிய, இலக்கணப் புலமையுடையவர்

அயோத்திதாசப் பண்டிதர் தன்னுடைய கட்டுரைகளுக்கும், கருத்தியலை கட்டமைப்பதற்கும், சங்க இலக்கியங்களையும் பதினெண்கீழ் கணக்கு நூல்களையும், காப்பியங்களையும் அதிகமாகப் பயன்படுத்தியுள்ளார். குறிப்பாக அவர் கையாண்ட நூல்கள் பெரும்பாலும் பவுத்த, சமண இலக்கியங்களாக இருந்துள்ளன. அவர் 1907 ஆம் ஆண்டு ஒருபைசாத் தமிழன் இதழில் எழுதுவதற்கு முன்னரே தமிழ் இலக்கியங்களை நன்கு கற்றுத் தேர்ந்துள்ளார். இவர் கற்பதற்கு சித்தமருத்துவ அறிவு கைகொடுத்தது. அதன் வாயிலாகவே மருத்துவம் பார்க்கும் வீடுகளில் இருந்த ஓலைச்சுவடிகளைப் பெற்று தமிழ் இலக்கியங்களைப் படிக்கும் நல்வாய்ப்பை பெற்றிருந்தார். இதனால் தமிழன் இதழில் தமிழிலக்கியப் புலமையோடு எழுதியுள்ளார். அவ்வாறு அவர் படித்துத் தன்னுடைய எழுத்துகளில் மேற்கோள் காட்டியுள்ள நூல்களில் பலவற்றை இன்றைய புலவர்கள், அறிஞர்கள் பார்க்கும் வாய்ப்பைக்கூட பெற்றிருக்கவில்லை.

இதற்கு ஆதாரமாகப் பின்வரும் நிகழ்வைக் கூறுவது சாலப் பொருத்தமாகும். அயோத்திதாசரின் சிந்தனைகளை ஞான அலாய்சியஸ் இரண்டு தொகுதிகளாகத் தொகுத்து வெளியிட்டார். இந்நூல் தொகுதிகளை சென்னையில் பெரியாரிய, மார்க்சியப் பொதுவுடைமைக் கட்சியை நிறுவிய வே.ஆணைமுத்து அவர்கள் வெளியிட்டுப் பேசினார். 2003 ஆம் ஆண்டு மூன்றாம் தொகுதி வெளியிடப்பட்டது.

அந்நிகழ்வில் சிறப்பு விருந்தினராக அப்போதைய சென்னைப்பல்கலைக்கழகத் துணைவேந்தர் பொற்கோ" அவர்கள் கலந்துகொண்டார். அவரிடம் வே.ஆணைமுத்து, அயோத்திதாசப் பண்டிதர் தன்னுடைய 'தமிழன்' இதழில் மேற்கோள்காட்டியுள்ள நூற்றுக்கும் மேற்பட்ட நூல்களின் பட்டியலைக் காண்பித்து இந்த நூல்களை நீங்கள்

படித்ததுண்டா? என்று கேட்க, அயோத்திதாசப் பண்டிதர் மேற்கோள் காட்டியுள்ள பல நூல்கள் நான் கண்ணால்கூட கண்டதில்லை என்று பொற்கோ கூறியுள்ளார். அன்று பெரியாரிய மார்க்சியப் பொதுவுடைமைக் கட்சியின் புதுவைக் கிளை சார்பில் மே தினம், அம்பேத்கர் பிறந்த நாள் விழா, பாரதிதாசன் பிறந்த நாள் விழா பொதுக்கூட்டம் நடைபெற்றது. அதில் வே.ஆனைமுத்து அவர்கள் பேசிய பதிவு.

சித்த மருத்துவர்

தமிழகம் அயோத்திதாசப் பண்டிதரைச் சமூக சீர்திருத்த வாதியாகவும், இதழ் ஆசிரியராகவும் தமிழ் இலக்கிய—வாதியாகவும், களப்போராளியாகவும் அறிந்து கொள்வதற்கு முன் திரு.வி.க. அவர்களினால் சிறந்த சித்தமருத்துவராக அறிமுகம் செய்யப்பட்டிருந்தார். திரு.வி.க. தன்னுடைய வாழ்க்கை வரலாற்றில் அயோத்திதாசர் என் குடும்ப மருத்துவர். அவர் தஞ்சங்கம் எனது மதவெறியைத் தீர்க்கும் மருந்தாயிற்று. அவரது பிரிவு எனக்குத் துன்பம் விளைவித்தது. ஓர் இரங்கற்பாவும் என்னால் யாக்கப்பட்டது என்று எழுதியுள்ளார் (திரு.வி.க. 2006:40).

திரு.வி.க.கருத்து

அயோத்திதாசப் பண்டிதர் பன்முகப் பார்வை கொண்டவர். இராயப்பேட்டையில் அயோத்திதாசர் பண்டிதர் என்பவர் ஒருவர் இருந்தார். அவர் சிறந்த சித்தமருத்துவர், நூலாசிரியர் மட்டுமின்றி தமிழ்நாட்டில் பவுத்தம் வளர்த்தவர். அப்பண்டிதரிடம் ஒற்றைத் தலைவலி நோய்வரும்போதெல்லாம் அவர் மருந்து கொடுப்பதில்லை. அவர் நோயாளியின் தலையில் ஒரு பாதி வளைந்த இரும்பைத் தடவுவார். நோய் தீர்ந்துவிடும். தேள் கொட்டலுக்கும், பாம்புக்கடிக்கும் அயோத்திதாசப் பண்டிதர் மருந்து கொடுத்து சிகிச்சை செய்வதில்லை. அவர் புன்னகை புரிந்து கொண்டே தமது தலையைச் சொரிவார். கூக்குரலிட்டும் அழுதும் புரண்டும் வந்தவர், சிரித்து நிற்பர். தீராத மயக்கங்களையெல்லாம் தமது ஆட்களை முன்னை இருந்து அவர்களை உற்று நோக்குக் குணஞ்செய்வார். பண்டிதர் தமது செயல்களைப் பெருமிதமாகப் பேசுவதில்லை. அவர் சில நாள் பயிற்சி செய்தால் எல்லோர்க்கும் இச்சக்தி உண்டாகும் என்பார் என்று திரு.வி.க. கூறியிருக்கிறார். திரு.வி.க. கூறியதுபோல் அயோத்திதாசப் பண்டிதர் சித்த மருத்துவராகவும், நூலாசிரியராகவும் விளங்கினார்.

அயோத்திதாசப் பண்டிதரின் சமூகப்பணி

ஆதிசங்கரரின் அதவைதத் தத்துவத்தில் அதிக ஈடுபாடு கொண்டிருந்த காரணத்தால் 1870 இல் "அத்வைதானந்தா சபையை உருவாக்கினார். இந்த சபையை உருவாக்கும்போது அவருக்கு 25 வயது ஆகும். இச்சபையின் மூலம் மக்களிடையே சாதிபேத உணர்வுகள் ஒழிக்க முற்பட்டதுடன் மருத்துவப் பணிகளையும் செய்துவந்தார். சித்தமருத்துவத்தை மக்களிடையே பரப்புவதற்கு குன்னூர் மலைப்பகுதிகளில் துண்டறிக்கைகளை வெளியிட்டார்.

அயோத்திதாசப் பண்டிதருக்கு ஒரு கால் ஊனமாக இருந்திருக்கிறது. அதனால் அயோத்திதாசப் பண்டிதரின் ஆசிரியர் வீ.அயோத்திதாசப் பண்டிதர், "அப்பா நீஓடியாடி வேலை செய்ய முடியாது. அதனால் சித்த மருத்துவம் கற்பிக்கின்றேன். என்னைப் போலவே எதிர்காலத்திலும் மருத்துவத் தொழில் செய்" என ஆசிரியர் பணித்ததைத் தலைமேல் ஏற்று இறுதிவரை செயல் பட்டார். இவையன்றித் தன்னுடைய குடும்பத்தார் பாரம்பரியமாகச் சித்தமருத்துவம் செய்து வந்துள்ளதால் அதன் மரபுவழித் தன்னுடைய மருத்துவ அறிவை வைத்துப் பலருக்கும் மருத்துவம் பார்த்துள்ளார்.

புரட்சியாளர் அம்பேத்கருக்கு முன்னோடியாக திகழ்ந்தவர்!

இந்திய ஒடுக்கப்பட்டோர் விடுதலை அரசியலை முன்னெடுத்ததில் புரட்சியாளர் அம்பேத்கரின் பங்களிப்பை யாரோடும் ஒப்பிட முடியாது. ஆனால் அவர் பிறந்த 1891 ஆம் ஆண்டே அயோத்திதாசப் பண்டிதர் தமிழகத்தில் திராவிட மகாஜன சபையின் மாநாட்டை ஊட்டியில் நடத்தி யிருக்கிறார். தமிழகத்தில் தந்தை பெரியாருக்கும், இந்திய அளவில் புரட்சியாளர் அம்பேத்கருக்கும் முன்னோடியாக இருந்திருக்கிறார். தமிழகத்தில் ஆதி திராவிடர் இயக்கம், பகுத்தறிவு இயக்கம், பிராமணரல்லாதார் இயக்கம் ஆகியவற்றுக்குச் சக்தி வாய்ந்த ஒரு முன்னோடியாக திகழ்ந்தவர் அயோத்திதாசப் பண்டிதர். குறிப்பாக, தமிழ்நாட்டில் 1875 லிருந்து பகுத்தறிவின் தந்தைக்கும் தந்தையாகிய அயோத்திதாசப் பண்டிதர் பிரச்சாரத்தால் அடைந்த விழிப்புணர்ச்சிதான் பார்ப்பனர் அல்லாதாரின் பகுத்தறிவு உணர்ச்சியாகும். இவர் பண்பாட்டுப் புரட்சிக்குத் தமிழன் இதழைப் பயன்படுத்திக் கொண்டது போல் அரசியல் விடுதலைக்குத் திராவிட மகாஜன சபையும், இதன் பின்னர் பவுத்தச் சங்கங்களையும் தலைமை தாங்கி

நடத்தி சமூக மாற்றத்தை ஏற்படுத்தினார். இதன் விளைவாகவே இன்றைய நவீன தமிழகம் தமிழர்களுக்கு கிடைத்திருக்கிறது.

அயோத்திதாசப் பண்டிதர் சிறந்த கல்வியாளர்

அயோத்திதாசப் பண்டிதர் இந்திய கல்விமுறையின் அமைப்பைப் பற்றியும், அதன் சிறப்புகளையும், பண்புகளையும் அறிந்து கொண்டு இக்கல்வி முறையை நம் மக்களுக்கு கொண்டு சேர்க்க வேண்டும் என்பதில் மிகவும் கவனத்துடன் செயல்பட்டு கல்வியின் புலம் குறித்து பேசியும், எழுதியும் வந்தார். அயோத்திதாசப் பண்டிதரின் கல்வி என்பது ஒட்டுமொத்த மானுட விடுதலையை நோக்கியதாக இருக்கின்றது. குறிப்பாக கவுதம புத்தரின் நெறிகளுடன் கல்வியில் சிறந்தோங்க வேண்டும் என்று எண்ணினார். கல்வியானது மக்களுக்கு சமத்துவத்தை நோக்கி பயணம் செய்வதாக இருக்க வேண்டும் என்று எண்ணினார்.

ஒடுக்கப்பட்டோருக்கும் பெண்களுக்கும் சாதியப் பாகுபாட்டினால், கல்வி கற்கும் உரிமை மறுக்கப்படக்கூடாது. இதற்குத் தடையாக இருக்கின்ற காரணிகளைக் கட்டுடைத்து அனைத்து மக்களும் இலவசக் கல்வி கற்கும் வகையில் அரசு நடவடிக்கை எடுக்க வேண்டும் என்று வலியுறுத்தினார். குறிப்பாக, கல்வி என்பது அடிமைவிலங்கை உடைத்து விடுதலையைப் பெற்றுத்தர வேண்டும் என்கிறார். உலகம் தழுவிய நிலையில் ஒடுக்கப்பட்டோருக்கான விடுதலைக் கல்விமுறையை முன்னெடுத்த பாவ்லோ போன்று இந்தியாவிலுள்ள ஒடுக்கப்பட்டோருக்கான கல்வி முறையை இவர் முன்மொழிந்தார். இத்தகைய கல்விச் சிந்தனைகள், கோட்பாடுகள், எழுத்துமுறைகள் ஆகியவை விரிவாக ஆராயப்பட வேண்டியவை ஆகும்.

பகுத்தறிவுக் கொள்கையைப் பரப்புதல்

தமிழகத்தில் முதன்முதலில் பகுத்தறிவுச் சிந்தனையோடு பேசியும், எழுதியும் வந்தவர் அயோத்திதாசப் பண்டிதர். இவருக்குப் பின்னர் தந்தை பெரியார் கடைப்பிடித்து தன் வாழ்நாள் முழுவதும் பகுத்தறிவுச் சிந்தனையோடுச் செயல்பட்டார். மதங்கள் பகுத்தறிவதைத் தடைசெய்கின்றன. மக்கள் கேள்வி கேட்டால் மத நம்பிக்கை என்றும், விசுவாசத்தின் மறை பொருள் என்றும் கூறி மக்களைப் பகுத்தறிவுப் பாதையில் பணியமாவதைத் தடுத்தனர்; தடுத்து வருகின்றனர். இந்தியாவில் இருக்கின்ற மதங்களிலிருந்து பவுத்தமும் சமணமும்

வேறுபட்டு மனிதர்களைச் சிந்திக்கத் தூண்டின. கி.மு. 3ஆம் நூற்றாண்டில் தோன்றிய கவுதம புத்தர் பகுத்தறிவுடன் இயங்குவதற்கான பொதுத் தளத்தை உருவாக்கினார். இவருக்கு முன்னும் பின்பும் பலர் பகுத்தறிவுக் கருத்துகளை மக்களிடம் கொண்டு சென்று வெற்றி பெற்றிருக்கின்றனர். சிலர் மூட நம்பிக்கைவாதிகளால் படுகொலை செய்யப்பட்டிருக்கின்றனர். பலர் மூட நம்பிக்கையால் முட்டாள் போல் இன்றைக்கும் செயல்பட்டு இருக்கின்றார்கள். இவர்களின் அறியாமையைப் போக்குவதற்கு தான் அயோத்திதாசப் பண்டிதர் பவுத்தத்தை கையில் எடுத்து பகுத்தறிவுச் சிந்தனைகளை மக்களிடம் கொண்டு சென்றார்.

தந்தை பெரியார் எவையெல்லாம் மக்களுக்குச் சமூக விடுதலையைக் கொடுககும் என்று பேசி, எழுதி வந்தாரோ அவற்றையெல்லாம் அயோத்திதாசப் பண்டிதர் தனது காலத்திலேயே 'தமிழன்' இதழில் எழுதியுள்ளார். பகுத்தறிவுக் கொள்கை என்ற விதையை தந்தை பெரியாருக்கு முன்பே தமிழ் மண்ணில் முதன்முதலில் விதைத்த பெருமை அயோத்திதாசருக்கு மட்டுமே உரியது. தற்போது பகுத்தறிவு, முன்னேற்றம், நாகரிகம், மூடநம்பிக்கை, பார்ப்பனீயம் என்றெல்லாம் பேசி வருகின்றவர்கள் அயோத்திதாசப் பண்டிதர் பற்றி எதுவும் பேசுவதில்லை. ஏனென்றால் அவர்களும் சாதி பார்த்தே அரசியல் செய்து வருகிறார்கள்.

தந்தை பெரியாருக்கு வழிகாட்டியாக இருந்தவர்

தந்தை பெரியார் தனது வாழ்நாள் முழுக்க மனித நேயத்திற் காகவும் மதம் கடந்த மனித ஒற்றுமைக்காகவும் பேராடியவர். மூடநம்பிக்கைக் கருத்தியல்களைக் களையெடுக்கவும், மூட நம்பிக்கையின் தன்மைகளை மாற்றவும் சாதியற்ற சமூகத்தைக் கட்டமைக்கவும் பெண் விடுதலைக்கும் சமத்துவத்திற்கும், சகோதரத்திற்கும், அறிவியல் மனப்பான்மையுடன் அனைத்து மக்களும் தங்களின் வாழ்க்கை முறையினை உயர்த்திக்காட்ட வேண்டும் என்று பாடுபட்டவர் தந்தை பெரியார். அத்தகைய பெரியார் இம்மண்ணில் பிறப்பதற்கு 34 ஆண்டுகளுக்கு முன்பே பகுத்தறிவு சிந்தனையுடனும், பன்முக அறிவோடும், அறிவியல் சார்ந்த சிந்தனையுடனும், இலக்கிய நயத்தோடும், எளிமையோடும் பிறந்த அயோத்திதாசப் பண்டிதர் தந்தை பெரியாருக்கு வழிகாட்டியாக இருந்திருக்கிறார். தந்தை பெரியார் பேசியும் எழுதியும வந்த அனைத்துப் பகுத்தறிவ சிந்தனைகளும் சமூக கருத்துக்களும் அயோத்திதாசப் பண்டிதர்

1907 முதல் 1914 வரை 'தமிழன்' இதழில் எழுதி வந்திருக்கிறார் என்பது குறிப்பிடத்தக்கது.

அயோத்திதாசப் பண்டிதரின் தமிழ்ப் பவுத்தம், பிராமணிய எதிர்ப்பு, சாதி ஒழிப்பு, பெண் அடிமை, பூசாரிகள், சடங்குகள் மறுத்த சீர்திருத்தத் திருமணங்கள், சமூக நீதிக் கருத்துக்கள் அனைத்தும் தந்தை பெபரியார் மற்றும் சுயமரியாதை இயக்கத்தார்களை வெகுவாக ஈர்த்தன. ஜி.அப்பாதுரை, ஜி.சாமிநாயுடு இருவரும் தந்தை பெரியாருக்குச் சாக்கிய பவுத்த சங்கச் செயல்களை அறிமுகம் செய்து, இணைத்து வைத்து செயல்பட்டார்கள். பவுத்த சங்கத்தார் நடத்திய பவுத்த மாநாடுகளில் பங்கேற்று தந்தை பெரியார் பேசினார். அந்த மாநாடுகளில் நிறைவேற்றப் பட்ட தீர்மானங்கள் திராவிட இயக்கத்திற்கு மூலக் கொள்கையாக அமைந்தன. அயோத்திதாசப் பண்டிதரின் விகிதாச்சாரக் கொள்கை, எழுத்துச் சீர்திருத்தக் கொள்கை போன்றவை தந்தை பெரியாரின் சிந்தனைக்கு அடித்தளமாக அமைந்தன என்பதை அவரே பதிவு செய்திருக்கிறார்.

பெங்களூரில் நடைபெற்ற தனது 68வது பிறந்தநாள் விழாவில் என் பகுத்தறிவுப் பிரசாரத்திற்கும் சீர்திருத்தக் கருத்துக்களுக்கும் முன்னோடியாக இருந்தவர்கள் அயோத்திதாசப் பண்டிதரும், தங்கவயல் ஜி.அப்பாதுரையாரும்தான் என்று கூறியுள்ளார் (தந்தை பெரியார்).

இன்றைய தமிழர்கள் பகுத்தறிவு பேசுவதற்கு முன்னோடியாக அயோத்திதாசப் பண்டிதர் இருந்திருக்கிறார் என்பதை தந்தை பெரியாரின் கூற்றிலிருந்து காணலாம்.

இடஒதுக்கீட்டு முறையைக் கொண்டு வந்தவர்

தமிழ்நாட்டில் இன்று கடைபிடிக்கப்படும் இடஒதுக்கீட்டுச் சிந்தனைக்கு மூலமாக இருந்தவர் அயோத்திதாசப் பண்டிதர். ஆனால்இந்தஇடஒதுக்கீடுசரியாகப்பின்பற்றப்படவில்லைஎன்று சமூக ஆர்வலர்களும் பொதுவுடைமை சிந்தனையாளர்களும் கூறி வருகின்றனர். ஒடுக்கப்பட்டோருக்கு மட்டுமன்றி அனைத்துப் பிரிவினருக்கும் இடஒதுக்கீடு வேண்டும் என்று அயோத்திதாசப் பண்டிதர் கூறியுள்ளார். இச்சூழ்நிலையில் பள்ளி, கல்லூரி, பல்கலைக்கழகங்களில் ஒடுக்கப்பட்ட மாணவர்களுக்கு கல்வி உதவித்தொகை அளிப்பதையும், குறைந்த மதிப்பெண் பெற்ற தாழ்ந்தப்பட்ட, பழங்குடியின மாணவர்களுக்குப் படிக்க வாய்ப்பு அளிப்பதையும்

உடன்பயிலும் உயர்சாதி மாணவர்களால் ஏளனமாகவும் கோபத்தோடும் பார்க்கப்படுவதை இன்றைய பள்ளி, கல்லூரி, பல்கலைக்கழகங்களில் காணமுடிகின்றது.

இடஒதுக்கீடு

இந்து சமுதாயத்தால் ஒடுக்கப்பட்டோருக்கு இடஒதுக்கீடு வழங்கியது முதல் இன்று வரை அதற்கு எதிராக சாதி இந்துக்கள் பேசி வருகின்றனர். அதற்கு அவர்கள் இடஒதுக்கட்டுக்கு எதிராக இன்று முன்வைக்கப்படும் வாதங்களில் ஒன்று. அனைவருக்கும் சமமான வாய்ப்புகளை அளித்து விட்டால் பிரச்சனை தீர்ந்துவிடும் என்பதுதான். இதனை அயோத்திதாசப் பண்டிதர் தொடங்கி புரட்சியாளர் அம்பேத்கர் வரையில் மறுக்கின்றனர். கடுமையான ஏற்றத் தாழ்வுகள் நிலவும் ஒரு சமுதாயத்தில் அந்த ஏற்றத்தாழ்வுக்கான காரணத்தை கண்டறிந்து போக்காமல் சமமான வாய்ப்புகள் வழங்குவதால் ஒடுக்கப்பட்டோர்களுக்கு யாதொரு பயனும் இல்லை என்பது அயோத்திதாசப் பண்டிதரின் நிலைப்பாடாகும். அவ்வாறே பள்ளிகளில் சாதிச்சான்று கேட்காவிட்டால் சாதி ஒழிந்துவிடும் என்று அறியாமையில் பேசுபவர்கள் அதிகமானோர் இருக்கின்றனர். இந்தியச் சமுதாயத்தில் சாதி இருப்பதால்தான் பள்ளிகளில் சாதிச் சான்று கேட்கப்படுகின்றன. சாதி ஒழிந்தால் பள்ளிகளில் சாதிச்சான்று கேட்கப்படமாட்டார்கள். இதை அறியாமல் பலரும் அரை வேக்காட்டுத் தனமாகப் பேசுவதைக் காணமுடிகின்றது.

மகாத்மா ஜோதிராவ்புலே, அயோத்திதாசப் பண்டிதர், தந்தை பெரியார், புரட்சியாளர் அம்பேத்கர் போன்ற சமூக நீதிப் போராளிகள் அனைவரும் இந்தியாவில் சாதி இருக்கின்ற வரையில் இட ஒதுக்கீடு அவசியம் என்கின்றனர். ஏற்றத்தாழ்வுள்ள இந்தியாவில் வாய்ப்பு மறுக்கப்பட்டோரும் சமவாய்ப்புப் பெற இடஒதுக்கீடு அவசியம் என்றும், அதைச் சாதி அடிப்படையிலும், மத அடிப்படையிலும் அளிக்க வேண்டும் என்று அயோத்திதாசப் பண்டிதர் வலியுறுத்தினார்.

ஒவ்வொரு வகுப்பிலும் பவுத்தர்கள் எத்தனைப்பேர்? இந்துக்கள் எத்தனைப்பேர்? முகமதியர்கள் எத்தனைப் பேர்? கிறித்துவர்கள் எத்தனைப் பேர்? என்று குறித்து விடுவார்களாயின் இத்தேசக்குடிகளும் சுகம் பெற்று இராஜ விசுவாசத்திலும் நிலைத்து வாழ்வார்கள். அயோத்திதாசப் பண்டிதர் கூறியதைப் போன்றே இட ஒதுக்கீட்டின் அவசியத்தைக் குறித்து

புரட்சியாளர் அம்பேத்கர் பின்வருமாறு குறிப்பிடுகிறார். “இட ஓதுக்கீட்டிற்கான போராட்டம் சாதியத்திற்கான போராட்டம் அல்ல. அது சாதியத்தை அழிப்பதற்கான போராட்டம். “நாங்கள் கேட்பது சமத்துவம் அல்ல. எங்களுக்குத் தேவை நேர்மையான பங்கு, சமத்துவம் என்பது சமபங்கு ஆகாது. சமுதாயத்தில் உள்ள அனைத்து மக்களுக்கும் உரிய நேர்மையான பங்கை அளிக்க வேண்டுமெனில் பலம் பொருந்தியவர்களையும், பலம் அற்றவர்களையும், பணக்காரர்களையும், ஏழைகளையும், அறிவாளிகளையும் அறியாமையில் வைக்கப்பட்டிருப்பவரையும் ஒருபோதும் சமமாக நடத்த இயலாது”. சாஸ்திரங்களின் வழியாக தீண்டத்தகாதவர்களை தீண்டத் தக்கவர்களின் ஆதரவாளர்களாகவும், தீண்டத்தக்கவர்களை தீண்டத் தகாதவர்களுக்கு எதிரானவர்களாகவும் இருக்கக் கற்பித்துவிட்டு, பிறகு இருவரும் பொதுப்போட்டியில் போட்டியிட வேண்டும் என்பது மனப் பிறழ்வின் அறிகுறியாகவே இருக்க வேண்டும் என்று இட ஓதுக்கீட்டின் அவசியத்தை புரட்சியாளர் அம்பேத்கர் முன்வைக்கிறார். தமிழனில் முன்வைத்த இட ஓதுக்கீட்டுச் சிந்தனைகளை புரட்சியாளர் அம்பேத்கர் அரசியல் சட்டமாக இயற்றியதன் விளைவாக இந்தியாவில் இட ஓதுக்கீடு நடைமுறைப்படுத்தப்படுகின்றது.

பெண் விடுதலை

பெண்களுக்கும், ஆண்களுக்கும் நிகரான அனைத்து உரிமைகளையும் வழங்கி அவர்களைப் போற்றி புகழவேண்டும் என்று முதன்முதலில் கோரிக்கை வைத்தார். பெண்களுக்கு அனைத்து உரிமைகளும் கடமைகளும் மறுக்கப்பட்ட சூழ்நிலையில் பெண் விடுதலையைத் ‘தமிழன்‘ இதழில் பேசியும் எழுதியும் வந்தார். பெண்களுக்குக் கல்வி அளிக்க வேண்டும் என்றும் ஆண்களுக்கு இணையாக சொத்தில் சம உரிமை அளிக்க வேண்டும் என்று தொடர்ந்து எழுதி வந்தார். சாதியின் பெயரால் பெண்களின் உரிமைகள் மறுக்கப்படுவதையும், அதிலிருந்து பெண்கள் விடுபடவேண்டும் என்பதையும் தொடர்ந்து வலியுறுத்தி வந்தார். ஒற்றுமைகேட்டிற்கு உறுதி பீடமாகும் சாதியினாலும் இத்தேசத்தோர்க்குச் சீர்திருத்தமும் சுகமும் உண்டோ? அதுவும் கிடையாது. இச்சாதியாகாரத்தால் இஸ்திரிகளுக்கு எதேனும் சுகமுண்டோ இல்லை. முற்றுகேடு அதாவது ஓர் இஸ்திரீயானவள் விவாகஞ் செய்யப்பட்டு புருஷனுடன் கலந்து வாழினும் கலக்காமல் ஒழியினும் அவள் விருத்தாப்பிய முற்று மரணமடையும் வரையில்

சீர்கெட்டு அலைய வேண்டியதே யாம். புருஷனோ அறுபது வயது செல்லினும் அவன் பிரியம் போல் மாற்றி மாற்றி பெண்களை விவாகம் செய்து கொள்ளலாம். இஸ்திரீகளோ தனது மங்கைப் பருவகாமிய இச்சையால் சாதியாசாரத்தை ஒழித்து கள்ளபுருஷர்களை விழித்து துள்ளி விளையாடப் பெற்றப் பிள்ளைகளை முறித்து வேலிகளிலும், ஆறுகளிலும் விட்டெறிந்து மருளமருள விழிக்குங் கால் அதிகாரிகளால் பிடிபட்டு கொடுர தண்டனைக்கு உட்பட்டு வெறுமனே கைம்பெண்ணாயிருந்த கண்கலக்கத்தினும் கண்கலக்க முண்டாகி அல்லடைந்து மறக்கின்றார்கள். அருமையாகப் பெற்று எடுத்து சீராட்டி, பாராட்டி வளர்த்த பெண் குழந்தைகளுக்கெல்லாம் சதா துக்கத்தை வளர்த்துவரும் சாதியாசாரமும் ஓர்ஆசாரமாமோ. இதைக் கட்டியழுவதும் ஓர் கீர்த்தியாமோ இல்லை" என்று பெண்கள் படும் பாடுகளைக் கண்டு மனம் வருந்தியவராய் பெண்ணுக்கான விடுதலையை முன்னெடுப்பதில் மக்களிடையே விழிப்புணர்வை ஏற்படுத்து வந்தார்.

செம்மையான மொழியான செம்மொழி, வடமொழிக் கலப்பின்றித் தனித்து இயங்குகின்ற ஆற்றல்பெற்றது. ஆனால் தமிழில் வடமொழி கலந்து எழுதினர். இதை மணிபிரவாள நடை என்றனர். மொழிக்கலப்பால் தமிழின் தொன்மையும் வளமையும் சிதைந்தன. இச்சூழலில் அயோத்திதாசப் பண்டிதர் தமிழ் இலக்கண இலக்கியங்களையும், தமிழின் தொன்மைகளையும் ஆராய்ந்து எழுதினார்.

தமிழ் இலக்கணமும் இலக்கியமும்

அயோத்திதாசப் பண்டிதர் தமிழ் மொழியின் இலக்கணத்தையும், இலக்கியத்தையும் நன்கு கற்று புலமைபெற்று விளங்கியவர். தமிழில் தோன்றியுள்ள ஐந்திலக்கண நூல்கள் அனைத்தும் பவுத்தர்களும், சமணர்களும் தமிழுக்கு அளித்த கொடை என்கிறார். அதாவது "தென்னாட்டில் பரவிய ஒரு பாஷைக்கு எழுத்திலக்கணம், சொல் இலக்கணம், பொருள் இலக்கணம், யாப்பு இலக்கணம், அணியிலக்கணம் என்று ஐந்து இலக்கணங்களையும் பவுத்த சங்கத்தோராகும் என சமண முனிவர்கள் கருத்து கூறினார்கள்" என்று பதிவு செய்கிறார்.

தமிழ் மொழிக்கு வடிவம் கொடுத்தவர்கள்

ஆதிபகவனாம் புத்தபிரான் இரு மொழிகளை இயற்றிய காலத்திலே வடமொழியும், திராவிட மொழியும் புத்தரால்

இயற்றப்பட்டவை என்கிறார். அதனால் தமிழ் இலக்கணமும் இலக்கியமும் பவுத்தர்களிடமிருந்து துவங்குவதாகக் கருதுகிறார். அதனால்தான் தென்னாட்டில் தோன்றிய ஒரு மொழிக்கு ஐந்து இலக்கணங்களையும் பவுத்தர்களும், சமணர்களும் கொடுத்தார்கள் என்கிறார்.

தமிழ் இலக்கணமும், இலக்கியமும் எப்படி பயன்பாட்டில் இருந்து வந்தது என்பதை கல்வெட்டு ஆதாரங்கள் நமக்கு சாட்சியாககாட்சிதருகின்றன. கி.மு. 3ஆம் நூற்றாண்டு (அசோகர் காலம்) முதல் கி.பி. 6 (ஆம் நூற்றாண்டு வரையிலான காலத்தைச் சேர்ந்த கல்வெட்டுகளை ஆராய்ந்துள்ள ஐராவதம் மகாதேவன் தமிழின் வரி வடிவத்தினுடைய தோற்றம் குறித்து சில முடிவுகளை முன்வைத்துள்ளார். கி.மு. 2 — கி.பி. 4 ஆம் நூற்றாண்டுகளுக்கு இடையிலான 600 ஆண்டு பழமை வாய்ந்த 89 கல்வெட்டுகளை இவர் ஆய்வு செய்துள்ளார். இவை யாவும் தமிழ் பிராமி எழுத்துக்களால் ஆனவை. அவற்றுள் 84 கல்வெட்டுகள் சமணத்தைச்சேர்ந்தவை. மீதமுள்ள 5 கல்வெட்டுகள் மதத் தொடர்பு இல்லாதவை. தமிழ் மொழிக்கு வரிவடிவம் கொடுத்தவர்கள் சமணர்களே என்று ஐராவதம் மகாதேவன் குறிப்பிடுகிறார்.

மயிலை சீனி.வேங்கடசாமி "பவுத்தமும் தமிழும்" (1940), "சமணமும் தமிழும்" (1950) என்ற இரு நூல்களை எழுது, சமணர்களுக்கும், பவுத்தர்களுக்கும், தமிழுக்கும், தமிழருக்கும் ஆற்றிய தொண்டினை விரிவாக எழுதியுள்ளார். "அயோத்தி தாசரின் அன்றைய ஆய்வுக்கு வலுசேர்க்கும் வகையில் தொல்லியல் ஆய்வுகளும் உறுதிபடுத்தி வருகின்றன" (ரவிக்குமார், 2005:9).

தமிழ்மொழி பற்றிய அயோத்திதாசப் பண்டிதரின் பார்வை

தந்தை பெரியார் உருவாக்கிய எழுத்து மாற்றங்கள் தொழில் நுட்பம் சார்ந்த மாற்றங்கள், புதிய சமூக வளர்ச்சியின் மறுதலிப்பின் தேவைகள் மட்டுமே என்று குறிக்க முடியாது. ஆயினும் அதற்கான பண்பாட்டுப் பின்புலத்தினை ஆராய வேண்டுமானால் அதை அயோத்திதாசப் பண்டிதரிடமிருந்தே தொடங்க முடியும் என்பது ஆச்சரியமான உண்மை. தமிழ்மொழி பற்றிய அயோத்திதாசப் பண்டிதரின் பார்வை அவர் பவுத்தம் ஏற்றது முதல் பெரிதும் மாறுதல் அடையத் தொடங்கியிருந்தது. ஏனெனில் அதற்கு முன்பு அவர் தீவிர அத்வைதியாக இருந்தவர்.

பவுத்தக் கருத்துக்கவின்பால் ஈர்க்கப்பட்ட பிறகு தமிழின் இலக்கியம், தத்துவம், இலக்கணம், மருத்துவம் முதலானவற்றை மறுவாசிப்பும், பவுத்த நோக்கில் மறுஆய்வும் செய்யத் தொடங்கினார். அவரது தொடக்ககால எழுத்துக்கள் நமக்கு கிடைக்காமையால் அவரது மொழி ஆளுமை பற்றியப் பார்வை நமக்குக் கிடைக்காமல் போய்விட்டது. எனினும், ஒப்பிட்டு ஆய்வதற்கு நமக்குக் கிடைத்த அவரது முதல் பவுத்த நூலான "புத்தரெனும் இரவு பகலற்ற ஒளி" சிறந்த ஓர் ஆவணம், இலங்கையிலிருந்து திரும்பியவுடன் இதை எழுதினார். இந்நூலில் அவர் ஏற்கனவே கையாண்டு வந்த மொழிநடையே கையாண்டார் என்று தெரிகிறது. ஆனால், அவரது தொடர்ச்சியான ஆய்வுகளில் வார்த்தைக் கட்டுமானத்திலும், எழுத்துக்களைப் பயன்படுத்தி வருவதிலும் மாறுதல் தெரிந்தது. இந்த மாற்றம் அடுத்த 8ஆம் ஆண்டிலிருந்து தொடர்ச்சியாக வெளிப்படத் தொடங்கியது. 1907 இல் அவர் தொடங்கிய தமிழன் இதழில் இந்தப் போக்கு வெளிப்பட்டது.

நஞ்செழுத்து-அமுதவெழுத்து

"அயோத்திதாசப் பண்டிதர் தமிழ்மொழி எழுத்துக்களை நஞ் செழுத்து என்றும் அமுத வெழுத்து என்றும் இரு வகைகளாகப் பிரிக்கிறார். திராவிடமென்னும் மொழியே குறுக்கல் விகாரத்தால் திராவிடம், திராவிடமென வழங்கலாயிற்று என்று கூறுகிறார். திராவிடம் என்பது தமிழுக்குரிய பெயர்களில் ஒன்று. தென்மொழி என்பதே தமிழின் ஆதிப்பெயர்." புத்தபிரான் வகுத்தளித்த தமிழ் அட்சரங்கள் அகத்தியர் மூலமே தென்னாடு பரவியதென்றும் அயோத்திதாசப் பண்டிதர் கூறுகிறார். தமிழ் எழுத்துக்களைத் தென்னாட்டில் பரப்பியதில் பெரும்பங்கு வகித்தவர் சரஸ்வதி என அழைக்கப்பட்ட அம்பிகை அம்மனான அவ்வையார். எனவே அகத்தியர் மற்றும் அவ்வை ஆகியோர் உழைப்பில்தான் தமிழின் வரி வடிவம் பரவியது என்று தமிழ் மொழி எழுத்துக்களின் பரவல் குறித்த வரலாற்றை விளக்கிய அயோத்திதாசப் பண்டிதர் தமிழின் இருபெரும் எழுத்துப் பிரிவுகளைப் பண்டைய இலக்கிய ஆதாரத்துடன் சுட்டிக் காட்டுகிறார்.

ஆங்கிலேயர்களின் வருகைக்குப் பின்னர்தான் தமிழ் இலக்கண, இலக்கியங்கள் அச்சு வடிவம் பெற்றது. ஆங்கிலேயர்களின் காலத்தில் தமிழ் மொழியில் நிகண்டுகள் பல இலட்ச ரூபாய் செலவில் அச்சிட்டு வெளியிடும் பணி நடைபெற்றது. அப்போது அயோத்திதாசப் பண்டிதர்

ஆங்கிலேய அரசுக்கும் அதை வெளியிடுவோருக்கும் ஒரு வேண்டுகோளை வைக்கின்றார். நிகண்டுகளை வெளியிடும் முன்னர் நிகண்டில் இடம்பெற்றிருக்கின்ற சொற்கள் தமிழ்ச் சொற்கள் தானா? என்று சரியாக ஆராய்ந்த பின்னரே வெளியிட வேண்டும் என்கிறார். அதற்கு ஒவ்வொரு துறை சார்ந்த வல்லுனர்களிடமிருந்தும் ஆலோசனை செய்து அச்சொற்கள் தமிழ்ச் சொற்கள்தான் என்பதை உறுதி செய்த பின்பே சரியான தமிழ் நிகண்டுகளை வெளியிட வேண்டும் என்கிறார். நிகண்டு வெளியிடும் சென்னைப் பல்கலைக்கழகப் பதிப்புக் குழுவில் உறுப்பினராக இடம் பெற்றிருந்தார் என்பது குறிப்பிடத்தக்கது.

முதன்முதலில் இந்தி எதிர்ப்புக் கருத்தை முன்வைத்தவர்

இந்தித் திணிப்பு என்பது சுதந்திரத்திற்கு முன்பு இருந்தே நடைபெற்றிருக்கின்றது. 1910 ஆம் ஆண்டு சுதேசமித்திரன் என்ற நாளேட்டில் இந்தியைப் படித்தால் அனைவரும் ஒற்றுமையாக வாழலாம் என்று இந்து சபையின் சார்பில் செய்தி ஒன்றை வெளியிட்டிருந்தது. இச்செய்திக்குத் தமது தமிழன் இதழின் வாயிலாக தன்னுடைய கண்டனத்தை அயோத்திதாசப் பண்டிதர் வெளியிட்டிருக்கிறார். கிரேக்கர், ரோமானியரை வென்றதுபோல ஆங்கிலேயரை வெல்ல வேண்டுமென்றும், சகலரும் தேவதாகிரி எழுதவும், இந்தி பாஷையில் பேசவேண்டுமென்றும், இந்து மதத்தோர் சகலரும் ஒற்றுமை பெறவேண்டும் என்று கூறி இந்து சபை ஒன்று ஸ்தாபித்து பல இடங்களில் பிரசங்கங்களும் செய்து வருவதாக நவம்பர் 2 சுதேசமித்திரனில் வெளியிட்டிருக்கிறார்கள் என்று தமிழனில் பதிவு செய்துவிட்டு, அது சாத்தியமில்லாத ஒன்று. ஏனென்றால் அதற்கான சாத்தியக்கூறுகள் இந்து மதத்திலோ இந்தியாவிலோ இல்லை என்கிறார்.

“இந்து மதத்தைச் சார்ந்தவர்கள் யாவரும் இந்தி பாஷைகளைக் கற்றுக் கொள்ள இருநூறு வருடஞ்செல்லும். இந்தி பாஷைக் கற்றுக்கொண்ட பின்னால் இந்திய சாதியோர்கள் யாவரையும் ஒரு சாதியாகச் சேர ஒரு நூறு வருடஞ் செல்லும். சாதிகள் யாவும் ஒன்றுபட்டவுடன் உன் சாதி பெரிது, என் சாதி பெரிது என்று வழங்கிவரும் சர்வமதங்களும் ஒரு மதமாக இருக்க வேண்டும் என்கிறார்.

அயோத்திதாசப் பண்டிதரின் இந்தி எதிர்ப்புக் கருத்துக்கள், ஒரு நூற்றாண்டிற்கு முன்பே பிற மொழி ஆக்கத்திற்கு

எதிர்ப்பைக் காட்டியுள்ளதை அறியமுடிகிறது. குறிப்பாக அயோத்திதாசப் பண்டிதர் இந்தி சபையின் பொறுப்பாளரான வங்காள ஐகோர்ட் நீதிபதி பாபுசாரத் சரணமித்திரரின் இந்தி மொழித் திணிப்பின் சூழ்ச்சியை முறியடிக்கும் வகையில் தன்னுடைய இந்தி எதிர்ப்புக் கருத்தை முன்வைத்துள்ளார்.

அன்று இந்து சபை கூறியதுபோல் இந்துக்கள் அனைவரும் இந்தியைக் கற்றுக்கொண்டால் அனைவரும் ஒற்றுமையாகி விடலாம் என்ற கூற்றைச் சமூக அறிவியல் அறிஞராக மறுத்து, இந்தி மொழியைக்கறபதால் ஒற்றுமை ஏற்பட்டுவிடாது. அதுவும் இந்து மதம் இத்தகைய ஒற்றுமையை ஒருபோதும் அனுமதிக்காது என்று கூறிய அயோத்தியதாசப் பண்டிதரின் கருத்து மிகச் சரியானதேயாகும். ஏனெனில் வடஇந்தியாவில் பெரும்பாலானவர்கள் இந்தி மொழியைத்தான் தாய் மொழியாகக் கொண்டுள்ளனர். அவ்வாறெனில், இந்திய கிரா மங்களில் உயர்ந்த சாதியினர், தாழ்ந்த சாதியினர் என்று கிராமத்தைப் பிளவுபடுத்தி ஒடுக்கப்பட்ட மக்களின் மீது சாதிய வன்கொடுமைகளையும் தீண்டாமை பாகுபாட்டையும் இன்றும் ஏவிவருவது நியாமா? அயோத்திதாசப் பண்டிதர் 1910 இல் கூறியது போன்றே இந்தியைத் தாய்மொழியாகக் கொண்ட அனைத்து இந்துக்களும் ஒற்றுமையாக சேர்ந்து வாழலாம் என்று கூறிய கருத்து பொய்யானது இன்றளவும் உண்மையாகவே உள்ளது.

மும்மொழிக் கல்வித் திட்டம்

சுதந்திர இந்தியாவில் இந்தி எதிர்ப்பு தீவிரமாக நடைபெற்றது. 1961 இல் தேசிய ஒருமைப்பாட்டுக் கழகத்தால் பரிந்துரைக்கப் பட்டவாறு இடைநிலைப்பள்ளி அளவில் ஒவ்வொரு மாணவரும் மூன்று மொழிகளைக் கற்கவேண்டும் என்று தீர்மானிக்கப்பட்டது. அதை 1966 இல் தொடக்கக்கல்வி முதல் அனைத்துக் கல்வியிலும் கற்பிப்பதற்கான மும்மொழிக் கொள்கையை நடைமுறைப்படுத்த தீவிர முயற்சி மேற்கொள்ளப் பட்டது. அவை:

1. தாய்மொழி (அ) வட்டார மொழி அல்லது இரண்டும் சேர்ந்து.

2. ஆங்கில மொழி அல்லது நவீன ஐரோப்பிய மொழி ஒன்று

3. இந்தி மொழி அல்லது பேசாதா மாநிலத்தோருக்கு அல்லது இந்தியைத் தவிர்த்த ஏனைய நவீன இந்திய மொழிகளுள் ஒன்று (இந்தி பேசும் மாநிலத்தோர்க்கு)

என்று மும்மொழித் திட்டத்தை மத்திய அரசு அறிவித்தது. இத்திட்டம் தமிழகத்தில் மிகப்பெரிய கொந்தளிப்பை ஏற்படுத்தியது. தமிழக வரலாற்றில் இந்தி எதிர்ப்பு என்பது மிக முக்கியமான போராட்டமாகும். முன்னாள் பாரத பிரதமர் ஜவகர்லால்நேரு மும்மொழிக் கொள்கையை அறிமுகம் செய்தார். மொழிவாரி மாநிலமான தமிழக மாணவர்கள் நடத்திய போராட்டத்தைக் கண்டு மத்திய அரசே அதிர்ந்தது. 1956 ஆம் ஆண்டு டிசம்பர் மாதம் 26 ஆம் தேதி சிதம்பரம் பல்கலைக்கழக மாணவர்கள் தாளமுத்து—நடராசன் தீக்குளித்ததைத் தமிழகம் கண்டது. இதன் விளைவாக தமிழகத்தில் பல்வேறு நிலைகளில் ஆங்காங்கே போராட்டங்கள் வெடித்தன. இதைக் கண்ட இந்திய பிரதமர் ஜவஹர்லால் நேரு தனது மும்மொழித் திட்டத்தை மாற்றிக் கொண்டார். இதற்காக தமிழகத்திலுள்ள பல்வேறு அரசியல் கட்சிகளும், சமுதாய இயக்கங்களும், மாணவர்களும் போராட்டத்தை நடத்தினர். இதற்கு அயோத்திதாசப் பண்டிதரின் இந்தி எதிர்ப்பு முறையே முதல் காரணம் என்று கூறலாம்.

இருட்டடிப்பு செய்யப்பட்டவர்

அயோத்திதாசப் பண்டிதரின் சிந்தனைகளையும் தத்துவங்களையும், இலக்கியங்களையும் மருத்துவத்தையும் கண்டு வியந்த மேல்சாதி புலவர்கள் அவற்றைப் புறக்கணித்தனர். இந்திய ஒடுக்கப்பட்டோர் வரலாற்றில் அண்ணல் அம்பேத்கருக்கும், தமிழகத்தில் தந்தை பெரியாருக்கும் முன்னோடியாக திகழ்ந்த அயோத்திதாசப் பண்டிதர் ஒரு நூற்றாண்டிற்கு முன்பே புறக்கணிக்கப்பட்டார். பன்முக ஆளுமை கொண்ட அயோத்தி தாசப் பண்டிதர் தமிழக மூலச் சிந்தனையாளர் பல்துறை வித்தகர், சித்தமருத்துவர், அரசியல் சிந்தனையாளர், கல்வி வல்லுநர், சமூக சீர்திருத்தவாதி, படைப்பாளி, பத்திரிக்கை ஆசிரியர், பவுத்த நெறியாளர், தமிழிலக்கண, இலக்கிய அறிஞர், சுயமரியாதை சிந்தனையாளர், சாதி ஒழிப்பு போராளி பெண்ணுரிமை— பெண் கல்வி, சாதி மறுப்பு மறுமணம் போன்ற விடுதலை கருத்தியலுக்கு முன்னோடியாக, மூடநம்பிக்கை எதிர்ப்பாளராக, உரை ஆசிரியராக, பகுத்தறிவு தந்தையாக, தமிழ் தேசிய தந்தையாக, இந்திமொழி எதிர்ப்பாளராக, தமிழ் எழுத்துச் சீர்திருத்தவாதி என்று அயோத்திதாசப் பண்டிதரை தமிழகம் ஒரு நூற்றாண்டு மறதிக்குப் பிறகு மீண்டும் நினைவுகூர்கின்றது. அறிவர் தொல். திருமாவளவன் அவர்கள் பல்வேறு மேடைகளிலும் போராட்டங்களிலும் தொடர்ந்து

வலியுறுத்தியதன் காரணமாக தமிழக அரசு அயோத்திதாசப் பண்டிதரின் பெயரில் மணி மண்டபம் கட்ட முடிவு செய்தது.

இவ்வளவு ஆளுமை பொருந்தியவரான அயோத்திதாசப் பண்டிதர் புறக்கணிக்கப்பட்டதற்கு அவர் பிறந்த சாதியே காரணமாகும். இப்போதுக்கூட அவரின் ஆளுமைகளைத் தமிழுலகத்திற்குக் கொண்டு செல்வதில் ஒடுக்கப்பட்டோரின் தலைவர்கள் மட்டுமே முனைப்பு காட்டி வருகின்றனர்.

அயோத்திதாசப் பண்டிதருக்கு வரலாற்றில் நேர்ந்த கொடுமையை அவதானிக்கும் வேறு சிலர் இது அசாதாரணமல்ல, தமிழ்ச் சூழலில் இதுபோல் பல நிகழ்ந்திருக்க முடியும். அவரைப் போல ஒடுக்கப்பட்ட சாதிகளைச் சார்ந்த பல்வேறு சிந்தனையாளர்கள் இருட்டடிப்பு செய்யப்பட்டிருக்க வேண்டும். அயோத்திதாசப் பண்டிதர் அதிர்ஷ்டக்காரர். இன்னும் கண்டறியப்படாத அறிஞர்களின் எண்ணிக்கை அதிகமாக இருக்க வேண்டும் என்றே கருதுகின்றனர் (தருமராஜன், 2007:82).

அயோத்திதாசப் பண்டிதர் திருக்குறள், ஆத்திசூடி, கொன்றை வேந்தன், வெற்றிஞானம் ஆகிய நூல்களுக்கு உரை எழுதியுள்ளார். இது தொடர்பாகத் தமிழக உரையாசிரியர் வரலாற்றில் எந்தவிதக் குறிப்பும் இல்லை என்பதை கவனத்தில் எடுத்துக் கொள்வோம். கமில் ஸ்வலபில் தொகுத்துள்ள தமிழ் இலக்கிய அகராதியில் (1955)இடம்பெறும் அவ்வைப் பற்றிய குறிப்பில் அயோத்திதாசப் பண்டிதரின் ஆய்வு பற்றிய செய்தி இடம்பெறவில்லை. கமில் ஸ்வலபில் போன்ற ஆய்வாளர்களும் அறிய முடியாத அளவிற்கு அயோத்திதாசப் பண்டிதரின் படைப்புகள் புறக்கணிப்பிற்கு ஆளாகியுள்ளன (தலித் சாகித்ய அகாடமி, 1999).

பகுத்தறிவா? பார்ப்பன எதிர்ப்பா? நவீனத்துவமா? எல்லாமே தந்தை பெரியாரிலிருந்து வந்தன என்று நினைத்தவர்கள் இப்போது அயோத்திதாசப் பண்டிதரைக் குறிப்பிட வேண்டிய கட்டாயம் எழுந்துள்ளது.

அயோத்திதாசப் பண்டிதர் இறப்பு

1914 ஆம் ஆண்டு மே மாதம் 5 ஆம் தேதி தன் முடிவு நெருங்குவதை அறிந்த அயோத்திதாசப் பண்டிதர் தன் மகன் பட்டாபிராமனை அழைத்து ‘தமிழன்‘ இதழைத் தொடர்ந்து நடத்த முடியும் அல்லவா? என்று கேட்டார். அதற்குப் பட்டாபிராமன் “முடியும்‘ என்று சொன்னபோது

முகம் மலர்ந்தது. அனைவரையும் அமைதியாக இருக்கும்படி கேட்டுக்கொண்டு, தம் இரு கைகளையும் கூப்பிக்கொண்டு பவுத்தத் துறவிகளைப் போன்று தன் 69ஆம் வயதில் இன்னுயிரை நீத்தார். அதன்பிறகு பட்டாபி ராமன் தமிழன்' இதழை நடத்தினார்.

பத்தாண்டு கால இடைவெளிக்குப் பின்னர் பவுத்தச் சிந்தனை யாளரான ஜி.அப்பாதுரையார் கோலார் தங்கவயலிலிருந்து 7.7.1926 முதல் 27.0.1934 வரையில் தமிழன் இதழை நடத்தினார். இத்தகைய வரலாறு கொண்ட 'ஒரு பைசா தமிழன்", 'தமிழன்' இதழ் பற்றியும் அதன் நிறுவன ஆசிரியர் அயோத்திதாசப் பண்டிதர் பற்றியும் தமிழக வரலாற்றில் பதிவு செய்யப்படாமை வியப்பாகவே உள்ளது.

தமிழக அளவில் பொதுவெளியில் அயோத்திதாசப் பண்டிதரின் பெயரை முதலில் இடம்பெற வைத்தவர் தலித் எழில்மலை ஆவார். அதாவது அவர் மத்திய சுகாதாரத்துறை இணை அமைச்சராக இருந்த போது சென்னை, தாம்பரத்தில் அமைந்த தேசிய சித்தவைத்திய மையத்திற்கு அடிக்கல் நாட்டினார். அம்மையத்திற்கு அயோத்திதாசப் பண்டிதரின் பெயரைச் சூட்டினார். இவர் வாழ்ந்த காலத்தில் புகழ் பெற்ற சித்தவைத்தியராக விளங்கியிருந்ததால் கடந்தகால வரலாறு நிகழ்கால அரசியல் ஒன்றின் மூலம் நினைவுகூரப்பட்டது. 2005 ஆம் ஆண்டு அப்போதைய பிரதமர் மன்மோகன் சிங் இம்மையத்தை திறந்து வைத்தபோது அயோத்திதாசப் பண்டிதர் பெயரைக் கைவிட முயற்சி நடந்தது. ஆனால் பல அமைப்புகள் போராடியதன் காரணமாக மையத்தின் உள் நோயாளிகள் பிரிவிற்கு மட்டும் அவர் பெயர் சூட்டப்பட்டது.

அயோத்திதாசப்பண்டிதரின் நூல்கள் தலித் எழில்மலை முயற்சிமூலமே தலித் சாகித்ய அகாடமியால் வெளியிடப்பட்டது. விடுதலை சிறுத்தைகள் கட்சியின் அதிகாரபூர்வ புகைப்படங்கள் வரிசையில் அயோத்திதாசப் பண்டிதர் படம் இடம்பெற்று அவர் ஒரு பிம்பமாக பரவியிருக்கிறார். அக்கட்சி கூட்டணியாக இருந்த தி.மு.க. ஆட்சியிலிருந்தபோது (2006—2011), தமிழன் இதழுக்கு நூற்றாண்டு விழா (2007) ஒன்று நடத்தப்பட்டது. நாமறிந்து இதழொன்றுக்கு நூற்றாண்டு விழா நடத்தப்பட்டது இதுவாகத்தான் இருக்கும். அதுபோல் விடுதலைச் சிறுத்தைகள் கட்சி ஆண்டுதோறும் வழங்கும் ஐந்து விருதுகளில் அயோத்தி தாசப் பண்டிதரின் பெயரில் ஒரு விருதும் அடங்கும்.

தமிழகத்தின் ஒருசில இடங்களில் ஆர்வலர்கள் சிலர் அவர் பெயரில் ஆய்வு மையங்கள் சிலவற்றை தொடங்கி சிறு அமைப்புகளாக இயங்கி வருகின்றனர். மதுரை இறையியல் கல்லூரியின் ஆய்வியல் மையமான தலித் ஆதார மையத்திற்கு அயோத்திதாசப் பண்டிதர் பெயரே சூட்டப்பட்டுள்ளது.

அயோத்திதாசப் பண்டிதருக்கும் சிங்காரவேலருக்குமான தொடர்பு மட்டுமல்ல பௌத்த பயணம் மூலம் கோசாம்பி சென்னையில் அயோத்திதாசப் பண்டிதரை சந்தித்ததும் வெளி வந்துள்ளது. கோசாம்பியின் நாட்குறிப்புப் பகுதியை தமிழில் மொழிபெயர்த்ததன் மூலம் இதை செய்திருக்கிறார் ஆ.இரா. வேங்கடாசலபதி. அவரே அயோத்திதாசப் பண்டிதரின் நூற்றாண்டையொட்டி அரசாங்க ஆவணங்களை அடிப்படையாகக் கொண்டு கட்டுரை ஒன்றை இந்து ஆங்கில ஏட்டில் வெளியிட்டார். இது அயோத்திதாசப் பண்டிதரின் சித்தவைத்திய தொழிலுக்கு இருந்த அக்கால பிரபல்யத்தை இனங்காட்டுகிறது.

அயோத்திதாசப் பண்டிதர் சிந்தனையில் பவுத்தம் என்பது தமிழ் என்னும் வட்டாரம் சார்ந்ததாக விளக்கப்படுகிறது. தமிழகத்தில் பல இடங்களில் புதைந்த நிலையிலிருந்த புத்தர் சிலைகள் கண்டெடுக்கப் பட்டுள்ளன. பல இடங்களில் சொந்த பெயரிலும் வேறு பெயரிலும் புத்தர் வழிபடப்படுகிறார்.

இதன்படி 60க்கும் மேற்பட்ட புத்தர் சலைகளை பா.ஜம்புலிங்கம் என்கிற ஆய்வாளர் கண்டெடுத்துள்ளார். உள்ளூர் மரபு சார்ந்த இச்சிலைகளைப் பற்றிய முடிவுகளை அயோத்திதாசப் பண்டிதரின் விளக்கங்களோடு இணைக்க முடியும். அதாவது பவுத்தம் மறைந்துபோகாமல் வேறு பெயரில் இங்கு உலவுவதாகவும் கிராமப்புறத் தெய்வங்களாக வழிபடப்படும் தெய்வங்கள் பலவும்கூட பவுத்தம் சார்ந்தவை என்று கூறுவதும் இவ்விடத்தில் குறிக்கத்தக்கதாகும்.

அயோத்திதாசப் பண்டிதரின் பிம்பமும் பெயரும்கூட தலித் அடையாளம் பற்றிய மற்றுமொரு கோணத்தையே சொல்லியிருக்கின்றன எனலாம். ஏறக்குறைய புரட்சியாளர் அம்பேத்கரின் தோற்றத்தோடு சமப்படுத்திப்பார்க்கும் இடத்தை அயோத்திதாசப் பண்டிதரின் தோற்றம் ஏற்படுத்தியிருக்கிறது. புரட்சியாளர் அம்பேத்கரின் கோட், சூட் அணிந்த தோற்றம் நவீனத்தின் குறியீடு என்றால் அயோத்திதாசப் பண்டிதரின் தலைப்பாகையையும் சூட்டும் அணிந்த தோற்றம் தலித்துகளின்

பாரம்பரியமான புலமையை சுட்டும் குறியீடாகத் தெரிகிறது. அவர் பெயரிலிருக்கும் 'பண்டிதர்' என்ற சொல் புலமைக்கான அடையாளம்.இப்படி ஒவ்வொரு தளத்திலும் தமிழன்" ஏடு ஒரு இயக்கமாக செயல்பட்டிருந்ததை நாம் உணரமுடிகிறது.

திரு.ரவிக்குமார் சட்டமன்றஉறுப்பினராக இருக்கும்போது 27.03.2006 அன்று சட்டப்பேரவையில் ஆற்றிய உரையில், 100 ஆண்டுகளுக்கு முன்னே 'தமிழன்' என்று பெயரிட்டு வார இதழை நடத்தி, நமது தமிழ்ச் சமூகம் பெருமைப்படக் காரணமாக இருந்த அயோத்திதாசப் பண்டிதருக்கு இன்றைய முதல்வர் அவர்கள்தான் முன்முயற்சி எடுத்து அஞ்சல் தலையை வெளியிட்டார்கள். அந்தப் பெருமையின் தொடர்ச்சியாக, அயோத்திதாசருக்கு ஒரு சிலையை நிறுவ வேண்டும் என்றும், தமிழ்ப் பல்கலைக்கழகத்திலே அவரது பெயரிலே ஓர்இருக்கையை ஏற்படுத்தி, தமிழ், பவுத்தம் பற்றிய ஆய்வுகள் நடத்துவதற்கு வழிவகைகள் செய்ய வேண்டும் என்றும் கேட்டுக் கொண்டார்.

தமிழக அரசின் சார்பில் தமிழன் இதழின் நூற்றாண்டை நடத்தவேண்டும் என வேண்டுகோள் வைத்தார். அந்தக் கோரிக்கை 2007 ஆம் ஆண்டு நிதிநிலை அறிக்கையில் அதற்கான அறிவிப்பு தமிழக அரசால் செய்யப்பட்டது.

சட்டப்பேரவையில் நிதிநிலை அறிக்கை மீதான பொது விவாதத்தில் திரு.ரவிக்குமார் கலந்துகொண்டு 27.03.2007 அன்று பேசும்போது, "100 ஆண்டுகளுக்கு முன்னாலே தமிழ்நாட்டில் அயோத்தி தாசப் பண்டிதர் என்ற பெருமகனாரால் நடத்தப்பட்ட 'தமிழன்' வார எட்டுக்கு நூற்றாண்டு விழாவினை தமிழக அரசு சார்பிலே நடத்த வேண்டுமென்று இந்த மாமன்றத்திலே கோரிக்கை விடுத்தேன். அந்தக் கோரிக்கை ஏற்கப்பட்டு இன்றைக்கு 'தமிழன்' வார எட்டுக்கான நூற்றாண்டு விழா அரசு விழாவாக நடத்தப்படும் என்கின்ற அறிவிப்பு இந்த நிதிநிலை அறிக்கையிலே சொல்லப்பட்டிருக்கிறது. அதற்காக என்னுடைய மனமார்ந்த நன்றியை நான் தெரிவித்துக் கொள்கின்றேன்" எனக் குறிப்பிட்டார். அன்றைய நிதி அமைச்சர் பேராசிரியர் க.அன்பழகன் அவர்கள் தலைமையில் அந்த விழாவைத் தமிழக அரசு சிறப்பாக நடத்தியது. அதுமட்டுமின்றி அயோத்திதாசப் பண்டிதரின் நூல்களும் அன்றைய முதல்வர் கலைஞர் அரசால் நாட்டுடைமை ஆக்கப்பட்டன. பண்டிதரின் வாரிசுகளுக்கு பத்து லட்சம் ரூபாய் நிதியும் தமிழக அரசால் வழங்கப் பட்டது.

இன்றைக்கு அயோத்திதாசப் பண்டிதர் தமிழ் சமூகத்தில் நிலைத்து நிற்கிறார் என்றால் அதற்கு ரவிக்குமார், ராஜ்கவுதமன், கவுதமசன்னா, ஸ்டாலின் ராஜாங்கம் போன்ற தமிழ் எழுத்தாளர்களும் விடுதலைச் சிறுத்தைகள் கட்சியும்தான் காரணம் என்று கூறலாம்.

2. ஒரு பைசாத் தமிழன் இதழ் பணிகள்

ஒருபைசாத் தமிழன் இதழ்

தமிழன் இனஉணர்வு கொள்ளவில்லை என்பதற்காக ஓர் இதழைத் தொடங்க நினைத்தார் அயோத்திதாசப் பண்டிதர். "திராவிட பாண்டியன்" இதழில் பெற்ற அனுபவம் அவருக்குக் கைகொடுத்தது. 19.6.1907 ஆம் ஆண்டு ஒரு பைசாத் தமிழன்" என்ற இதழைத் தொடங்கினார். தமிழ் இதழியல் வரலாற்றில் வியக்கத்தகும் பங்களிப்பினை செய்துள்ள 'ஒரு பைசாத் தமிழன்" இதழில்தான் அயோத்தியதாசரின் முக்கிய படைப்புகள் பலவும் வெளிவந்தன. சென்னை சிந்தாதிரிப்பேட்டையில் ஆதிமூலம் பிள்ளை என்பவர் புத்திஸ்ட் அச்சுக் கூடத்தை நடத்தி வந்தார். அந்த அச்சுக்கூடத்தில் தான் 'ஒருபைசாத்தமிழன்' அச்சானது. சுமார் ஒரு வருட காலம் இதழ் வெற்றிகரமாக நடந்தது. அச்சடிப்பதில் ஏற்படும் பிரச்சனையால் இதழ் நின்றுவிடும் நிலைக்கு வந்ததை அறிந்து கோலார் தங்க வயலில் இருந்தவர்கள் அயோத்திதாசப் பண்டிதருக்கு புது அச்சு இயந்திரம் ஒன்றை வாங்கிக் கொடுத்தனர். இந்த அச்சுக் கூடத்திற்கு 'கவுதமா பிரஸ்" எனப் பெயரிடப்பட்டது. சென்னை இராயப்பேட்டையிலிருந்து இதழ் வெளியீடு தொடங்கியது. மேலும் வாசகர்களின் வேண்டுகோளுக்கிணங்க "ஒரு பைசாத் தமிழன்" என்ற பெயர் மாற்றப்பட்டு 'தமிழன்' எனப் பெயரிடப்பட்டு 1908 ஆம் ஆண்டு வெளிவரத் தொடங்கியது.புதன்கிழமை தோறும் காலணா விலையில் வார இதழாக வெளிவந்தது. "இந்தியா", 'சுதேசிமித்திரன்" முதலான ஏடுகள் முன்வைத்த சுய ராஜ்ஜிய அரசியலை விமர்சனம் செய்தது மட்டுமின்றி பாரதியார், வ.உ.சிதம்பரனார் முதலானவர்களின் வாதங்களையும் விவாதங்களையும் கண்டித்து தமிழனில் பல்வேறு கட்டுரைகள் வெளிவந்தன.

அதுபோல ஈனப் பறையர்கள்' என்று பாரதி குறிப்பிட்டு எழுதியதை அயோத்திதாசப் பண்டிதர் கண்டித்து எழுதினார். "பூர்வதமிழ் ஒளியாம்", "புத்தரது ஆதிவேதம்" என்ற தலைப்பில் 1912 இல் நூலாக வெளியிடப்பட்ட நீண்ட தத்துவம் சார்ந்த

ஆய்வு ‘தமிழன்‘ முதல் இதழிலிருந்து வெளிவரத் தொடங்கியது. இந்திரர் தேசத்து சரித்திரம், பவுத்தமதப் பண்டிகைகள், எதார்த்த பிராமண வேதாந்த விவரம், வேஷபிராமண வேதாந்த விவரம், விபூதி ஆராய்ச்சி, அரிச்சந்திரன் பொய்கள் எனப் பல நூல்கள் தொடராக வெளியிடப்பட்டன. பவுத்த நெறியின் அடிப்படையில் திருவள்ளுவரின் திருக்குறளுக்கும் அவ்வையின் படைப்புகளுக்கும் விளக்கமளிக்கும் பணியும் நடந்தது.

தமிழ்த் தேசியத்தின் முன்னோடி

தமிழனில் அயோத்திதாசப் பண்டிதர் எழுதிய தொடர் கட்டுரைகளில் முக்கியமானது ‘தீண்டாமையின் வரலாறு” என்பதாகும். தீண்டாமைக் குறித்த அயோத்திதாசப் பண்டிதரின் ஆய்வைப் போலவே நந்தனைப் பற்றிய அவரது பார்வையும் தனித்துவமானதாகும். நந்தன் பெரியபுராணத்தில் சித்திரிக்கப் பட்டிருப்பது போல் ஒரு கூலி அடிமை அல்ல; அவன் ஒரு மன்னன் என்பதை ஆதாரங்களோடு அயோத்திதாசப் பண்டிதர் நிறுவியுள்ளார். தமிழன்” என்ற பெயரில் முதன் முதலில் இதழ் நடத்தியவரும் தமிழ்த் தேசியத்தின் முன்னோடியும் அயோத்திதாசப் பண்டிதரே ஆவார்.

அயோத்திதாசப் பண்டிதர் தாழ்த்தப்பட்ட மக்களின் விடுதலைக்காக தனது இறுதி மூச்சு உள்ளவரை கடுமையாகப் போராடினார். தாழ்த்தப்பட்ட மக்கள் இந்துக்கள் அல்லர். அவர்கள் பூர்வ பவுத்தர்கள் என்றும் உறுதியுடன் உணர்த்திட்டார். தாழ்த்தப்பட்ட மக்களே மண்ணின் மைந்தர்களாகிய தமிழர்கள் என்று தமிழ்த் தேசிய விழிப்புணர்வை ஏற்படுத்தினார். தமிழன் இதழ் தமிழகத்தில் மட்டுமல்லாது கோலார், பெங்கஷுர், ஐதராபாத், பர்மா, தென்னாப்பிரிக்கா போன்ற பல பகுதிகளிலும் விநியோகிக்கப்பட்டது.

உலகமெல்லாம் பரவியிருந்த ஒடுக்கப்பட்ட தமிழர்களை ஒருங்கிணைப்பதாகவும், இடஒதுக்கீடு, இந்தி எதிர்ப்பு, தமிழ் மொழியின் சிறப்பு, இலக்கியம், இலக்கணம் முதலானவை குறித்து தமிழ்ச்சூழலில் வேறு எவரும் பேசுவதற்கு முன்னரே ‘தமிழன்‘ இதழ் பேசியது. தமிழன் இதழில் பெண்களுக்கு என்று தனிப்பகுதி வெளியாகி வந்தது. அயோத்திதாசப் பண்டிதர்

தொடர்ந்து அரும்பாடுபட்டு இதழை நடத்தி வந்தார். இயக்கப் பணிகளைத் தொடர்ந்து நடத்தி வந்தவர் திடீரென்று உடல் நலிவுற்று நோயினால் பாதிக்கப்பட்டார்.

அயோத்திதாசப் பண்டிதர் ஓலைச்சுவடிகளின் வாயிலாக பல நூல்களைப் பார்த்து, படித்து, பகுத்து, ஆராய்ந்து, செம்மைப்படுத்தி தமிழ் இதழ் பணிகளைச் செய்ததோடு மட்டுமல்லாமல், தமிழர்கள் இதழ்களைப் பற்றி அறிந்திருந்தாலும் பகுத்தறிவுச் சிந்தனையோடு பல்வேறு கருத்துகளையும் சிந்தனைகளையும் கொண்டு சேர்க்க வேண்டும் என்ற எண்ணத்தின் அடிப்படையில் "ஒரு பைசாத் தமிழன்" என்ற இதழைத் தொடங்கி தான் மறையும் வரை நடத்தி வந்தார்.

அந்த காலத்தில் தாய் மொழியில் தாளிகை (பத்திரிக்கை) நடத்துவது என்பது அவ்வளவு எளிதல்ல. அதனை நடத்துவதற்கு முதலில் பொருளாதாரமும், திறமையும், நுண்ணறிவும் தேவைப்பட்டது. இம்மூன்றும் ஒருங்கிணைந்தவர்களால் மட்டும்தான் பத்திரிக்கை நடத்தமுடியும் என்பதற்கு அன்றைய ஆங்கிலப் பத்திரிக்கைகளும் அதன் ஆசிரியர்களும் விளங்கினார்கள். ஆங்கிலத்தில் அம்ருத பஜார் பத்திரிகா" என்பது தான் வங்காளத்திலிருந்து முதன் முதலில் வெளிவந்த தாளிகையாகும். அதன் பிறகு அவர்கள் தமிழ்ப் பத்திரிகை நடத்துவதற்கு கடுமையான விதிகளை அறிவித்து தமிழ்ப் பத்திரிகைகள் நடத்தாமல் தடை செய்து வந்தனர்.

ஆனால் இவற்றையெல்லாம் கடந்து அயோத்திதாசப் பண்டிதர் தன் பகுத்தறிவு சிந்தனையோடும் தன்னம்பிக்கையின் செயலோடு 'ஒரு பைசாத் தமிழன்' பத்திரிகையை நடத்தினார். ஒரு தாளிகை என்றால் அதன் ஆசிரியர் யார்? அவர் என்ன சாதி, அவருடைய பின்புலம் என்ன? என்றெல்லாம் பார்த்துதான் அன்று வாசகர்களும் வாடிக்கையாளர்களும் தாளிகை (பத்திரிகை) வாங்கி வந்தனர். தாளிகை நடத்துபவர் பறையர், கீழ்ச்சாதிக்காரர் என்றால் எவரும் வாங்கிப் படிக்கமாட்டார்கள். ஆகவே, பணபலமும், சாதி பலமும் உள்ளவர்களே அன்று தாளிகை நடத்த முடிந்தது. இந்நிலையிலும் பறையர் குலத்தார் தங்களின் மக்களைக் கண் விழிக்கச் செய்யுவும் தங்களின் உரிமைகளுக்காக அவர்களைப் போராடச் செய்யவும் பறையர் குல அறிஞர்கள் நாள், வார, திங்கள் ஏடுகளை நடத்தினர். அவையே அவர்களின் உரிமைப்போருக்குக் கேடயங்களாகவும் பகுத்தறிவுச் சிந்தனைகளுக்குச் சான்றாகவும் இருந்தன.

அக்காலத்தில் நடத்திய ஒருசில தாளிகைகள் (பத்திரிக்கைகள்) வருமாறு:

1. மகாவிகடத்தூதன். 1866

2. சூரியோதயம்— 1869

3. பஞ்சமன் 1871

4. திராவிடமித்திரன். 1885

5. திராவிடப்பாண்டியன் 1885

6. பறையன் 1893

7. இல்லற ஒழுக்கம்— 1898

8. பூலோக வியாசன்— 1900

9. ஒரு பைசாத் தமிழன்—1907

10. தமிழன்—1908

11. திராவிடகோகிலம்—1907

72. ஆன்றோர்மித்திரன்—1910

13. ஆதிதிரா விடன்— 1919

14. தீனபந்து— 1924

15. ஆதிதிராவிடமித்திரன்— 1939

16. புத்துயிர் 1940

17. ஜெய்பீம்— 1940

18. தீண்டாதார் துயரம்—1945

இந்த தாளிகைகள் அனைத்தும் நிலைத்து நிற்காமல் காலப் போக்கில் மறைந்துவிட்டன.

ஒருபைசாத் தமிழன் இதழ்

இந்த தாவிகைகளில் ‘ஒரு பைசாத் தமிழன்‘ மட்டும் ஓரளவுக்கு மக்கள் இடத்திலும் சிந்தனையாளர்கள் மத்தியிலும் சிறந்து விளங்கியது. அயோத்திதாசப் பண்டிதரின் ஒரு பைசாத் தமிழன் சென்னை இராயப்பேட்டையிலிருந்து 19.6.1907 முதல் வெளியிடப்பட்டது. இதன் விலை ஒரு சல்லி. அதாவது ஒரு பைசாவாக (காலணா) இருந்தது. இதனால் இவ்விதழ் ‘ஒரு பைசாத் தமிழன்‘ என்ற பெயர் பெற்றது. ஒவ்வொரு வாரமும்

புதன்கிழமை அன்று இவ்விதழ் வெளியானது. இவ்விதழில் பவுத்த நெறிகள் பற்றியே மிகுதியாக எழுதப்பட்டன. இதில் அயோத்திதாசப் பண்டிதர் பூர்வத் தமிழொளியாம் புத்தரது ஆதிவேதம் என்னும் கட்டுரைத் தொடர் ஒன்றினை எழுதிவந்தார். இது பின்னர் நூலாக வெளி வந்தது. "வர்த்தமானங்கள்' என்னும் தலைப்பில் நாட்டு நடப்புகள் சுருக்கமாக வெளியிடப்பட்டது. அன்றைய காலக்கட்டத்தில் சொந்தமாக அச்சு இயந்திரம் வைத்திருப்பவர்களே பத்திரிகை முதலாளிகளாக இருந்து வந்தனர். அயோத்திதாசப் பண்டிதர் சென்னையில் 1894க்கு.ப் பிறகு நிரந்தரமாகக் குடியேறி விட்டதனால் அவரது தொடர்புகள் பலமாக இருந்தன. எனினும் அயோத்திதாசப் பண்டிதர்க்குச் சொந்தமான அச்சு இயந்திரம் எதுவும் இல்லை. சென்னை சித்தாதிரிப் பேட்டையில் ஆதிமூலம் பிள்ளை என்பவர் புத்திஸ்ட் அச்சியந்திர சாலையை நடத்தி வந்தார். அவரது அச்சுக் கூடத்தில்தான் ஒரு பைசாத் தமிழன் அச்சானது.

தமிழ் இதழ்களின் வளர்ச்சி குன்றிப்போனமைக்குத் தமிழ் மக்களின் சாதி வெறியும், காழ்ப்புணர்ச்சியுமே காரணம் ஆகும் என்று அயோத்திதாசப் பண்டிதர் குறிப்பிடுகிறார்.

இத்தமிழ் வழங்கும் தென்னிந்தியாவில் சாதி நாற்றம் என்னும் கசிமலத்தால் தங்கள் சாதியோர் மட்டிலும் வாசிக்கலாம். தாழ்த்தப்பட்ட, ஒடுக்கப்பட்ட மக்கள் வாசிக்கப்படா தென்னும் பொறாமையும் பொச்சரிப்பும் வாய்ந்தவர் மத்தியில் பொதுநலன் கருதி பத்திரிகைகளை வாசிக்கப் பிரியமில்லாமல் விட்டு விடுகிறார்கள். தாழ்த்தப்பட்ட சமூகத்தவரை ஒரு பைசா பெறாதவர் என்பது போல இளப்பமாகக் கூறுவது வழக்கமாயினும், அத்தகைய ஒரு பைசாத் தமிழனின் அருமை அறியாதவர் அதன் உண்மையை உணர்ந்தால் ஒரு கோடி பொன் இதுதான் என்று உரைப்பர் என்று தன் இதழ் பெயருக்கு அயோத்திதாசப் பண்டிதர் விளக்கம் அளித்துள்ளார்.

ஒரு பைசாத் தமிழன் இதழ் பெயர் மாற்றம்

சுமார் ஒரு வருட காலம் இதழ் வெற்றிகரமாக நடந்து வந்தது. இருப்பினும் அச்சடிப்பதில் ஏற்பட்ட புதுப் பிரச்சனையால் இதழ் நின்றுவிடும் நிலைக்கு வந்தது. எனவே பவுத்த அன்பர்களுக்கு வேண்டுகோள்விடுத்தார். அதனால் கோலார்தங்கவயலில் உள்ள அயோத்திதாசப் பண்டிதரைப் பின்பற்றுபவர்கள் புதிய அச்சு இயந்திரம் ஒன்றை வாங்கிக்

கொடுத்தனர். புது அச்சுக்கூடத்துக்குக் 'கவுதமா பிரஸ்" எனப் பெயரிடப்பட்டது. இதனால் இதழ் நிற்காது என்ற நிலை உருவானது. 19.08.1908 வரை இதே பெயரிலேயே ஏறக்குறைய 62 இதழ்கள் வெளியாயின என்ற பதிவு இருக்கிறது.

மேலும் வாசகர் வேண்டுகோளுக்கிணங்க 'ஒரு பைசாத் தமிழன்" என்ற பெயர் மாற்றப்பட்டு 26.8.1908 முதல் 'தமிழன்' என்ற பெயருடன் வார இதழாக அயோத்திதாசப் பண்டிதர் வெளியிட்டு வந்தார். இதழானது தேர்ந்த வடிவமைப்புடன் முன்பக்கச் செய்திகள், ஆய்வுக் கட்டுரைகள், கவிதைகள், தொடர் கட்டுரைகள், பகுத்தறிவுச் சிந்தனைகள், பவுத்த விஞ்ஞானம், மருத்துவம், விளம்பரம் எனப் பல செய்திகள் தாங்கி வெளிவந்தது. பல்வேறு எழுத்தாளர்கள் தொடர்ந்து எழுதி வந்தனர். இவ்விதழைத் தாழ்த்தப்பட்டோர் தவிர, தாழ்த்தப்பட்டோர் அல்லாத பிற சமூகத்தில் இருந்த முற்போக்குவாதிகளும் அறிவினை நாடுபவர்களும் விரும்பிப் படித்ததுடன் சந்தாதாரர்களாகவும், கட்டுரையாளர்களாகவும் பங்கெடுத்து வந்தனர்.

இவ்விதழில் கேள்வி—பதில் தவறாமல் இடம்பெற்றது. இதழில் சந்தாதாரராக இருந்தவர்களின் கேள்விகளுக்கு மட்டுமே பதில் அளிக்கப்பெற்றது. உடனே பதில் அளிக்கமுடியாத கேள்விகளுக்கு முறையான ஆய்வுகளுடன் பதில் அளிக்கப் பட்டது. ஒவ்வொரு வாரமும் இதழ் பணிகளை நடத்தி வந்ததோடு இயக்கப் பணிகளையும், ஒருங்கிணைப்பவராக அயோத்திதாசப் பண்டிதர் இருந்துள்ளார்.

தமிழன் இதழ்

தமிழன் இதழில் அயோத்திதாசப் பண்டிதர் பவுத்த நெறிகள் பற்றி எழுதி வருகையில், பவுத்த சமயம் ஆதிதிராவிடரின் சமயநெறி என்றும், பவுத்தர்களாக இருந்தவர்கள்தான் ஆரியப் பார்ப்பன பூசாரிகளால் நயவஞ்சகமாகக் கீழ்மைப்படுத்தப்பட்டு, ஒடுக்கப்பட்டு தீண்டத்தகாதவர்களாகி விட்டனர் என்றும் குறிப்பிட்டார். தமிழன் இதழில் வெளிவந்த கருத்துகளே அவருடைய நூல்களிலும் எதிரொலித்தன. பிரா மணர்களின்றும் ஆரியர்களினின்றும் தம்மை வேறுபடுத்திச் சுட்டவேண்டும் எனக் கருதிய பழங்குடி மக்கள் தம்மைப் பார்ப்பனரல்லாதார்—ஆரியரல்லாதர் என்றோ, திராவிடர்

என்றோ அழைத்துக்கொள்ளும் சிந்தனை இல்லாதிருந்த அக்காலத்தில் 19ஆம் நூற்றாண்டில் அயோத்திதாசப் பண்டிதர் இந்நாட்டின் தொல்குடி மக்களை பழங்குடி மக்களை, மண்ணின் மைந்தர்களைத் தமிழன் என்று அழைத்து, இனவியல் அடிப்படையில் இம்மக்கள் இணைவதற்கு ஓர் அடிப்படைத் தளமிட்டார் என்பது வரலாற்றுத் திருப்பு மூனையாகும். தமிழன் இதழ் பெரிய அளவில் 4 பக்கங்களைக் கொண்டதாகக் கால் உருபா விலையில் வெளிவந்தது. முதல் இதழிலேயே பண்டிதமணி பா வடிவில், "ஒரு பைசாத் தமிழனிவனுதவா னென்பார்

ஒரு பைசாத் தமிழருமை யறியா மாந்தர்

ஒரு பைசாத் தமிழினிமை யறிவாராயின்

ஒரு கோடிப் பொன்னி தென்றுரைப்பர் மாதோ

என்று குறிப்பிட்டுள்ளார்

பவுத்த சமயத் தமிழ் இலக்கியங்களையும், பிற தமிழிலக்கியச் செல்வங்களையும் தமிழர்களுக்கு அயோத்திதாசப் பண்டிதர் இவ்விதழின் வழியாக வாரி வழங்கினார்.

அயோத்திதாசப் பண்டிதர் தனது இதழில் 'பூர்வத் தமிழொளி" என்னும் தலைப்பில் பவுத்த நெறிகளைத் தொடர் கட்டுரையாக வெளியிட்டு வந்தார். இதில் ஆரிய எதிர்ப்பு, ஒடுக்கப்பட்ட மக்களின் குமுறல்களை வெளிப்படுத்தினார்.

ஒடுக்கப்பட்டோர் இலக்கியம் படைப்பதற்கும் அயோத்தி தாசப் பண்டிதர் முன்னோடியாய் இருந்திருக்கிறார். "வருத்தமானம்" என்னும் தலைப்பில் அக்கால அரசியல் நிலைமைகள் குறித்தும், அரசியல் சூழ்ச்சிகள் குறித்தும், அலசி ஆராய்ந்து எழுதப்பட்டபோதிலும் இந்திய அரசியலை எளிய மக்களுக்கும் எடுத்துச் செல்வதாக அயோத்திதாசப் பண்டிதரின் எழுத்துக்கள் அமைந்தன.

ஒரு பைசாத் தமிழன் 25.3.1908 நாளிட்ட இதழில், "அமிதவாதிகள் என்னும் ஒரு கட்சியும் மிதவாதிகள்" என்னும் ஒரு கட்சியும் இத்தேசத்தில் தோன்றி ரூபாய்க்கு 4 படி அரிசியையும் பெறமுடியாமல் போராட்டத்தில் குண்டடிபட்டுச் சாகும் குடும்பத்தார் குடிக்கக் கூழுக்கும், கட்டத் துணிக்கும் அணிவதிலும் ஓர் பெரும் பலனைத் தேடிவிட்டார்கள் என்ற செய்தி இடம் பெற்றது.

ஒரு பைசா தமிழனின் கட்டணம்

	உரு	அணா	காசு (சல்லி—பை)
ஆண்டுக்கு	1	8	0
6 மாதத்திற்கு	0	12	0
3 மாதத்திற்கு	0	6	0
தனி இதழ்	0	0	3

என்று விற்கப்பட்டு வந்தது.

இதழ்தோறும் முதல் பக்கத்தில் செய்திகளை வழங்குவதற்கு முன்பாக "அருங்கலைச் செப்பு" என்னும் தலைப்பில்,

மெய்ப்பொருள் காட்டி உயிர்கட் கரணாகித்

துக்கங் கெடுப்பது நூல்

என்று முண்டாகி இறையால் வெளிப்பட்டு

நின்றது நூலேன் றுணர்

என்பதாக அப்பாடல் அமையும்.

இதுவரை நமது ஒருபைசாத்தமிழன் பத்திரிக்கையை அச்சிட்டு வந்த பிரஸ் ஆனது கனம் ஆதிமூலம் பிள்ளை அவர்களின் சொந்தமாதலின் அந்த பிரஸ்ஸை சிந்தாதிரிப்பேட்டைக்குக் கொண்டுபோய் தானே நடத்திக் கொள்வதாய் அறிவித்து விட்டார்.

ஒரு பைசாத் தமிழன் எனும் பத்திரிகைப் பெயரில் ஒரு பைசா எழுத்தினை எடுத்துவிட வேண்டுமென்று அன்பர்கள் கோரிய வண்ணம் 'தமிழன்' என்னும் பெயரைப் பதிவு செய்து விட்டேன். ஆதலின் நமது பத்திரிகையின் பெயர் 'தமிழன்' என்றும், அச்சு இயந்திரத்தின் பெயர் கவுதம பிரஸ்' என்றும் வழங்கப்படும் என்றார். இதில் கடிதங்கள், கட்டுரைகள் பலவும் துணிவுடன் வெளியிடப்பட்டன. நாளடைவில் இவ்விதழ் அயல்நாடுகளில் வாழும் தமிழர்களால் பெரிதும் விரும்பி வரவேற்கப்பட்டது. பர்மா, மலேசியா, தென்னாப்பிரிக்கா, நேட்டால் முதலிய தமிழர்கள் வாழும் நாடுகளுக்கு 'தமிழன்' இதழ் தொடர்ந்து அனுப்பப்பட்டது.

அயோத்திதாசப் பண்டிதர் படைத்த நூல்கள்

“பூர்வத் தமிழொளியாம் புத்தரது ஆதிவேதம்

விவாக விளக்கம் குறிப்பிடத்தக்கது” . . .

ஒரு பைசாத் தமிழனில் அயோத்திதாசப் பண்டிதரால் வெளியிடப்பட்டு அவர் மறைவுக்குப் பின் தொகுக்கப் பட்டவற்றுள் ஒன்றே ‘விவாக விளக்கம்” என்பது. இந்நூல் சாக்கைய பவுத்த சங்கத்தினரால் வெளியிடப்பட்டது.

“அயோத்திதாசப் பண்டிதரின் படைப்புகள்”

அயோத்திதாசப் பண்டிதர் தம்முடைய “தமிழன்” இதழில் பவுத்தம் தொடர்பான கொள்கைகளை விளக்கித் தொடர் கட்டுரைகள் எழுதி வந்தார்.

அயோத்திதாசப் பண்டிதருக்கு மிகப் பெரிய இலக்கிய ஆதாரமாகவும் பொக்கிஷமாகவும் ‘தமிழன்‘ இதழ்தான் இருந்தது. அதுதான் நமக்கு கிடைத்திருக்கிறது. பெரும்பாலான எழுத்துக்கள் இவ்விதழ்களிலிருந்து பெறப்பட்டவையாகும். இவ்விதழில் வெளியிடப்பட்ட கட்டுரைகள் பின்பு நூலாக வெளியிடப்பட்டன. அவரது மறைவிற்குப் பிறகு பல நூல்கள் அச்சேறி மக்களை அடைந்தன.

அயோத்திதாசப் பண்டிதர் சுமார் 25 நூல்கள், 30 தொடர் கட்டுரைகள், 2 விரிவுரைகள், 12 சுவடிகளுக்கு உரையும் எழுதியுள்ளார். இதைத் தவிர அரசியல் கட்டுரைகள் என சில நூறு கட்டுரைகளையும் அவர் எழுதியுள்ளார் என்பது குறிப்பிடத்தக்கது.

அதோடு அவர் சுவடியிலிருந்து பதிப்பிக்க நினைத்திருந்த “நாரதீய புராணங் சங்கை தெளிவு” திருடப்பட்டுவிட்டதால் பதிப்பிக்க முடியவில்லை. “திருவள்ளுவர் மணிமாலை’யில் உள்ள இடைச்செருகல் நீக்கி, நூல் மூலத்தை உரையுடன் பதிப்பிக்கத் திட்டமிட்டிருந்தார். அதுவும் அவரால் இயலாமல் போனது. அயோத்திதாசப் பண்டிதரின் எழுத்துக்கள் பெரும்பகுதி அவரது 62 ஆம் வயதில் துவங்கி அவரது மறைவு நிகழ்ந்த 69 ஆம் வயது வரை மட்டுமே எழுதப்பட்டதாகும். இந்த இடைப்பட்ட 7 ஆண்டுகளில் அவர் எழுதியவை இன்று காண்போரைப் பிரமிக்க வைக்கிறது. அனைவரும் வியக்கும்

வகையில் முதிய வயதிலும் அசுர வேகத்தில் நூற்றுக்கணக்கான ஆய்வுக் கட்டுரைகள், எழுத்துப் பணிகள், நூல்கள் அவரால் எழுதப்பட்டுள்ளது.

அயோத்திதாசப் பண்டிதர் தமிழிலக்கிய ஆதாரங்களுக்கு பெரும்பாலும் ஓலைச்சுவடிகளையே பயன்படுத்திக் கொண்டார். ஏனெனில் அவர் வாழ்ந்த காலத்தில் பதிப்பிக்கப்பட்டவைகளில் பெரும்பாலும் இடைச் செருகல்களும் தவறான உரைகளுமே இடம்பெற்று வந்தன. அப்படி போலியாக உரை எழுதிவர்களை அயோத்திதாசப் பண்டிதர் விமர்சித்து வந்துள்ளார்.

புத்தரது ஆதிவேதம்

அயோத்திதாசப் பண்டிதர் எழுதிய நூல்களில் சிறப்பான இடத்தைப் பிடிப்பது. 'பூர்வ தமிழொலியாம் 'புத்தரது ஆதிவேதம்" எனும் நூலாகும். தமிழன் இதழில் தொடராக வெளிவந்த பின்பு அதனைத் தொகுத்து 1912 ஆம் ஆண்டு ரூ. 3.50 விலையுடன் தனி நூலாக வெளியிட்டுள்ளார். தான் எழுதிய நூல்களிலேயே மிகச்சிறப்பு வாய்ந்த நூலாக இந்நூலை அயோத்திதாசப் பண்டிதர்தான் இறக்கும் தருவாயில் கூடக் குறிப்பிட்டுள்ளார்.

இந்நூல் இலங்கையைச் சேர்ந்த ஒரு பவுத்த பிக்குவின் துணையோடு எழுதப்பட்டது ஆகும். இந்நூலில் புத்தரது பிறப்பு முதல் இறப்பு வரையிலான வரலாறு தொகுக்கப்பட்டதோடு அதன் தத்துவ வரலாற்றையும் விரிவாக விளக்குகிறது. 28 காதைகள் தவிர இறுதிப் பகுதி "ஆதி வேத விளக்கம்" என முடிகிறது. இந்நூலுக்கான ஆதாரங்களின் பட்டியல் நமக்குப் பிரமிப்பை உண்டாக்குகிறது. தமிழிலக்கிய உலகில் மறைந்து போன பல நூல்களிலிருந்து ஆதாரங்களை முன்வைக்கின்றார். அவை,

1. பெருங்குறவஞ்சி
2. வீரசோழியம்
3. திருக்கலம்பகம்
4. நன்னூல் விளக்கம்
5. உபதிடத சுருக்கம்
6. நாயனார் திரிகுறள்
7. சித்தாந்த கொத்து

8. பாட்டியல்

9. அகத்தியர் பரிபாஷை

10. பின்கலை நிகண்டு

11. சூளாமணி

12. ஜம்பெருங்காரிகை

13. நிகழ்கால இரங்கல்

14. காசி கலம்பகம்

15. அசோதரை நெஞ்சுவிடு தூது

16. சித்தர் பாடல்கள்

17. நன்வழி

18. அறநெறி சாரம்

19. சித்தாந்த தொகை

20. திரிமூலர் திரிமந்திரம்

21. வாசிட்டம்

22. வைராக்கிய சதகம்

23. பதஞ்சரியார் ஏரனம்

24. கமல சூத்திரம்

25. மெய்ப்பாட்டியல் சூத்திரம்

26. பாரத பத்து

27. திருவள்ளுவர் மாலை

28. பெரும்பொருள் விளக்கம்

29. காக்கைப்பாடியம்

30. மௌன தரிசனம்

31. மச்ச முனிவர் ஞானம்

32. ஞானிகள் நிலை

33. அவ்வை குறள்

34. சிவஞானயோகீஸ்வரர் கலைஞானம்

35. ஞான மதியுள்ளான்

36. பட்டினத்தார் பாடல்கள்

உட்பட நாமறிந்த பிரபலமான தமிழிலக்கியங்களுடன் பாலி, ஆங்கிலம் மற்றும் பரம்பரை சுருதி வாக்கியங்கள் துணையுடன் எழுதப்பட்டதாகும். அயோத்திதாசப் பண்டிதர் எழுதிய நூல்களுள் பெருநூல் இதுதான் (கௌதம்சன்னா, ப. 61).

இந்நூல்கள் அயோத்திதாசப் பண்டிதரின் பவுத்த மறுமலர்ச்சி இயக்கத்திற்குப் பெரும் துணையாக இருந்தது. "தென்னிந்திய சாக்கியச் சங்கம்" இருந்த அனைத்து வியாபாரங்களிலும், இக்கூட்டங்கள் நடைபெற்ற இடங்களிலும் ஆதிவேத நூலின் ஒரு பகுதியைப் படித்துப் பொருள் விளக்கும் நிகழ்வு நடைபெற்று வந்துள்ளது.

அயோத்திதாசப் பண்டிதரின் இந்திரர் தேச சரித்திரம்

அயோத்திதாசப் பண்டிதரது இன்னொரு சிறப்பு வாய்ந்த படைப்பு 'இந்திரர் தேச சரித்திரம்" எனும் நூல். இதுவும் தமிழனில் ஒரு வருடத்திற்கு மேல் தொடராக வெளிவந்தது. பின்பு நூலாக்கம் பெற்றது. இந்திரர் தேச சரித்திரம் நூலுக்கு அடிப்படை ஆதாரமான அஸ்வகோஷரின் "நாரதீய புராண சங்கை தெளிவு" என்னும் நூல் அயோத்திதாசப் பண்டிதரிடமிருந்து களவாடப் பட்டுவிட்டது. எனவே அந்நூலிலிருந்து நேரடி மேற்கோள்கள் இந்திரதேச சரித்திரத்தில் பயன்படுத்த இயலாமல் போய்விட்டது. எனவே, செய்யுள்களுக்குத் தான் அளித்த விளக்கங்களையே பெருமளவு பயன்படுத்தியுள்ளார். இது தவிர பல்வேறு தமிழிலக்கிய நூல்களை ஆதாரமாக முன்வைக்கிறார்.

"இந்திரர் தேச சரித்திரம்" என்றால் இந்திய தேச சரித்திரம் என்று பொருள். ஐம்பொறிகளை வென்று ஞானஜோதியாய், தர்மம் போதித்த சித்தார்த்தர் பெயரே இந்திரர் ஆகும். இப்பெயரே திரிந்து இந்திரர் என வழங்கியது. இந்த இந்திரரைப் பின்பற்றுவோர் இந்திரர் என்றும் பூர்வ புத்த நாட்டின் சரித்திரமே இந்திர தேச சரித்திரம் ஆகும்.

இந்திரர் தேசத்தின் ஆதி மொழியான பாலி, சமஸ்கிருதம், தமிழ் ஆகியவற்றிற்கு வரிவடிவம் வழங்கிய சித்தார்த்தர் அவற்றைப் போதிக்க பவுத்த முனிகளைத் திக்கெங்கும் அனுப்பி வைத்தார். அன்று முதல் இம்மொழிகள் வளர்ச்சி கண்டதோடு தம்முடைய அறமும் தழைத்தோங்கியது. இவ்வாறு அன்பும்

அறனும் செழித்தோங்கிய இந்நாட்டில் புத்தர் பரிநிர்வாணம் அடைத்து 1700ஆண்டுகளுக்குப் பிறகு புருசீக தேசத்திலிருந்து வந்த ஒரு மிலேச்சர் கூட்டம் சிந்து நதியோரம் குடியேறியது என்று அயோத்திதாசப் பண்டிதர் பதிவு செய்கிறார். இந்நூலுக்கு அயோத்திதாசப் பண்டிதர் ஆதாரமாக மேற்கொள்ளும் நூல்கள் அஸ்வகோஷர் எழுதிய 'நாராதீய புராண சங்கைத் தெளிவு", தோலா மொழித் தேவர் எழுதிய 'சூளாமணி' மேலும் குடியேறியவர்கள் மிலேச்சர்கள்தான் எனக் கூறும் சேந்தன் திவாகரதேவர் எழுதிய 'முன்கலை', மண்டலபுருடர் எழுதிய "பின் கலைநிகண்டு" நூல்கள்.

பின்பு இந்த மிலேச்சர்கள் தர்மத்தைப் பயின்று தமது ஜீவனத்திற்காக அவைகளைத் திரித்து, மக்களை ஏமாற்றி வந்தார்கள். பவுத்த அறவோர்களான வடமொழியில் பிராமணர் என்றும் தமிழில் அந்தணர் என்றும் அழைக்கப்பட்டோர்களை மக்கள் போற்றி வணங்குவது வழக்கம். இதைக் கண்ட மிலேச்சர்கள் அறவாழி அந்தணர்களைப் போல வேஷம் தரித்து தங்களுடைய ஜீவனத்திற்காக ஏமாற்றி வந்தனர். இவர்களை நம்பிய அரசர்கள் பற்றிய விவரங்களை "இந்திர தேச சரித்திரம்" விரிவாக விளங்குகிறது. மேலும் நந்தனது அரசவையில் இவ்வேஷ பிராமணர்களை அம்பலப்படுத்திய அஸ்வகோஷரின் சாதனைகளும், அதனால் பயந்தோடிய மிலேச்சர்களின் குடிகளைக் கெடுத்து வந்தனர். இவர்களை எதிர்த்த பூர்வ பவுத்தர்களைப் பறையர், பராயர் என அவர்கள் தாழ்த்திக் கூறிய செய்கையையும், பின்னர் அப்பெயரே ஒரு இழிச் சொல்லாக மாறி நின்றதையும், வேஷ பிராமணர்களுக்கும் பூர்வ பவுத்த குடிகளுக்கும் உண்டான பகையே பின்னாளில் தீண்டாமை உருவாகக் காரணமாக இருந்த விளக்கத்தையும் விளக்கும் இந்நூல் மிகச் சிறந்த ஒரு மாற்றுப் பார்வையை முன்வைக்கிறது.

எனவே வாசகர்கள் இந்நூலினைப் படிப்பது பயன்தரும். இவ்வாறான நூல்களைத் தவிர சுமார் 25க்கும் மேற்பட்ட சிறு நூல்களை வெளியிட்டார். இச்சிறுநூல்கள் அனைத்தும் தமிழனில் தொடராக வெளிவந்தவை. தமிழனில் ஒரே நேரத்தில் மூன்றுக்கும் மேற்பட்ட ஆய்வுத் தொடர் கட்டுரைகள் வெளிவந்திருக்கின்றது. ஒரு சிறுக்கட்டுரைத் தொடர் முடிந்த உடனே அடுத்த தொடர் தொடங்கிவிடும். இத்தொடர்கள் வந்துகொண்டிருக்கும்போதே பெரும் தொடர்களும் வந்து கொண்டிருந்தன என்பது அயோத்திதாசப் பண்டிதரின்

எழுத்தாளும் வேகத்தை நமக்குக் காட்டுகிறது. இப்படி எழுதப்பட்ட சிறு நூல்களுள் சில இங்கே குறிக்கப்படுகின்றன. அவை:

1. வேஷபிராமண வேதாந்த விவரம்
2. யதார்த்த பிராமண வேதாந்த விவரம்
3. மோசோயவர்களின் மார்க்கம்
4. ஆடி மாதத்தில் அம்மனை சிந்திக்கும் விவரம்
5. மாளிய அமாவாசை எனும் மாவளி அமாவாச தன்ம விவரம்
6. நூதன சாதிகளின் உற்சவ பீடிகை
7. அம்பிகையம்மன் சரித்திரம்
8. இந்திரர் தேச பௌத்தர்கள் பண்டிகை விவரம்
9. விவாஹ விளக்கம்
10. அம்பிகையம்மன் அருளிய திரிவாசகம்
11. நந்தன் சரித்திர தந்திரம்
12. முருக கடவுள் வரலாறு
13. கபாலீஸின் சரித்திர ஆராய்ச்சி
14. விபூதி ஆராய்ச்சி
15. திரிக்குறள் கடவுள் வாழ்த்து
16. அரிச்சந்திரன் பொய்கள்
17. திருவள்ளுவர் வரலாறு
18. புத்தமார்க்க வினாவிடை
19. சாக்கிய முனிவர்

இந்நூல்கள் யாவும் அயோத்திதாசப் பண்டிதரைப் பின்பற்றியவர்களால் அவரது மறைவுக்குப் பின் தொகுக்கப்பட்டு வெளியிடப்பட்டது ஆகும்.

இவையின்றி இவர் எழுதிய அரசியல் கட்டுரைகள் மதம், மொழி, சமூக மேம்பாடு, பகுத்தறிவுச் சிந்தனைகள் குறித்த தனித்தனிக் கட்டுரைகள், தனித்தனி நூலாக வெளியிடப்

படவில்லை. எனினும் தற்போது பெரும்பாலான எழுத்துக்கள் நூல்களாகக் கிடைக்கின்றன. எனவே அதற்குத் துணையாக அயோத்திதாசப் பண்டிதரின் ஆய்வுகள் நமக்கு கிடைத்துள்ளன.

சுதேசமித்திரனும் தமிழன் இதழும்

சுதேசமித்திரன் இதழ் ஆங்கில அரசுக்கு எதிரான இந்திய விடுதலைப் போரை ஆதரித்து எழுதிய இதழாகும். கருத்தியல் அடிப்படையில் 'தமிழன்' மற்றும் 'சுதேசமித்திரன்' இரண்டிற்குமிடையே முரண்பாடு நிலவியது. விடுதலை இயக்கத்தை தீவிரமாக ஆதரித்த சுதேசமித்திரன் இதழ் விதேசியத்தை கடுமையாகக் கண்டித்தது. சுதேசமித்திரன் இதழில் வெளியான செய்தியொன்றில் ஆங்கில மொழியின் தாக்கம் இருந்தை சுட்டிக்காட்டி கேலியும் கிண்டலுமாக அதன் சுதேசியக் கருத்தியலை அயோத்திதாசப் பண்டிதர் விமர்சித்தார். ஜுப்லி என்னும் யூதமொழிச் சொல்லை தீவிர சுதேசியம் பேசிய சுதேசமித்திரன் பயன்படுத்தியிருப்பதைச் சுட்டிக்காட்டி ஐஜுபியென்னும் பாதேசிகட் செயல்களை சுதேசிகள் பற்றுக் கொண்டு சுதேசமித்திரன் பத்திராதிபர் அவர்களுக்கு ஜுபிலி கொண்டாட்டமென்று கூறிய யூத வார்த்தையை நீக்கி சுவர்ண பூஷிணானந்தமெனக் கொண்டாடி இருப்பாராயின் மங்கா மகிழ்ச்சியை தந்திருக்கும் என்று கிண்டலுடன் விமர்சிக்கிறார்.

மகாகவி பாரதியாருக்குக் கண்டனம்

பாரதியாரின் பாடல்களிலும், கட்டுரைகளிலும் பறையர்கள் குறித்து இழிவானப் பொருளிலேயே கருத்துக்களைப் பதிவு செய்துள்ளமையைப் அயோத்திதாசப் பண்டிதர் பின்வருமாறு கண்டிக்கிறார். ஒரு குடியை உயர்த்திக் கொள்வதற்கு நூறு குடிகளைப் பாழாக்குவது நம் தேயத்தார சுபாவம். அரசர்களின் கோரப் பார்வையாலும் குடிகளின் ஏறப் பார்வையாலும் எடுத்த விசயம் ஈடேறுமோ, ஒருக்காலும் ஈடேறாது என்பது சத்தியம். எங்ஙனமென்னில் ஓர் சீர்திருத்தக்காரன் வெளிவந்து பிரசங்கிக்குங் கால் சில கூட்டத்தார் காதில் நாராசம் காய்த்துவிட்டது போல் (யீனப் பறையர்களேனும்) என வாய் மதங்கூறலை ஒருவன் கேட்டு யீனப் பார்ப்பார்களேனும் என மறுத்துக் கூறுவானாயின் ஒற்றுமை நிலைக்குமோ? ஒருக்காலும் நிலைக்கா.

யாகாவா ராயினும் நாகாக்க காவாக்கால்
சோகாப்பர் சொல்லிழுக்குப் பட்டு (குறள். 127)

விதவாப் பிரசங்கி வேதாந்திகளாலும் சில்லறை சிந்தாந்தி களாலும் பாட்டுப் பிரசங்க பாரதியர்களாலுஞ் சொல்லும் பிரசங்கங்களால் சுதேசஞ்சீர் பெறுமோ, இல்லை. தேசிய விடுதலை என்னும் போல் பாரதியார் தீண்டத் தகாதவர்களாகக் கருதப்பெறும் பறையரின மக்களை இழிவாகப் பேசியும், எழுதியும் வந்துள்ளார். அதனை மிகுந்த துணிவோடு கண்டிக்கும் அயோத்திதாசப் பண்டிதர் நாகாக்க என்று நயம்பட பண்பாட்டு அரசியலை பாரதியாருக்குச் சுட்டிக் காட்டியுள்ளார். அயோத்திதாசப் பண்டிதரின் அரசியல் நாகரிக உணர்வை மேற்கண்ட அவரின் கருத்தைக் கொண்டு அறிந்து கொள்ளலாம்.

தமிழன்-சுதேசமித்திரன் விவாதப் போர்

பத்திரிகைத் தளத்தில் 'தமிழன்' இதழ் அன்று பிராமணியச் சார்பில் வந்த 'சுதேசமித்தானோடு தொடர்ந்து விவாதப் போர் புரிந்தது. தலித்துக்களை அவமதிப்பதில் முதலிடம் வகித்த சுதேசமித்திரனின் ஒவ்வொரு செயலையும் அயோத்திதாசப் பண்டிதர்கண்டித்தார் (சுதேசமித்திரன், டிசம்பர் 31, 1907). இதழில் வெளிவந்த ஒரு வாசகர் கடிதத்தில், சரங்கத்தில் பறையன் ஒருவன் ஒரு முகமதியனை செருப்பால் அடித்ததும் அவன் பயந்து ஓடி விட்டான் என்றும் எழுதப்பட்டிருந்தது (அயோத்திதாசர் சிந்தனைகள் 1, ப.19). இந்த மாதிரி வாசகர் கடிதத்தை சுதேசமித்திரன் வெளியிடக் காரணம் என்ன? (சுதேசமித்திரன், மார்ச்25, 1907). இவ்விதழில் ஒரு வாசகர் ஐயோ, அநியாயம் என்று ஓலமிட்டிருந்தார். திரான்ஸ்வாலில் (தென்னாப்பிரிக்கா)குடியேறிய சாதி இந்துக்களை வெள்ளையர்கள் கூலி என்று திட்டி தங்கள் இரயிலில் ஏறத் தடை செய்கிறதாகவும் பொது வீதிகளில் நடக்க அனுமதிக்கிறதில்லை என்றும் எழுதியிருந்தார். மேலும் இன்று பொதுவாக இழிகுலத்தோரில் பலர் படித்துவிட்டு உயர்சாதி, உயர்குலம், பெரியவர்கள் என்று பாராமல் இவர்களை வாயில் வந்தபடி பேசுவதாகவும் வருத்தப்பட்டிருந்தார். இதனை மறுத்த அயோத்திதாசப் பண்டிதர் இதே சாதி இந்துக்களே உள்நாட்டில் தாழ்த்தப்பட்டோர் என்போரைத் தடைசெய்வது மட்டும் நியாயமோ என்று எழுதினார். அவர் காலத்தில் வாழ்ந்த அ.மாதவையா என்ற தமிழ் நாவலாகசிரியரும்கூட இதே கேள்வியை தமது பிராமண சாதியாரிடம் கேட்டார் (சுதேசமித்திரன், எப்ரல் 17, 1908). இதழில், பஞ்சமர்க்கென்று தனி ஓட்டல் வைக்க வேண்டும்

என்றொரு அரிய யோசனையை ஒரு வாசகர் தெரிவித்தார். இதற்கு எதிர்வினை புரிந்த அயோத்திதாசப் பண்டிதர், இந்த யோசனையைச் சொன்ன அந்த வாசகர் தம்மை மட்டும் மனித வகுப்பைச் சேர்ந்தவராகவும், பஞ்சமர்களை மாட்டு வகுப்பைச் சேர்ந்தவர்களாகவும் எண்ணியுள்ளாரே என்று கேட்டார். இப்படிப்பட்ட சுதேசிகளின் சோற்றுக் கடையில் சுத்தமும் சுவையும் இல்லாததால் பி.ஏ., எம்.எ. படித்த கலெக்டர்கள், ஐட்ஜ்கள் முதலான உயர் உத்தியோகஸ்தர்கள்கூட பஞ்சமர்கள் நடத்திவரும் 'ரெபிரஷ்மண்ட்' அறைகளிலும் ஓட்டல்களிலும் விரும்பிப்போய் சாப்பிடுகிற நடைமுறையை எடுத்துக்காட்டினார் *(1906:25).*

சுதேசமித்திரன் *(மே 16, 1908)* இதழில் ஒரு வாசகர், சுதேசி களான இந்துக்கள் ஜெயிலில் தங்கள் மல மூத்திரங்களைத் தாங்களே எடுக்குமாறு அடிக்கப்படுவதாக புகார் செய்திருந்தார். இந்தப் புகாரின் பின்னணியைப் பற்றி அயோத்திதாசப் பண்டிதர் விளக்கினார். கிழக்கிந்திய கம்பெனி ஆட்சிக்காலத்தில் ஜெயிலில் மற்ற கைதிகளின் கழிவுகளை பறையரே அகற்ற வேண்டும் என்ற நிலையிருந்தது. ஆனால் பிரிட்டிஷ் நேரடி ஆட்சியில் இன்று யாராயிருந்தாலும் அவரவர் கழிவுகளை அவரவரே எடுக்க வேண்டிய நிலைமை ஏற்பட்டது. அன்று பறையர்கள் எடுத்த போது மகிழ்ந்த இந்துக்கள் இன்று புகார் கூறுவதென்ன? என்று அயோத்திதாசப் பண்டிதர் கேட்டுள்ளார் *(அயோத்திதாசர் சிந்தனைகள் 1, 27).*

இதழ் விமர்சனங்கள்

வங்காளத்திலிருந்து வரும் Standard இதழில், வைஸ்ராயின் வளர்ப்பு நாயை ஒரு வெறிநாய் (mod dog) கடித்து விட்டதாக ஆங்கிலத்தில் செய்தி வந்தது *(மே 11, 1909).* இச்செய்தியைத் தமிழில் வெளியிட்ட 'விஜயா" இதழ் *(மே 11, 1909)* 'Mad-dog' என்பதை வெறிநாய்' என்றே மொழிபெயர்த்திருக்க, சுதேசமித்திரன் *(மே 12, 1909)* மட்டும் 'பறைநாய்' என்று மொழி பெயர்த்து மும்முறை இதனை அச்சிட்டுள்ளது. இவ்வாறு மொழி பெயர்த்த சுதேசமித்திரன் பத்திராதிபரை சின்னசாதி, பெரியசாதி என்னும் மூட்டையை வலுவாகக் கட்டிக்கொள்ள பத்திராதிபர் என்று குறிப்பிட்டார் *(அயோத்திதாசர் சிந்தனை 1, 113, 114).*

"இந்தியா பத்திரிக்கையும் சுதேசமித்திரன் போல சில வேலைகளில் செயல்பட்டது. "இந்தியா' பத்திரிகையும் *(மே 286,*

1908) இதழில் வந்த வாசகர் கடிதத்தில் உயர் சாதியாருக்காகக் கல்விச்சாலைகள் ஏற்படுத்த வேண்டும். அதில் பஞ்சமர்களுக்கு என்று தனி பள்ளிக்கூடம் உண்டாக்க வேண்டும் என்று கேட்டுக் கொள்ளப்பட்டிருந்தது. இதனை விமர்சித்த அயோத்திதாசப் பண்டிதர், ஏதோ பார்ப்பனர் கூடி பணதானம் பண்ணுகிற மாதிரி, பஞ்சமர்க்கென்று தனிப் பள்ளிக்கூடம் தருகிறார்கள் போலும் எனக் கிண்டல் செய்தார். தனிப் பள்ளிக்கூடம் உண்டாக்கினால் அங்கேயும் வாத்தியார் வேலை கிடைக்கப் போகிறவன் பார்ப்பான்தானே இருப்பான் என்று விநயமாகக் கேட்டுள்ளார்.

சுதேசமித்திரன், இந்தியா போன்ற பிராமணிய பத்திரிகைகள் அயோத்திதாசப் பண்டிதர் காலத்தில் தலித்துகளை பழைய நிலையிலேயே ஒடுக்கி வைப்பதற்காக எவ்வித குற்ற உணர்வுமின்றி மிக வெளிப்படையாக, இதுவே நியாயம் என்ற நினைப்போடு செயல்பட்டன. பகிரங்கமாக சாதி துவேஷத்தை சனாதனத்தைப் பிரச்சாரம் செய்யத் தயங்கவில்லை. அதற்காக வெட்கப்பட்டதுமில்லை. இன்றைய சுதந்திர ஜனநாயகத்தில் இதே உணர்வு கமுக்கமாக, கபடமாக, ஓசையின்றி, இடக்கரடக்கலாக வெளிப்பட்டுக் கொண்டிருக்கிறது. சாதி துவேஷ உணர்வை விட்டுவிடுவது என்பதை ஏதோ தலித்துகளுக்காக இறங்கி வந்து விட்டுக் கொடுப்பதாக நினைக்கிறார்களேயொழிய தங்களை இழிவிலிருந்து திருத்திக் கொள்வதாக நினைப்பதில்லை.

பிராமணிய ஏடுகள் சமயம் கிடைத்தபோதெல்லாம் தலித்துகள் மேலே வந்துவிடக்கூடாது என்று வாசகர் கடிதங்கள் வழியாக எதிர்த்து வந்ததைப் போல இதற்கு எதிராக, அயோத்திதாசப் பண்டிதர் பிராமணர்களை விமரிசித்து வந்த பிற பத்திரிகைச் செய்திகளை தமது விமர்சன பார்வையோடு பிரசுரம் செய்துள்ளார்.

வங்கப் பிரிவினை

இது பாரதியின் கூற்று. "பெங்காள மாகாணத் துண்டிப்பு பொதுத் துண்டிப்பு, கீழ் பெங்காளம் என்று வகுத்தது பொய் வகுப்பு. கீழ் பெங்காளத்து லெப்டினென்ட் கவர்னர் பொய் கவர்னர்" என்று பெங்காளிகள் கருதுகிறார்கள். ஆதலால் இவருக்கு எவ்விதமான உபசரணைகளும் நடக்க மாட்டா. பெங்காளத்தில் அமைதியும் ஒழுங்கும் ஏற்படுத்த வேண்டுமென்று கவர்மெண்டாருக்கு இஷ்டமுண்டானால், மாகாணத் துண்டிப்பைத் ரத்து செய்துவிட வேண்டும்.

அதைத் தவிர வேறெந்த உபாயத்தினாலும் கவலைகூட நலமுண்டாகாது. இந்தியர்களை ஏமாற்றிவிடலாமென்று யாரும் கனவு காண வேண்டியதில்லை" *(பாரதி படைப்பு, ப. 587).*

இதுபற்றி அயோத்திதாசர் கூற்று. நமது கவர்னர் ஜெனரல் கர்சன் பிரபு அவர்கள் வங்காளத்தை இரு பிரிவினைச் செய்த விஷயத்தால் வீண் கலகங்கள் தோன்றியதென்று சிற்சில பத்ராதிபர்கள் கூறுவதுமன்றி சர்.ஹென்றிகாட்டன் எம்.பி அவர்களும் பேசுவது விளங்கவில்லை.

ஒரு டிஸ்ட்ரிக்கட்டில் (மாகாணம்) ஒரு பிரதிநிதியிலிருந்து (கலெக்டர்) சகல குடிகளின் குறைவு நிறைவுகளை அறிந்து பாதுகாத்தல் சுகத்தை விளைவிக்குமா அன்றேல் ஒரு டிஸ்ரிக்ட்டை நான்கு பாகமாகப் பிரித்து நான்கு பிரதிநிதிகளை நியமித்து குடிகளின் குறைவு நிறைவுகளை அறிந்து பாதுகாத்தல் சுகத்தை விளைவிக்குமா என்று ஆராயுங்கால் நான்கு பிரதிநி—திகளிலிருந்து குடிகளின் குறைகளை அப்போதைக்கு அப்போதே அறிந்து ஆதரிப்பார்களாயின் அதிக சுகமுண்டாமென்பது அனுபவமாகும். அங்ஙனமின்றி ஒரு பெரும் டிஸ்ட்ரிக்கட்டை ஒரு பிரதிநிதியிருந்து ஆளுவாரயின் குடிகளுக்குள்ள குறைகளை அப்போதைக்கப் போது நிவர்த்தி செய்வதற்கு இயலாது குடிகள் அல்லல்பட வேண்டியதேயாகும்.

ஒரு பிரதியேனும் நான்கு பிரதிநிதிகளைப் பெருக்குவதால் சிலவு அதிகரிக்காதே என்பாரும் உண்டு. அங்ஙனம், ஒரு பிரதிநிதியால் பூமிகளின் விருத்திகளையும் நீர்ப்பாய்ச்சல் விருத்திகளையும் கைத்தொழில் விருத்திகளையும் ஆராய்ச்சி செய்வதிலும் நான்கு பிரதிநிதிகள் அவரவர்கள் திக்குகளின் பூமி விருத்தியையும் நீர்ப்பாய்ச்சலையும் விருத்தி செய்வார்கள். ஆயின் அவரவர்கட் சிலவுகளுக்கு (செலவு) மேற்பட்ட ஆதாயங்கள் பெருகுமன்றோ. பற்பல குடிகளுக்கும் அதனால் சீவன விருத்திகள் அதிகரிக்குமன்றோ. இத்தியாதி விருத்திகளைக் கவனியாது குறைத்துக் கொண்டே போகும் செயல்களை ஆராயுங்கால் தேசஞ் சீர்கெடுமேயன்றி சீர்பெறாவாம் *(அயோத்திதாசர் சிந்தனைகள், 1, பக். 83—84).*

ஆங்கிலேயர்கள் வங்காளத்தை கிழக்கு வங்காளம், மேற்கு வங்காளம் என்று பிரித்துவிட்டனர் *(1905).* இதனைப் பாரதி போன்றவர்கள் சூழ்ச்சி என்று கருதுகின்றனர். இச்சூழ்ச்சிக்கு இந்தியர்கள் பலியாகமாட்டார்கள் என்பதைப் பிரிவினைக்கு

எதிராக அங்கு நடந்த சில கலவரங்களை வைத்துக் கணிக்கிறார் பாரதி.

அயோத்திதாசப் பண்டிதரே இந்தப் பிரிவினை என்பது அரசாங்க நிர்வாகச் சரமைப்புதான் என்று கருத்துரைக்கிறார். இந்தச் சரமைப்பால் ஒரு மாநிலத்தில் நான்கு வெள்ளைக்கார அதிகாரிகள் நிர்வாகத்தில் பங்கேற்பது அடிமட்ட மக்களுக்கு நன்மை பயக்கும் என்கிறார். பெரும்பாலும் அன்றைய அரசாங்க நிர்வாக அமைப்பில் மாகாணம், மாவட்டம் போன்றவைகளில் தலைமைப் பதவியில் மட்டுமே ஒரு வெள்ளை அதிகாரி இருப்பார். அடுத்த நிலையில் உள்ள அதிகாரிகளும் அடிநிலை ஊழியர்களும் பெரும்பாலும் பார்ப்பனர்களாகவும் உயர் வர்க்கத்துச் சூத்திரச் சாதியினராகவும்தான் இருப்பார்கள். இவர்கள் கீழ்நிலையுள்ள ஏழைகள், ஒடுக்கப்பட்டவர்கள் பிரச்சனைகளில் பெரும்பாலானவற்றை உயர் அதிகாரியான வெள்ளையர்களுக்கு தெரியாமல் மறைத்துவிடுவார்கள். ஒரு பெரிய மாகாணத்தை அல்லது மாவட்டத்தை இரண்டாக அல்லது நான்காகப் பிரிப்பதால் அதிகமான வெள்ளை அதிகாரிகள் நிர்வாகத்தில் பங்கு பெறுவர். இதனால் பார்ப்பன, சூத்திர ஊழியர்களால் மறைக்கப்படும் ஒடுக்கப்பட்ட மக்களின் பிரச்சனைகள் ஒருவர் இல்லாவிட்டாலும் இன்னொரு வெள்ளை அதிகாரிக்குத் தெரிந்துவிடும் வாய்ப்புள்ளது. ஆகவே, இத்தகைய பிரிவினை என்பது ஒடுக்கப்பட்ட, தாழ்த்தப்பட்ட மக்களுக்கு நன்மை பயக்கும் என்கிறார் அயோத்திதாசப் பண்டிதர் (அயோத்திதாசர் சிந்தனைகள் 1, ப. 113).

தென்னாப்பிரிக்கா சத்தியாகிரகம்

இதுபற்றி **பாரதி கூற்று:** ஓநாய் ஆட்டுக்குட்டிகள் இருக்குமிடத்திற்கு வந்தால் ஓநாயின் பாடு வெகு உல்லாசந்தான். ஆனால் ஓநாய்கள் இருக்குமிடத்திற்கு ஆட்டுக்குட்டி செல்லுமானால் இதன்பாடு வெகு கஷ்டம். இந்தியர்க்கும் வெள்ளை ஜாதியருக்கும்

இப்போதிருக்கும் சம்பந்தம் மேற்கண்ட விதமாகவே இருக்கின்றது. இந்தியாவிற்கு ஒரு ஐரோப்பியன் வந்தால் அவனது வேட்டகத்திற்கு வந்த மாப்பிள்ளைக்கு நடக்கும் உபசாரங்கள் எல்லாம் குறைவின்றி நடக்கின்றன. அவன் திரும்பிய இடத்திலெல்லாம் உத்தியோகம். அவன் கால் பட்ட இடமெல்லாம் பணம்; சென்ற இடமெல்லாம் மதிப்பு. கையிலே அரைக் காசில்லாமல் இங்கே வந்து

சேருகிறான். திரும்ப ஊருக்குப் போகும்போது பிரபுவாகப் போகிறான். அவனுடைய திசைஅப்படியிருக்கிறது. இதுநிற்க, ஆங்கில அரசாட்டுக்குட்பட்ட திரான்ஸ்வால், கேப் காலனி, ஆஸ்திரேலியா முதலிய தேசங்களுக்கு ஜீவனார்த்தமாக ஒருவன் போவானானால், இவன் கதி மகாபரிதாபகரமாய் விடுகிறது. இவன் வர்த்தகஞ் செய்து செழிப்படைய விடுகிறதில்லை. உத்தியோகங்களென்று மூச்சு விடக்கூடாது. அங்கே நடக்கக் கூடாது, இங்கே வீடு கட்டக் கூடாது, தண்ணீர் குடிக்க தீர்வை கொடுக்க வேண்டும். மூச்சுவிட வரி செலுத்த வேண்டும் என்பதாக எண்ணிறந்த இடைஞ்சலுக்குட்படுத்துகிறார்கள்.

ஆரிய புத்திரர்களே! தூங்கிக் கொண்டா இருக்கிறீர்கள்? இந்த மானமற்ற பிழைப்பு இன்னும் எத்தனை காலம் பிழைக்க வேண்டுமென்று உத்தேசித்திருக்கிறீர்கள்? என்று பாரதி எழுதியுள்ளார்(பாரதி படைப்புகள் பக். 899, 900).

இதுபற்றி அயோத்திதாசப் பண்டிதர் கருத்து. 1909 வருஷம் டிசம்பர் மீ 12 வெளிவந்த சுதேசமித்திரன் பத்திரிகையில் கனந்தங்கிய சென்னை மஹாஜன சபையோருக்கு ஜோனஸ்பர்க் (தென்னாப்பிரிக்கா) தமிழ் மஹாஜன சபையோர் ஓர் விஞ்ஞாபனம் அனுப்பியுள்ளதாகக் கண்டிருக்கின்றது. அவ்வகைக் கண்டுள்ள விஞ்ஞாபனத்தின் கருத்தோ யாதெனில் "அத்தேசத்தோர் கொடிய சட்டத்தை அனுசரித்து துன்பத்தை அனுபவிப்பதிலும் சட்டத்தை அங்கீகரியாமைக்கு வருந்துன்பத்தை அநுபவிப்பதே மேலெனத் துணிந்து பதிவுப் பத்திரங்களை எல்லாம் அக்கினி பகவானுக்குச் சமர்ப்பித்துவிட்டு எதிர்த்து நிற்கின்றோம் என்று கூறியதன்பின் இந்தியர்கள் அதிக துன்பத்தை அனுபவிக்கிறோ மென்று வரைந்திருக்கிறார்கள்.

இத்தகைய தமிழ் சபையோர் தங்களை இந்தியர்களென்று எப்போது பிரித்துக் கொண்டார்களோ அப்போதே ஜோன்ஸ்பர்க் அன்னியர் தேசமென்பது சொல்லாமலே விளங்கும். அவ்வகை அன்னியர் தேசஞ் சென்றுள்ளவர்கள் அத்தேசத்தோர் சட்டத்திற்குப் பொருத்தியே வாழவேண்டும் என்பதும் சொல்லாமலே அமையும். அவர்கள் சட்டத்திற்குள் அமைந்து வாழப் பிரியம் இல்லாதவர்கள். அத்தேசத்தைவிட்டு நீங்கி விடுவதே நியாயமாகும். அங்ஙனமின்றி ஈட்டி முனையில் உதைத்து காலில் சீழ்பிடித்து அதிவாதைப்படுகிறோமென்றால் அன்னோயை சகித்து ஆற்றிக்கொள்ள வேண்டியவர்கள் அவர்களேயாகும்.

அத்தேசத்தில் அவர்கள் பழங்குடிகளாயிருந்து சட்டம் நூதனமாகத் தோன்றியிருக்குமாயின் அச்சட்டத்தின் நடவடிக்கையும் செயலும் நாளுக்கு நாள் நிறைவேற்றி வருவதையறிந்து அதிஉபத்திரமாகக் காணப்படுமாயின் அதன் உபத்திரவத்தை பிரிட்டிஷ் ராஜாங்கத்தாருக்குத் தெள்ளற விளக்கிக் கேட்டார்களாயின் அச்சட்டத்தின் மாறுதலுக்காய ஆலோசனைகளைச் செய்து சீர்திருத்துவார்கள். அவற்றிற்கு மாறா அத்தேசத்திலிருந்து கொண்டே அவர்கள் அடங்க மாட்டோம் என்றால் எந்த ராஜாங்கந்தான் இவற்றை ஏற்றுக் கொள்ளும்.

இந்து தேசத்தில் வாசஞ்செய்யும் சில மனிதர்கள் தங்கள் வீடுகளிலும் பொதுவாய்க் கோவில்களிலும் சில மனிதர்களை வரலாகாதென்று தடுத்து வைத்திருக்கின்றார்கள். அம்மனிதர்கள் மீறி வந்துவிட்டாலோ, அவர்களை தண்டிக்கத்தக்க சட்டத்தையும் வகுத்து வைத்திருக்கின்றார்கள். அவ்வகை தண்டித்தும் வருகின்றார்கள். இத்தகைய சட்டத்தை நியாயந்தானெனப் பார்த்திருக்கும் இந்து தேச பாரத மாதாவானவள் ஜோனஸ்பர்க்கிலுள்ளோர் நியாயத் தீர்க்கப் போகிறார்களோ, இல்லை இந்தியாவிலுள்ளோர் கீழ்ச்சாதி மேல்சாதியென்னு... சட்டங்களை அக்கினிக்கு இறையாக்கி விடுவார்களாயின் பாரத மாதா ஜோனஸ்பர்க்கின் சட்டத்தை அன்றே சீர்திருத்தி விடுவாள்.

பாரதமாதா அத்தேசத்திற்குச் சென்றிருக்கும் இந்தியர்களின் மீது கண்ணோக்கம் வைக்காத காரணம் யாதென்பீரேல், இந்தியாவில்தான் ஆயிரத்தெட்டு பொய்யச் சாதிப் பிரிவுகளை ஏற்படுத்திக் கொண்டு அதற்காதரவாய் சமய பேதங்களையும் வகுத்து ஒருவர் முகச்சின்னத்தை மற்றொருவர் பார்க்க விரோதமும் ஒருவர் சாதிப் பெயரை மற்றொருவர் கேட்க விரோதமும் பெருக்கிக் கொண்டு ஒற்றுமெய்க் கேட்டிலிருப்பவர்கவிற் சிலர் சவுத்து ஆப்பிரிக்கா வென்னுந் தேசத்திற்கு நெடும் பிரயாணஞ் செய்து கப்பலில் போகும் வரையில் சாதிபேதச் செயல்கள் ஒன்றுமில்லாமற் சென்று அவ்விடம் சேர்ந்து சொற்பதுட்டு சம்பாதித்துக் கொண்டவுடன் ஐயர், முதலி, நாயுடு, செட்டி என்னுந் தொடர்மொழிகளைச் சேர்த்துக் கொண்டு சாதிப் பிரிவினைகளை உண்டு செய்து வருகின்றார்கள். அத்தேசவாசிகளாகிய போயர்களோ சாதி பேதமென்னுங் கொடுரச் செயலற்றுசிறந்த குணம் அமைந்த ஒற்று மெயுற்றவர்கள். அத்தகைய சுத்த குணமும் பெருந்தமையும்

வாய்த்தவர்கள் மத்தியில் ஒற்றுமெய்க்கேட்டையும் விரோத சிந்தையையும் உண்டு செய்வதான சாதிபேதப் பிரிவினைப் பெயர்களைப் பரவச் செய்து வருகிறபடியால் பாரத மாதாவிற்கே மனந்தாளாது இந்தியர்களை அதி கொடூரத்துடன் அவ்விடம் விட்டு அகற்றுகின்றாள் போலும். இந்து தேசப்பூர்வக்குடிகளாகும் ஏழை மக்களின் இறுக்கம் நீங்கும் வரையில் சாதிவெறி நீங்கப் போவதில்லை(அயோத்திதாசர் சிந்தனை, *(பக். 211, 212)*.

காந்தியின் தலைமையில் போராட்டம்

தென்னாப்பிரிக்காவில் இந்தியர்களையும், தமிழர்களையும் வெள்ளையர்கள், தாழ்த்தப்பட்டவர்களைப் போல் தீண்டத்தகாதவர்களைப் போல் நடத்துவதை எதிர்த்து காந்தியின் தலைமையில் ஜோனஸ்பர்க் நகரத்தில் போராட்டம் நடக்கிறது. இந்தச் செய்தியை கேள்விப்பட்ட பாரதி மானமும் ரோசமும் உள்ள மனிதர்களாக இந்தியர்கள் இருந்தால் இந்தப் போராட்டத்தில் கலந்துகொள்ள வேண்டும் என்று “இந்தியா” பத்திரிகையில் எழுதுகின்றார். ஆனால் அயோத்தி தாசரோ, இந்தியாவிலேயே உள்ள மக்கள் உயர்ந்தவர், தாழ்ந்தவர், தீண்டத்தகாதார் என்று உயர்சாதியினரால் பிளவுபடுத்தப் பட்டுள்ளனர். அது மட்டுமன்றி, தாழ்த்தப்பட்ட மக்களை இந்தத்தெருவில் நடக்கக்கூடாது, இந்தக் கிணற்றில் தண்ணீர் இறைக்கக் கூடாது, உங்கள் பிள்ளைகள் எங்கள் பிள்ளைகளுடன் சேர்ந்து படிக்கக்கூடாது என்று, தன் தாய்நாட்டு மக்களையே இழிவுபடுத்திக் கொண்டிருப்பவர்கள், அயல்நாட்டில் சென்று அந்நியர்களிடம் சமத்துவம் கேட்பதற்கு என்ன உரிமை இருக்கிறது? அதுமட்டும் அல்லாது அயல்நாட்டில் பிழைக்கப் போன இந்தியர்கள் அந்நாட்டுச் சட்டங்களுக்குக் கட்டுப்படுவதே முறையாகும். அதைவிட்டு கலவரங்கள் புரிந்தால் அயலவர்கள் உதைக்காமல் என்ன செய்வார்கள்? ஈட்டி முனையை உதைக்கும் மூடன் காலில் சீழ்பிடித்து அவதியுறுவது போல அயல் நாட்டவரிடம் உதைப்பட்டுத் துன்பப்படுவீர்கள் என்று எச்சரிக்கிறார்.

சுதேசிக் கப்பல் கம்பெனி

இதுபற்றி பாரதி கூற்று. தூத்துக்குடியிலே சுதேசிய முயற்சியைமேற்கொண்டு நடத்திவரும் நம்மவர்கள் இப்போது புதிதாக “சுதேசிய ஸ்டீமர் கம்பெனி” என ஒன்று ஸ்தாபிக்க கருதியிருப்பதாக முன்னமே அறிவித்திருக்கின்றோம். பாரதி

தொகுப்பு நூலின் பதிப்பாசிரியர் குறிப்பு. பெங்காளத்தை முன்மாதிரியாகக் கொண்டு தென்னாட்டிலே தூத்துக்குடி நகரிலே சுதேசிய முயற்சி வெற்றிப்பாதையில் நடைபோடத் தொடங்குவது என்கிற மாபெரிய முயற்சியில் வ.உ.சிதம்பரனார் ஈடுபட்டார். பிரிட்டிஷ் கப்பல் கம்பெனிக்கு எதிர்கப்பல் கம்பெனியைத் தொடங்கிய பெருமை தமிழ்நாட்டைச் சார்ந்த தூத்துக்குடிக்கும் அதே மாபெரிய முயற்சியை மேற்கொண்ட வ.உ.சிதம்பரத்திற்கும் உண்டு என்பதைச் சொல்ல வந்த கட்டுரை இதுவாகும். மற்றும் கம்பெனி வெளியிட்ட அறிக்கையும் வாசக நேயர்களின் வசதிக்காக இங்கே தரப்படுகிறது *(பாரதி படைப்புகள் 1, பக். 523, 524).*

இதுபற்றி அயோத்திதாசப் பண்டிதர் கூற்று. நாம் சுதேசமென்று எப்போது பிரிக்கன்றோமோ அப்போதே புறதேசமென்பது சொல்லாமலே ஏற்படுகின்றது.

இத்தகைய ஏற்பாட்டில் ஒன்றை ஆரம்பிக்கும்போதே ஐரோப்பியர்களை ஓர் விரோதிகளைப் போல முன்னில் ஏற்படுத்திக் கொண்டு வியாபாரத்தை நடத்துவதினால் மிரண்டவன் கண்ணுக்கு இருண்டதெல்லாம் பேயென்பது போல் விரோதிகளாயெண்ணிக் கொண்டவர்கள் யாதொரு தீங்கு செய்யாவிடினும் இவ்வெண்ணமே தங்களைத் தீங்குகளில் ஆழ்த்திவிடுகின்றது.

நாமும் நம்முடைய தேசத்தோரும் “எத்தால் வாழ லாமென்றால் ஒத்தால் வாழலா’ என்பது பழமொழி. அவ்வகையில் மனமொத்து வாழும் வாழ்க்கை வியாபாரத்தை விடுத்து நம்முடைய தேசத்தைக் கல்வியிலும் கைத்தொழிலும் விருத்திக்குக் கொண்டு வந்து சுகசீவனங்களைக் காட்டிவரும் ஐரோப்பியர்களை நாம் எதிரிகளாக எண்ணுவது இரவு முழுவதும் சிவபுராணங்கேட்டு விடிந்தவுடன் சிவன் கோயில்களை இடிப்பதற்கு ஒக்கும்.

ஜப்பான், அமெரிக்கா, ஐரோப்பா முதலிய தேசங்களில் எத்தனையோ வகை வியாபாரங்களை உண்டு செய்து கோடிக்கணக்கான திரவியங்களைச் சேர்க்கின்றார்களே அவர்களில் யாரேனும் சுதேச ஸ்டீமர், சுதேசமில், சுதேச ஷாப்பெனப் பெயர் வைத்துக் கொண்டிருக்கின்றார்களா? *(அயோத்திதாசர் சிந்தனைகள் 1, ப. 214).*

ஆங்கிலேயர்கள் ஏகாதிபத்தியவாதிகளானாலும் இந்தியச் சமூகத்தில் நிலவும் பார்ப்பனியத்திற்கும் சாதியத்திற்கும்

தீண்டாமைக் கொடுமைக்கும் எதிரானவர்களாக இருந்து இந்தியாவை நிர்வாகம் செய்து வந்தால் உள்நாட்டுச் சாதியக் கொடுமையாளர்களிடமிருந்து தங்களை மீட்க வந்த முட்பர்களாக அவர்களைக் கருதுகிறார். இதனால் வியாபாரம் செய்வதற்காக மூதலீடு செய்து ஆரம்பித்த கப்பல் கம்பெனிக்கு வ.உ.சி., பாரதி போன்றவர்கள் சுதேசிக் கப்பல் கம்பெனி என்று பெயர் வைத்தது பொருந்தாது என்கிறார். சுதேசி என்றவுடன் மற்றவர்களை (ஆங்கிலேயர்) பரதேசி (அயலவன்) என்று அந்நியப்படுத்தி எதிரியாக்கும் நிலை ஏற்படுகிறது. ‘அத்தால் வாழலாம் என்றால் ஒத்தால் வாழலாம்” என்ற பழமொழிக்கிணங்க மற்றவர்களுடன் இணைந்து சென்று வியாபாரம் செய்வதே முறை. உலகின் பல நாடுகளில் பலரும் ஒத்து வணிகம் செய்து பெரும் பொருள் ஈட்டுகின்றனர். இதனை விடுத்து சுதேசி, விதேசி என்று பெயர்களைச் சூட்டி எதிரிகளைக் கட்டமைப்பதால் நட்டமும் துன்பமூம்தான் ஏற்படும் என்று எச்சரிக்கிறார் அயோத்திதாசர். சுதேசியத்தின் எதிரிகள் மூன்று வகைப்படுவர்.

சுதேசியம் பற்றி பாரதி கூற்று. முதலாமவர்கள் (Free Trade) என்ற கட்டற்ற வர்த்தகத்தை ஆதரித்து அதில் நம்பிக்கை வைப்பவர்கள். இரண்டாவது எதிரிகள் ஆங்கிலப் பத்திரிக்கை நடத்தும் உள்நாட்டுக்காரர்கள். இவர்கள் பொய்யும் வஞ் சனையும் நிறைந்த விவகாரங்களால் ஜனங்களில் மனதை வெறுப்பு கொள்ளும்படி செய்து விடுவார்கள். மூன்றாவது எதிரிகள் அந்நிய தேசத்து சாமான்களைத் தருவித்து சுதேசிய சாமான்களே என்று சொல்லி ஏமாற்றிவிற்கும் வர்த்தகர்கள். இம்மூன்று முக்கிய விரோதிகளைத் தவிர வேறு பல குட்டிப் பிசாசுகள் இருக்கின்றன. அவற்றையெல்லாம் நாம் பொருட்டாக்க வேண்டியது அவசியமில்லை.

இப்படி எத்தனையோ விரோதமிருந்தும் அவற்றை யெல்லாம் எதிர்த்து நமது நாட்டிலே சுதேசியம் அபிவிருத்திப் பெற்று வருவது மஹா சந்தோஷகரமான விஷயம். சுதேசியம் அபிவிருத்தி பெறவில்லையென்று சொல்பவர்கள் விழிகண் குருடர்கள் *(பாரதி படைப்புகள், பக். 579, 580).*

சுதேசியம் பற்றி அயோத்திதாசப் பண்டிதர் கூற்று

தமிழ்நாட்டில் பாரம்பரியமாக வாழ்ந்துவரும் பழங்குடிகள் வேற்று மொழி பேசும் பகுதிகளிலிருந்து தமிழ் நாட்டில் குடியேறி நூற்றாண்டுகளுக்கு மேல் வாழ்ந்து வருபவர்கள்

சுதேசிகள் ஆவர். ஆயிரம் ஆண்டுகள் இந்நாட்டில் வாழ்ந்து இருந்தாலும் சாதி வேறுபாடுகளைக் கடைப்பிடிப்பவர்கள் சுதேசிகள் ஆகமாட்டார்கள்.

சுயராஜ்யம் என்பது யாதெனில் சுயதேசத்தோரும் பூர்வ குடிகளுமாய் மக்கள் தங்கள் தேசத்தை ஆளுவதற்குப் பெயர். அத்தகைய பெயர் தறகால இந்துக்கள் என்போருக்குப் பொருந்தவே பொருந்தாது. காரணம் இந்திய தேசத்திலுள்ள சிந்து நதி ஓரமாக வந்து குடியேறி இந்துக்கள் என்றழைக்கப்பட்டோர் இந்திய தேசத்தின் நூதனக்குடிகளாதலின் அவர்களுக்கு சுதேசிகளென்னும் பெயரே கிடையாது. அவர்களுக்கும் அவர்களைச் சார்ந்தோருக்கும் சுயராட்சியத்தோர் என்னும் பெயரும் பொருந்தாது. அவர்களுக்குச் சுயராட்சியத்தோர் ஆச்சுதே என்னும் ஆளுமையும் அளிக்காதது. இத்தேசத்தின் ஆளுகையைப் பெறுவதற்கு அவர்களுக்கு சுதந்திரங் கிடையாது (அயோத்திதாசர் சிந்தனைகள் பக்கம் 432—433).

பாரதி போன்றவர்கள் கருத்துக்கு மாறாக உள்நாட்டில் வாழ்வதனால் மட்டும் ஒருவனை சுதேசி என்று கருதமுடியாது என்கிறார் அயோத்திதாசப் பண்டிதர். நூற்றாண்டுகளுக்கு மேல் ஒரு நாட்டில் வசித்து வருகின்ற வேற்று மொழியாளர்களும் சுதேசிகளே. ஆயிரம் ஆண்டுகளாக வசித்து வந்தாலும் யாதொருவன் சாதியத்தையும் தீண்டாமையையும் கடைப்பிடித்து மக்களைப் பிளவுபடுத்துகிறானோ அவன் சுதேசி அல்லன். அவன்தான் விதேசி.

பொது மொழி பற்றி பாரதி கூற்று

ஹிந்தியில்லாமல் இப்போது நமக்குள் அதிகமாகப் பழக்கமுற்று வருகின்ற இங்கிலீஷ் பாஷையே பொதுமொழியாகி விடக்கூடாதோ வென்றால் அது அசாத்தியமும் மூடத்தனமான நினைப்பாகும். இங்கிலீஷ் பாஷை அன்னியருடையது. தமது நாட்டிற்குச் சொந்தமானதன்று நமது நாட்டில் எல்லா வகுப்புனருக்கும் ஸ்திரமாகப் பதிந்துவிடும் இயற்கையுடைய தன்று (பாரதி படைப்புகள் 1, ப. 932).

அயோத்திதாசப் பண்டிதர் கூற்று

மற்றுமுள்ள பாஷைகள் யாவிலும் சாதியபேத போராட்டங்களை வரைந்துள்ள கட்டுக்கதைகளே மிக்கப் பெருகி நீதிநெறி வாக்கியங்களுங் கெட்டு, நிலை குலைந்திருக்கின்ற படியால் இந்தியாவில் வழங்கிவரும் தற்கால பாஷைகள் யாவையும் பொது பாஷை முக்கியமா

அன்றேல் அப்பாஷை பேசும் குடிகளின் ஒழுக்கச் செயல்கள் முக்கியமா வென ஆராய்ந்து அவற்றை உறுதி செய்தல் வேண்டும். அங்ஙனமின்றி இந்திய தேசத்தில் சிலர் இந்தி பாஷையைக் கற்றுக்கொள்ள வேண்டும் என்றும் சிலர் சமஸ்கிருத பாஷையைக் கற்றுக்கொள்ள வேண்டும் என்றும் காரணமின்றிப் பேசுவது கவனக் குறைவேயாம்.

ஆங்கில பாஷையானது உலகெங்கும் கொண்டாக் கூடியதும் சகல தேசத்தோராலும் நன்கு மதிக்கக் கூடியதும் சகல மக்களும் எளிதில் வாசித்துக் கொள்ளக்கூடியதுமாயிருப்பதன்றி அப்பாஷைக்குரியோர் எத்தேசஞ் செல்லினும் சாதிபேதம் சமய பேதமென்றும் பொறாமெய்ச் செயல்களற்று மனிதர்களை மனிதர்களாகப் பாவிக்கும் விவேகமுள்ளவர்களும் வித்தையும் புத்தியும் எங்கும் பரவுவதுமன்றி, என் சாதி பெரிது உன்சாதி சிறிதென்னும் சாதி கர்வங்களுமற்று எம்மதம் பெரிது உன் மதம் சிறிதென்று மத சர்வங்களுமற்று மனிதர்களை மனிதர்களாகப் பாவிக்கும் பேரானந்த விவேகமும் பெற்று சுகச்சீர் பெறுவார்கள்.

இத்தகைய செயலையும் அச்செயலுக்குரிய பாஷையையும் விடுத்து சாதி போராட்டமும், சமயபோராட்டமும் நிறைந்துள்ள பாஷையை சகலருங் கற்றுக் கொள்ளுவார்களாயின் சாதியில்லாதோரெல்லாம் சாதியினை உண்டு செய்து கொண்டும் சமயமில்லாதோரெல்லாம் சமயங்களையுண்டு செய்து கொண்டும் வீணான பிரிவினைகள் மேலும் மேலும் உண்டாகி ஒற்று மெய்க்கெட்டு உள்ளதும் பாழ்பட வேண்டியதேயாம் (அயோத்திதாசர் சிந்தனைகள்], ப. 326).

இந்தி மொழி எதிர்ப்பும் - ஆங்கில மொழி தேவையும்

இந்தியாவின் பொதுமொழியாக இந்திதான் இருக்க வேண்டும். ஏனென்றால் இந்திய மக்கள் அதிகம் பேர் பேசும் மொழியாக இந்திதான் உள்ளது என்று பாரதி போன்றவர்கள் குறிப்பிட்டு வருகையில், அயோத்திதாசப் பண்டிதரோ ஆங்கிலத்திற்குத் தான் அந்தத் தகுதி உண்டு என்கிறார். இந்தியாவில் உள்ள மொழிகள் அனைத்தும் பார்ப்பனியத்தாலும், மதக் குப்பைக் கூளங்களாலும், சாதியத்தாலும் கறைப்பட்டுப் போனவை. பழங் குப்பைகளைச் சுமந்துள்ள இந்த மொழிகள் நவீன காலத்திற்குப் பொருத்தமற்றவை. புதிய உலகிற்குப் பொருத்தமுள்ள மொழியாகவும் இந்தியர்கள் அனைவராலும் எளிதில் கற்க வாய்ப்புள்ள மொழியாகவும் இருப்பது

ஆங்கிலம். ஆங்கிலம், அறிந்தால் உலகின் பல பகுதிகளுடன் இந்தியர்கள் எளிமையாகத் தொடர்பு கொண்டு தங்களை வளப்படுத்திக் கொள்ளலாம். ஆகவே, இந்தியைவிட ஆங்கிலமே இந்தியாவுக்கான பொது மொழியாகும் தகுதியுடையது என்கிறார் அயோத்திதாசப் பண்டிதர். பிற்காலங்களில் தந்தை பெரியார் அயோத்திதாசரின் இதே கருத்தை அடியொற்றிப் பேசியும், எழுதியும் இயங்கியதைத் தோழர்கள் கவனம் கொள்ள வேண்டும். அயோத்திதாசரின் கருத்துகளில் சிலவற்றை ஆய்வுக்கு ஒவ்வாத கற்பனைச் சித்திரங்கள் என்று சிலர் அந்தக் காலத்தில் நினைத்தனர். அவர்களில் ஒருவர் உ.வே. சாமிநாதையர். அவர் எழுதிய நினைவு மஞ்சரியில் (பாகம்—1) 13ஆம் கட்டுரை மன்னார்சாமி" என்பதாகும். அதில் அவர் சென்னைக்குச் சென்ற புதிதில் தன் மகனுடன் ஒரு வேலையாக ஜார்ஜ் டவுண் பகுதிக்குச் சென்று வருகிறார். வரும்பொழுது பச்சையப்பன் கல்லூரி அருகில் டிரம் (இரயில்) வண்டிக்காக காத்திருக்கையில் ஓய்வுபெற்ற ஒரு கல்லூரி முதல்வரைச் சந்திக்கிறார். அந்த முதல்வர் இவரை 'வாருங்கள்! நன்றாக இருக்கிறீர்களா?" என்று கேட்டுவிட்டு தன் பக்கத்தில் இருந்த ஒரு நண்பரிடம் அய்யரவர்கள் பதிப்பித்த மணிமேகலை நூலில் உள்ள பவுத்தமதப் பகுதிகளைச் சிறப்பித்துப் பேசுகிறார். அந்த நண்பர் உடனே இவர்தான் சாமிநாத அய்யரோ! என்று கேட்டு அய்யருக்கு வணக்கம் சொல்கிறார். பின்னர் அந்த முதல்வர் அந்த நண்பரின் பெயரைக் குறிப்பிட்டு (என்ன பெயர் என்று சாமிநாதையர் எழுதவில்லை) இருவரும் உங்களைப் போல் பவுத்தமத ஆராய்ச்சியில் ஈடுபாடு உள்ளவர் என்கிறார். உடனே அந்த நண்பர் ஆங்கில மொழியில் தான் ஆராய்ந்த பவுத்த மதச் செய்திகளைக் கூறுகிறார். அதனை முதல்வர் தமிழில் மொழி பெயர்த்து அய்யருக்குச் சொல்கிறார். அந்த நண்பர் கூறிய ஆய்வில் தமிழ்நாட்டில் இப்போதுள்ள பல சைவ, வைணவக் கோயில்கள் ஒரு காலத்தில் பவுத்த, சைனக் கோயில்களாக இருந்தன என்றும் தமிழ்நாட்டில் உள்ள அய்யனார் கோயில்கள் எல்லாம் பவுத்த, சைனக் கோயில்கள்தாம் என்றும், ஏன் சென்னை இருதய புரத்திலுள்ள மன்னார்சாமி கோயில் என்ற அய்யனார் கோயிலும் பவுத்த கோயில்தான் என்பதைத் தன்னால் நிரூபிக்க முடியும் என்றும் கூறினார். உடனே முதல்வர் எக்ஸாக்ட்லி என்று பாராட்டினார்.

அய்யர் இனி நாம் இங்கே இருப்பதில் பயனில்லை என்று விடை பெற்றுக் கொண்டார். இறுதியாக அய்யர்கூறுகிறார். புத்த தேவருடைய விக்கிரகமும் மன்னார்சாமியின் கோலமும்

என் அகக்கண் முன்னே நின்றன. பகலுக்கும், இரவுக்கும், மலைக்கும், மடுவுக்கும், நீருக்கும் தீக்கும் உள்ள வேற்றுமையை நான் கண்டேன். அன்று அந்த உரையாடலினால் நான் புதிய லாபம் ஒன்றும் அடையவில்லை. ஆயினும் இங்கிலீஷே அறியாத எனக்கு "எக்ஸாக்ட்லி' என்ற பதத்தை எந்தச் சமயத்தில், எந்த அர்த்தத்தில் உபயோகிக்க வேண்டுமென்பது தெளிவாக விளங்கியது. அந்த வார்த்தையை நினைக்கும்போது புத்த பகவானும் மன்னார் சாமியும் எவ்வளவோ யோஜனை தூரத்தில் இருந்தாலும் நெருங்கி வந்து காட்சியளிக்கிறார்கள்.

அய்யர் குறிப்பிடாவிட்டாலும் பவுத்தம் பற்றி ஆங்கில மொழியில் பேசிய அந்த நண்பர் அயோத்திதாசப் பண்டிதரின் நெருங்கிய நண்பரான பேராசிரியர் 'லட்சுமிநரசு' என்பது நமக்குப் புரிந்து விடுகிறது. அயோத்திதாசப் பண்டிதரின் பவுத்தம் பற்றிய ஆய்வுகளுக்கு உறுதுணையாக நின்றவர். இன்றைய நிலையில் நின்று பார்க்கும் நமக்கு மாபெரும் தமிழ்ப் பதிப்பாசிரியராகிய சாமிநாதையரின் கருத்து தவறாகிப்போனதும் அயோத்திதாசப் பண்டிதர், லட்சுமிநரசு போன்றவர்களின் பவுத்தம் பற்றிய கருத்துக்கள் வரலாற்று உண்மைகள் ஆகிவிட்டதையும் மயிலை சீனி. வேங்கடசாமி மா.இராசமாணிக்கம் ஆகியோர்களின் ஆய்வுகள் அய்யத்திற்குடமின்றி விளக்குகின்றன. இந்தியாவில் தோன்றி, இந்தியா முழுமையும் பரவி இந்திய மொழிகள் எல்லாவற்றிலும் தம் முத்திரையைப் பதித்து விட்ட சைனமும், பவுத்தமும் செல்வாக்கு இழந்துவிட்டநிலை, தமிழ் நாட்டிலிருந்த சிவன். திருமால் கோயில்களில் பல முற்காலத்தில் சைன, பவுத்தக் கோயில்களாக இருந்தவைதான் என்ற வரலாற்றுத் தெளிவுகள், ஒல்டன்பர்க், ரைஸ்டேவிட்ஸ், லட்சுமிநரசு போன்றவர்களின் ஆய்வுகள், பாலி மொழியில் அயோத்திதாசப் பண்டிதருக்கு இருந்த புலமை போன்றவை அவரை அதுவரையில் சிந்திக்காது புதிய தளத்தில் நுழைய விட்டது. அதுவே 'தமிழன்" பத்திரிகையின் கருத்தோட்டங்களாக மலர்ந்தது.

தாழ்த்தப்பட்டோர் நடத்திய இதழ்கள்

அயோத்திதாசப் பண்டிதர் தாழ்த்தப்பட்ட மக்களிடையே விழிப்புணர்வு ஏற்படுத்தவும், தங்களுக்கு இழைக்கப்படும் அநீதிகளுக்கு எதிராகப் போராடவும் இதழ் தொடங்கினார். எனவேதான் அயோத்திதாசப் பண்டிதரின் வழித்தோன்றலாக மற்றும் 21ஆம் நூற்றாண்டில் பல இதழ்கள் தாழ்த்தப்பட்டோர் நலன் கருதி வெளியிடப்பட்டது. அவை:

தீனபந்து	— *1924*
ஆதிதிரா விடமித்திரன்	— *1983*
சமத்துவம்	— *1945*
தலித் வாய்ஸ்	— *1981*
தலித் குரல்	— *1982*
தலித் முரசு	— *1990*
தலித்	— *1990*
மனிதம்	— *1991*
மனுசங்க	— *1994*
மக்கள் களம்	— *1994*
மனித உரிமை முரசு	— *1994*
கோடாங்கி	— *1995*
விடுதலைமணி	— *1997*
தலித் உரிமைக்குரல்	— *1997*
சேரி	— *1997*
விடுதலைச் சிறுத்தைகள்	— *1997*
தலித்	— *1997*
எழுச்சி தலித் முரசு	— *1997*
மக்கள் பண்பாடு	— *1997*
தலித் புயல்	— *1998*
தாய்மண்	— *1998*
தாய்மண்	— *2001*
புதிய கோடாங்கி	— *2001*
DALT	— *2002*
தமிழ்மண்	— *2004*
போதி	— *2020*
நீலம்	— *2020*

மேற்கண்ட இதழ்கள் தாழ்த்தப்பட்டோர் அமைப்புகளாலும், சிந்தனையாளர்களாலும், தாழ்த்தப்பட்ட தலைவர்களாலும் வெளியிடப்பட்டன. இந்த இதழ்களுக்கெல்லாம்

முன்னோடியாக திகழ்ந்தது அயோத்திதாசப் பண்டிதரால் தொடங்கப்பட்ட "தமிழன்" இதழ் என்பது குறிப்பிடத்தக்கது. ஒரு நூற்றாண்டு தாழ்த்தப்பட்டோர் வரலாற்றை அறிந்து கொள்வதற்கு ஆதாரமாகத் திகழ்வது 'தமிழன்' இதழ் என்பது வியக்கத்தக்கது.

தமிழன் இதழ் அமைப்பு

இன்றைய நடைமுறை வழக்கில் பெரும்பாலும் எல்லாப் பத்திரிகைகளும் பத்திரிகையின் கருத்து நிலைப்பாட்டினை அல்லது நோக்கத்தினைப் பத்திரிகையின் தலைப்பின் கீழ்க் குறிப்பிடுவதை வழக்கமாகக் கொண்டிருக்கின்றன. இவ்வுத்தி முறையைத் தமிழ் இதழியல் உலகிற்கு அறிமுகம் செய்தது அயோத்திதாசப் பண்டிதர் எனலாம். தமது பத்திரிக்கையின் நோக்கமாக புத்தக் கோட்பாட்டையே முன்வைப்பதை "சகலருக்கும் நன்மெய் புகல வேண்டுமென்பது முன்னோக்கம் அது தவிர சகலரிடத்தும் நன்மெயாக நடந்து கொள்ள வேண்டுமென்பது பின்னோக்கமாம்' என்று தம்முடைய முதல் இதழிலேயே வாசகர்களுக்குத் தெளிவுபடுத்தியுள்ளார். இதனையே சுருக்கமாக 'நன்மெய்க் கடைப்பிடி' என்று இதழ் தலைப்பின் அடியில் அச்சிட்டு வெளியிட்டிருக்கிறார்.

புத்தக் குறியீடான 'தாமரை மலரை முன்னிலைப்படுத்தி இதழின் முகப்பு அமைக்கப்பெற்றிருந்தது. மலர்ந்த தாமரை" மலரின் ஒன்பது இதழ்கள் மீது 'ஒரு பைசாத் தமிழன்' என்று பத்திரிகையின் தலைப்பு அச்சிடப்பெற்றுள்ளது. அதன் இடப்புறம் "ஜெயது" என்றும், வலப்புறம் 'மங்களம்' என்றும் தாமரை மலரின் கீழ்ப்புற இதழ்களில் 'நன்மெய்க் கடைப்பிடி' என்னும் வாசகம் இடம்பெற்றிருக்கிறது.

பின்னிதழ்களின் மேற்புறத்தில் 'சுபம்" என்னும் சொல் கூட்டெழுத்து முறையில் காணப்படுகிறது. மேலும் இருபுறமும் மலர்கொத்துடன் விளங்கும்படி மிகுந்த அழகுணர்வோடும் செய்நேர்த்தியோடும் இதழினை வடிவமைத்துள்ளார். இது புத்தநெறிமுறையைக் குறிப்பதாகும். இம்மலரின் அடிப்புறத்தில் "One paise Tamilian" என்று ஆங்கிலத்தில் பத்திரிகையின் பெயர் இடம்பெற்றுள்ளது.

முதல் இதழில் கடவுள் வாழ்த்து, அரசர் வாழ்த்து, தமிழ் வாழ்த்து என்ற வாழ்த்துச் செய்திகள் இடம்பெற்றுள்ளன. மேலும் "பூர்வர்த் தமிழொளி" என்ற தொடர், வர்த்தமானங்கள், சித்த மருத்துவக் குறிப்புகளுடன் பல்வேறு செய்திகளையும்

வகைப்படுத்தி வாசகர் விரும்பிப் படிக்கும் வண்ணம் அயோத்திதாசப் பண்டிதர் வெளியிட்டுள்ளார். முதல் இதழில் "கடவுள்' என்னும் தலைப்பில் வெளியான கட்டுரையில், கடவுள் என்னும் மொழி தமிழா? கன்னடமா? தெலுங்கா? மகாராட்டிரமா? என ஆராயுங்கால் அஃது தமிழ் மொழியென்றே கூறத்தகும். கடவுள் என்னும் மொழிக்கு நன்மெய் என்னும் பொருள் கூறியிருக்கிறார்கள். இதை அனுசரித்தே கடவுள், கடவுளர், கடவுளர்கள் என்னும் மொழிகளும் எதுவாக இல்லந் துறந்து கடவுளானானென்னும் மொழியின் ஆதரவால் நன்மெய்க் கடைப்பிடித்த மகாஞானிகள் ஒவ்வொருவருக்கும் கடவுள் என்னும் மொழி பொருந்தி நிற்கிறது" என்று கடவுள் என்னும் சொல்லாடலின் பொருளை அயோத்திதாசப் பண்டிதர் விளக்கியுள்ளார்.

தமிழன் இதழின் சிறப்பு

19.06.1907 முதல் 31.07.1907 வரை ஏழு வாரங்கள் தொடர்ச்சியாக வெளியிடப்பெற்ற கடவுள் வாழ்த்து, அரசர் வாழ்த்து, தமிழ் வாழ்த்து என்ற வாழ்த்துச் செய்திகள் நிறுத்தப்பட்டு 8வது வாரம் 07.08.1907 இதழ் முதல் ஒவ்வொரு இதழின் முதல் பக்கத்திலும் செய்திகளை வழங்கும் முன்பு "அருங்கலைச்செப்பு' என்னும் நூலின் பாடல் தொடர்ந்து அச்சிடப்பட்டுள்ளது.

மெய்பொருள் காட்டி உயிர்கட் கரணாகித்

துக்கங் கெடுப்பது நூல்

என்று முண்டாகி இறையால் வெளிப்பட்டு

நின்றது நூலெ ன்றுணர்

எனும் அருங்கலச்செப்பின் பாடலை 'தமிழன்' கடைசி இதழ் வரை அயோத்திதாசப் பண்டிதர் வெளியிட்டுள்ளார்.தமிழன் பற்றித் "தமிழ் மாது" இதழாசிரியர் கோ.ஸ்வப்பனேசுவரி கூறுகையில் புராதன நூல்களில் கருத்துக்களையும் எளிதில் அதியலாகும் என்று குறிப்பிட்டார்.

கோ.ஸ்வப்பனேசுவரி அம்மையார் 'தமிழனில்' வெளியான "இந்து தேசப் பூர்வப் பெண்களின கல்வி" என்னும் கட்டுரையினை எழுதிய அக்கால தலித் பெண் எழுத்தாளராவார். "தமிழன்" இதழ்கள் மேற்கொண்ட பணி அறிஞர் பெருமக்கள் பலராலும் அக்காலகட்டத்தில் பாராட்டப்பட்டுள்ளன. தமிழன் இதழில் பல்வேறு தரப்பினரும் தங்களது எழுத்துக்களால் சமூகத்திற்கு பெரும் பங்களிப்பைச் செய்துள்ளனர். செய்திகள்,

ஆய்வுக் கட்டுரைகள், கவிதை, தொடர் கட்டுரைகள், பகுத்தறிவுச் சிந்தனைகள், புத்தமத கருத்தியல், மருத்துவம், அறிவியல், அரசியல் திறனாய்வுகள், விளம்பரங்கள் என்று பன்முகத்தன்மை பொருத்திய நேர்த்தியான வடிவமைப்போடு இதழ் வெளிவந்தது. எனவே, மற்ற சமூகத்தவர்களிடையேயும் 'தமிழன்' இதழ் பெரும் வரவேற்பைப் பெற்றது. தமிழகம் மட்டுமின்றி தமிழர்கள் அதிகம் வசித்த இன்றைய கர்நாடக மாநிலத்தின் கோலார் தங்கவயல் மற்றும் உலக நாடுகள் பலவற்றிற்கும் தமிழன் இதழ் பரவியது. பிற சமூகத்தவர்கள் சந்தாதாரர்களாகவும் கட்டுரையாளர்களாகவும் தங்கள் பங்களிப்பைச் செய்துள்ளனர் என்பது குறிப்பிடத்தக்கது.

தமிழன் ஏட்டின் மீதான அவதூறும் அயோத்திதாசப் பண்டிதரின் பதிலும்

அயோத்திதாசப் பண்டிதரும் அவர்தம் இதழும் ஐரோப்பியர் சார்புடன் இருப்பதாகவும் இத்தத்துவ கருத்துகளைப் பரப்பி வருவதாகவும் பரவலாக குற்றச்சாட்டு இருந்தது. அதற்குப் பதிலளிக்கும் விதமாக *19.8.1908* ஆம் ஆண்டு வெளியான அயோத்திதாசப் பண்டிதரின் பதிலுரை குற்றம் சுமத்தியோருடன் தர்க்கவாதம் புரியும்படியும், சமூகச் சீர்கேட்டிற்கான நுட்பத்தை வெளிப் படுத்தும் விதமாகவும் அமைத்திருந்தது.

அவதூறுக்குப் அயோத்திதாசப் பண்டிதர் அளித்த பதிலாவது:

சுதேச சீர்திருத்தங் கருதி வெளிவந்துள்ள பத்திரிகாபி மானிகள் யாவருக்கும் பட்சனமான வந்தனம். ஐயன்மின்! நமது தேச சீர்கேட்டிற்கும் ஒற்று மெய்க்கேட்டிற்கும் மூலம், சாதி பிரிவுகளும் சமய பிரிவுகளுமேயெனத் தென்னிந்திய தமிழன் பத்திரிராபன் கூறுகின்றோம்.

இதனையேற்றுக்கொள்ளு மன்பர் சாதிகளையும் சமயங்களையும் போக்கத்தக்க உபாயங்களையும் உடசீர் திருத்தங்களையுத் தங்கடங்கட் பத்திரிகைகளின் வாயிலாய் வெளியிடும் படிக் கோருகிறோம். எமதபிப்பிராயத்தை யேற்காது தூற்று மன்பர்கள் நமது தேச சீர்கேட்டிற்கும் ஒற்றுமெய்க் கேட்டிற்கும் மூலம் எஃதென்றுணர்த்தி அவற்றை சீர்திருத்து முறைகளை யேனும் செவ்வனே விளக்கி வருவார்களென்று நம்புகிறோம் என்று குறிப்பிடுகிறார். அயோத்திதாசப் பண்டிதர், அவர் கொண்டிருந்த கருத்தில் உறுதியையும், அக்கருத்தில் அவருக்கிருந்த தருக்க நெறிப் புலமையையும் அவர் எழுப்பியுள்ள வாதத்திலிருந்து உணரலாம்.

பத்திரிகையின் முன்னேற்றம் குறித்துக் கவனம் உடையவராக இருந்த அயோத்திதாசப் பண்டிதர் பத்திரிகையின் செய்திகள், அரசியல், சமயம் தொடர்பான செய்திகள், கடிதங்கள் முதலியவற்றிலும் தீவிர கவனம் செலுத்தி வந்தார். மேலும் பத்திரிகையைக் குறித்த காலத்தில் வெளியிட வேண்டும் என்பதில் அயோத்திதாசப் பண்டிதர் உறுதியோடு இருந்தார் என்பதை "தமிழன்' இதழில் வெளியான செய்திப் பதிவுகளில் இருந்து உணரமுடிகிறது. பத்திரிகையில் அச்சுப்பிழையோ, பொருட் பிழையோ நேர்ந்து விடக்கூடாது என்பதில் விழிப்புடன் இருந்த போதிலும் 3.03.1909 நாளிட்ட 'தமிழன்' இதழில் மூன்று பக்கங்கள் மட்டுமே அச்சிடப்பட்டு நான்காவது பக்கத்தில் செய்தி எதுவும் அச்சாமலே வெளியாகியிருந்தது. அதற்கு அடுத்த வாரம் 10.03.1909 அன்று வெளியான தமிழன் இதழில் அதற்கான விளக்கத்தை வெளியிட்டிருந்தார்.

பத்திரிகையினது விளக்கம், "கையொப்ப நேயர்கள்' என்று தலைப்பிடப்பட்டம் பக்க செய்திகள் அத்தவறுக்கான விளக்கமாக, மார்ச்சு பத்திரிகை பிழைதிருத்தம், நமது சென்ற வாரப் பத்திரிகை முடிவாகுங்கால் (போர்மென்) அதிக நலியாகி விட்டார். அக்கால அநுபோகமில்லா சிறுவர்களைக் கொண்டு வேலையை நடத்தியதால் காலதாமதமாகி பிழைகளுமலிந்து நான்காம் பக்கமும் களைந்து அவற்றைக் கழித்து பத்திரிகையைக் குறித்த நாள் தவிராது உள்ள மூன்று பக்கமும் அச்சிட்டு அனுப்பியுள்ளோம் அக்கால சம்பவங்களை மன்னிப்பீர்களாக" என்று தொழில் நேர்மையுடன் சான்றோருக்குரிய இயல்புடனும் பத்து வார்த்தைகளைப் பிழை திருத்தப் பட்டியலாக வெளியிட்டுள்ளார். பத்திரிகையாசிரியருக்கு இருக்க வேண்டிய பொறுப்புணர்வோடும் இலக்கணத்தோடும் நடந்து கொண்டுள்ளார்.

இதழ் மதிப்புரை

29.01.1908இல் வெளியான 'தமிழன்' இதழில் 'இராஜாம்பாள்' என்னும் தமிழ்ப் புதினம் பற்றிய கருத்தாய்வுரையை அயோத்தி தாசப் பண்டிதர் எழுதி வெளியிட்டார். இப்புதினத்தில் இடம் பெற்றுள்ள கதா பாத்திரங்களுள் தலித் கதாப்பாத்திரம் "முனுசாமி"யாகும். இப்புதின எழுத்தாளர் தமது சாதிய உளவியலை இப்பாத்திரத்தின் வழியே வெளிப்படுத்துகிறார். தீண்டத்தகாத சமூகத்தில் பிறந்த முனுசாமி என்னும் 'பண்ணைப்

பறையன்" உயர் சாதி வகுப்புனளரான பண்ணையார்வீட்டில் பாம்பு புகுந்த போது, தம் சாதியின் காரணமாகப் பண்ணையார் வீட்டுக்குள் பாம்பு புகுந்த நிலையிலும், அதனை அடிக்க உள்ளேநுழைய முடியாமல் அப்பாம்பை அடிக்கப் பயந்து கொண்டு நின்றதாகப் புதினத்தில் குறிப்பிட்டுள்ளதைச் சுட்டிக் காட்டி அந்தப் போக்கில் வெளிப்படும் ஆதிக்கச் சாதிய உளவியல் பற்றிய தன் கருத்தைப் பதிவு செய்துள்ளார்.

இராஜாம்பாள் ஓர் இனிய தமிழ் நாவல், மேற்கூறிய பெயர் வாய்ந்த ஓர் புத்தகத்தைக் கண்ணுற்றோம். அதன் 34வது பக்கம் 81 வது வரியில் ஓர் பண்ணைக்கார பறையன் முனுசாமி என்போன் சாஸ்திரியார் வீட்டில் வந்துள்ள பாம்பை அடிக்க உட் செல்லுங்கால் நடுங்கிக்கொண்டே சென்றானாம்.

அவன் நடுங்கிக் கொண்டே சென்ற காரணம் யாதென்றாலோ அவன் பாம்புக்குப் பயப்படவில்லை. சாஸ்திரியார் வீட்டிலுள்ள இலட்சுமி நீங்கி விடுவாளென்று நடுங்கி உள்ளுக்குச் சென்றானாம். அந்தோ! பறையரென்று அழைக்கப்படுவோர் பொய் மூட்டைகளைக் கட்டவாயினும் பொய் மூட்டைகளை அவிழ்க்கவாயினுமறியார்கள்.

அட யாருமற்ற வீட்டில் இலட்சுமி இருக்கின்றாளென்றால் அவளுக்குக் கண்ணும், மூக்கும் இருக்கின்றதா வென்பான். அக்கால சாஸ்திரியாரும் சாஸ்திரியார் சரிதத்தை எழுதியவரும் தங்கள் பொய் மூட்டைகளைப் புரட்டி புரட்டிப் பார்க்க நேரிடும். அத்தகைய பொய் மூட்டைகளைப் புரட்டுவனும் பண்ணைப் பறையன் காலினால் மிதித்துத் துவைத்த அரிசி மூட்டை லட்சுமி, சாஸ்திரியார் வீட்டிலிருக்கின்றாளா? இல்லையா? என்றும் பண்ணைப் பறையன் காலினால் மிதித்துத்துவைத்த புளிமூட்டை லட்சுமி, சாஸ்திரியார் வீட்டிலிருக்கின்றாளா? இல்லையா என்றும் பண்ணைப் பறையன் காலினால் மிதித்துத் துவைத்த வெல்ல மூட்டை லட்சுமி, சாஸ்திரியார் வீட்டிலிருக்கின்றாளா இல்லையா? என்று ஆராய்வரேல் இலட்சுமி சம்பத்து விளங்கும்.

சில விளங்காமெய்க்குக் காரணம் சாதி போர்வை கொண்ட மூதேவிகளாகுஞ் சோம்பேறிகளைக் கண்டவுடன் விலகினும் விலகுவாள். பண்ணைப் பறையனென்போனை அவ்விலட்சுமி கண்டாலோ அப்பா மகனே என்றணைத்து உன் முயற்சியாம் உதையினாலும் மிதியினாலும் அரிசி உருக்கொண்டு எல்லோருக்கும் ஆகாரமாயினோம். உன் முயற்சியாம்

உதையினாலும் மிதியினாலும் வெல்லவுருதிறண்டு இனன்முதாகி தேவர்களுக்கும் மக்களுக்கு மினிய பாகாயினோமென்ற குவிந்து முக மலர்ந்திருப்பாள். இவ்வகை இந்து தேச முதுவெலும்பாக விளங்கும் பறையனென்போனைப் பழிகூறிய பாவலரையொத்த நாவலர்கள் இன்னும் பத்து பனிரெண்டு பெயர் தோன்றுவார் களாயின் சுதேசியமும் சீர்கெட்டு சுயராட்சியமும் பேர் கெட்டு அழிய வேண்டியதேயாம்" என்று எழுதியுள்ளார். இக்கருத்தின் வாயிலாக எழுத்தாளர்கவிடையே இருந்த சாதி உணர்வினைக் கண்டித்துள்ளார்.

தமிழன் இதழில் பல்துறை செய்திகள்

பத்திரிக்கையின் நோக்கத்திற்கு ஊறுநேராத வகையிலும் கருத்தாய்வு அடிப்படையிலும் பிறரது கருத்துக்களுக்கும் அயோத்திதாசப் பண்டிதர் சனநாயகத் தன்மையுடன் இடமலித்தார் என்பதனைப் பிறரின் கடிதச் செய்திகளைப் பதிவு செய்திருப்பதிலிருந்து அறியலாம். "சூத்திரகமலாகரம்" எனும் தலைப்பில் இ.நாராயணசாமி பிள்ளை என்னும் வாசகர் மார்ச் 3, 1909அன்று வெளியான இதழில் கடிதம் ஒன்றை எழுதியிருந்தார். நகைச்சுவையும், பகுத்தறிவுச் சிந்தனைக் கருத்துக்களும் நிரம்பிய அவ்வாசகரின் கடிதத்தை, பகுத்தறிவின் அவசியத்தை மக்களுக்கு உணர்த்தும் பொருட்டு அயோத்திதாசப் பண்டிதர் வெளியிட்டுள்ளார். அக்கடிதத்தில், பஞ்சகாவ்விய மென்பது, பிராமணாள் ஸ்ரார்த்த முதலிய கிரியைகள் செய்யுங் காலங்களில் மாட்டின் சாணம், கோமியம், பால், தயிர், நெய் இவற்றை ஒன்று சேர்த்து உண்ணுகின்றனர். விலங்கினங்களில் பன்றியொன்று தவிர மற்றெந்த ஜந்துக்களும் மலத்தை உண்பதில்லை. விலங்கினும் உயர்ந்தோராகிய மாந்தரில் பிராமணர் மட்டுமே மாட்டின் மல ஜலத்தை உண்ணுகின்றனர். அது யாது கருதியோ விளங்கிலன். அதுகடான் கயிலாயத்திற்கு வழிகாட்டும் போலும்" என்று F.C.நாராயணசாமி பிள்ளை எழுதியுள்ளார்.

மேற்கண்ட கடிதம் வாசகரால் 'தமிழன்' ஏட்டிற்கு அனுப்பி வைக்கப்பட்டதாகும். இக்கடிதத்தை அப்படியே அயோத்திதாசப் பண்டிதா பதிவு செய்துள்ளமை அவரின் நோக்கத்தைத் தெளிவாக்குகிறது. அதுபோன்று மற்றவர்கள் எழுதிய சமூகச் சீர்திருத்த நோக்கமுடைய புத்தகங்களை "தமிழன்" ஏடு தமது பொறுப்பில் விற்பனை செய்துள்ளதையும் அதன் அறிவிப்புச் செய்தியிலிருந்து தெரிய வருகிறது. இத்தகைய கடிதங்கள் மட்டுமின்றி பல்வேறு விதமான செய்திகளையும்

அயோத்திதாசப் பண்டிதர் வெளியிட்டுள்ளார். பெண் கல்வி, வேலைவாய்ப்பு முன்னேற்றம் குறித்த செய்துத் துணுக்குகளை "Ladies Column" எனும் தலைப்பில் தொடர்ந்து வெளியிட்டுள்ளார்.

"General News" எனும் பகுதியில் பொதுவான பல்வேறு செய்திகள் இடம்பெற்றுள்ளன. பொதுவர்த்தமானம், தந்தி சமாச்சாரங்கள் என்னும் தலைப்புகளில் நாட்டு நடப்புகள், வானிலை அறிக்கை, வாசகர் கடிதங்கள், வாசகர் வினாவிடை பகுதி, அயல்நாட்டுச் செய்திகள், விளம்பரம், பண்டங்களின் விலைகள், புதிய கண்டுபிடிப்புகள், மக்களை பாதிக்கும் நிகழ்ச்சிகள், அரசின் கொள்கைகள் தொடர்பான செய்திகள் வெளியாகியுள்ளன. செய்தித் துணுக்குகளுடன் இச்செய்திகள் குறித்த திறனாய்வுகளும் தொடர்ந்து இடம்பெற்றுள்ளன.

தமிழன் இதழில் உலகச் செய்திகள்

உலகியல் நடப்புகளையும் உலகளாவிய அளவில் வெளியான இதழ்களின் செய்திகளையும் அயோத்திதாசப் பண்டிதர் தொகுத்து வெளியிட்டுள்ளார். அவ்வாறு வெளியிடப் பெற்ற செய்திகள் எந்தெந்த இதழ்களில் வெளியானது என்று குறிப்பிடப்பட்டிருப்பதிலிருந்து அயோத்திதாசப் பண்டிதரின் நேர்மை உணர்வினை அறிய முடிகிறது.

"பூகம்பம் மெசினாவில் சேதம்" என்று தலைப்பிடப்பட்ட அச்செய்தியில் உலக நடப்புகள் குறித்த பதிவுகளை அறிய முடிகிறது. இலண்டன் டிசம்பர் 29, 1908 மெசினா நகரம் முழுவதும் நாசமாகி விட்டது. மெசினாவில் உள்ளடவுன் ஹாலுக்கும் தபால் ஆபீசுக்கும் பேங்குற்கும் கோட்டைக்கும் சென்றிருந்த 90 பேர்களும் உயிர் நீத்தார் என்று தெரியவருகிறது. மெசினா ஜெலசந்தியில் கடற்கரையோரம் இருந்த அநேக கிராமங்கள் முற்றும் நாசமாயின. உதவி சேனைகள் மெசினாவில் சேதம் அடைந்த ஜனங்களுக்கு உதவி செய்ய முடியாது சைராக்ஸியிலிருந்து பிரிட்டிஷ் கடற்படையும் அகஸ்தாவிலிருந்து ருசிய கடற்படையும் மெசினா நோக்கி பிரயாணமாயிருக்கின்றன என்று வெளியிட்டு வந்தார்.

இத்தாலியில் யுத்தம்

இத்தாலி தேசமானது துக்கத்தில் மூழ்கி இருந்தது. பேங்குகளும் நாடக சாலைகளும் மூடப்பட்டிருக்கின்றன. நிவர்த்தி வேலை செய்யமுடியாத பலவாலண்டியர்கள் சென்று

இருக்கிறார்கள். ரோம், நேமிக்ஸ் பாலமோவிலுள்ள தந்தி ஆபீசுகளில் ஜனங்கள் அழுகையும், கண்ணீருமாய்ச் சூழ்ந்து தந்திக் கம்பிகள் அறுந்து போனபடியால் தங்கள் பந்துகளுக்குத் தந்திச் செய்திகள் அனுப்பமுடியாது இருக்கின்றார்கள். மெசினாவில் உள்ளதபால் சேவகர்கள் 100 பேரில் 6 பேர் உயிரோடு இருப்பதாகத் தெரிகின்றது.

சமீபத்தில் எடுத்த கணக்கின்படி மரணமானவர்களின் எண்ணிக்கை 2 லட்சம் எனத் தெரிகின்றது.

திருமண வாழ்த்துச் செய்திகளும், பொதுச் செய்திகளும் தொடர்ந்து தமிழனில் வெளியிட்டு வந்துள்ளார்.

நமதன்பர் திகிறிஸ்டின் அவர்களின் சகோதரரின் புதல்வி ரேஞ்சல் புஷ்ப மாரியம்மாளின் தேச ஆரோக்கியத்தின் நிமித்தம் தமது திருமணம் தடையானது கேட்டு மிக்க விசனிக்கிறேன். மேற்கண்ட பல்வேறு செய்திகளுள் போர்ச் செய்தியில் தந்தத் கம்பி அறுந்ததால் உறவினர்களுக்குத் தொடர்பு கொள்ள இயலாமற் போன மக்களுக்காகவும் நண்பரின் மகள்திருமணம் தடை பட்டதற்காகவும் வருந்தும் பண்பு அயோத்திதாசப் பண்டிதரின் மனிதநேயப் பண்பாட்டு உணர்வினைக் காட்டுகிறது.

வேளாண்மைச் செய்திகள்

பிரிட்டிஷ் ஆட்சியில் நமது சென்னை இராஜதானிக்கு தற்கால கவர்னராக விளங்கும் கனந்தங்கிய '*ஹானரபில் வயர் ஆர்த்தர் லாலி" அவர்கள் காலத்தில் சகல ஜாதியோடும் ஒற்றுமெயுற்று வாழ்வதற்காய் ஏற்படுத்திய பூமி விருத்தியின் விவசாய விளம்பரம்" என்று தலைப்பிட்டு எலுமிச்சை சாகுபடி பற்றிய வேளாண்மைச் செய்தியைப் பதிவு செய்துள்ளார்.

தஞ்சாவூருக்கடுத்த அய்யம்பேட்டை என்னும் கிராமத்தில் எலுமிச்சை ஏராளமாய் சாகுபடியாகிறது என்று பதிவு செய்திருக்கிறார்.

அடித்தட்டு மக்களின் வாழ்க்கையை உயர்த்தும் நோக்கத்துடன் வேளாண்மை உள்ளிட்ட பல்வேறு செய்திகளைத் தொடர்ந்து தமிழன்" இதழ் வெளியிட்டுள்ளது கவனத்திற்கு உரியனவாகும். மேலும் வேளாண்மைச் செய்திகளைப் பதுவு செய்துள்ளதன் வாயிலாக விவசாயத்தினை அயோத்திதாசப் பண்டிதர் வரவேற்றுப் பாராட்டியுள்ளதை அறியமுடிகிறது.

அறிவியல் செய்திகள்

வாசகரின் கவனத்தை ஈர்க்கும் தலைப்புகளுடன் அறிவியல் நிகழ்வுகளை வாசகர்களுக்கு அயோத்திதாசப் பண்டிதர் அளித்துள்ளார்.

மேலும் அவர் 18.09.1907 நாளிட்ட ஒரு பைசாத் தமிழனில் கீழ்க்கண்ட செய்திகளை மக்களுக்குக் கொண்டு செல்லும் நோக்கில் வெளியிட்டுள்ளார்.

இஸ்பானியா—மாட்ரிட் பட்டணத்தில் தம்மோகேரியா என்னும் பத்திரிகை ஓர்வகை சோதிமையினால் அச்சடிக்கிற படியால் இரவில் தீப உதவி இல்லாமல் வாசிக்கலாமாம் இவ்வகை விவேகிகளே மேன்மக்கள்.

அற்புத அரிசி: அசாமில் ஒரு மாகாணத்தில் அற்புதமான நெல் வகை ஒன்று விளைகிறதாம். அந்த அரிசியை 15 நிமிட நேரம் தண்ணீரில் அல்லது பாலில் ஊறவைத்தால் சோறு பதத்திற்குத் தக்கதாகின்றதாம். தீயும் விறகும் தேட வேண்டியதில்லை போலும். இதுபோன்ற செய்திகளை விரும்பிப் படிப்பவர்கள் உணர்ந்து கொள்ளத்தக்க வகையில் தொடர்புடைய சமூகக் கருத்துக்களையும் ஒப்பிட்டுச் சொல்வதைப் போல் செய்திக் குறிப்பையும் வெளியிட்டுள்ளமை கவனத்துற்குரியதாகும். இதழியலுக்குரிய அறிவித்தல், அறிவுறுத்தல் என்னும் கடமையை தமது இதழின் வழியே அயோத்திதாசப் பண்டிதர் மேற்கொண்டுள்ளமை சிறப்பிற்குரியதாகும்.

விந்தைச் செய்தி

“மனிதனைச் சுமக்கும் பறவை’ என்று தலைப்பிட்டு விந்தையான செய்தியொன்றினையும் தமது ஒரு பைசாத் தமிழன் இதழில் பதிவு செய்துள்ளார். வேடிக்கையானதும், வாசகரைத் தூண்டும் விதத்திலும் அச்செய்தி அமைந்துள்ளது.

மனிதனைச் சுமக்கும் பறவை ஜாதியொன்று ஐப்பான் தேசத்திலிருக்கிறதாம், இது பார்வைக்குப் பருந்து போலவும் உருவத்தில் நெருப்புக் கோழிக்கு சற்றுப் பெரியதாகவும் இருக்கிறது. இதன்மேல் ஏறிக் கொண்டு ஒரு ஐப்பானியன் தன் தேசத்திலிருந்து சில நாள்களுக்கு முன் சைப்பீரியா என்னும் ரஷ்ய நாட்டிற்கு ஆகாய மார்க்கமாய் போனானளென்பதைக் கேள்விப்பட்ட யாரோ ஆச்சரியப்படமாட்டார்கள் என்று எல்லோரும் வியந்து மகிழும் வகையில் மகிழ்வித்தல் என்னும் பத்திரிகையாசிரியரின் இலக்கணத்தோடு இச்செய்தியைப் அயோத்திதாசப் பண்டிதர் வெளியிட்டுள்ளார்.

தமிழன்-முஸ்லீம்நேசன் இதழ் ஒற்றுமை

"கால குணிப்பென்னுங் காலெண்டர் ஒன்று ஸ்ரீமான் மூஸ்லீம்நேசன் பத்திராதிபரன்பு கூர்ந்து விடுக்க எம்பால் வரப்பெற்றோம். அதிலடங்கியுள்ளக் குறிப்புகள் ஆங்கிலேயம் வாசித்துள்ளவர்களுக்குப் பயன்படுவதன்றி மூஸ்லீம் நேயர்களுக்கு முக்கிய பயனை விளக்குமென்பது திண்ணம்" என்று 17.01.1909, தமிழன் எட்டில் செய்தி வெளியிட்டுள்ளார்.

அச்செய்தியில் "ஆங்கிலம்" என்னும் சொல்லாடலை 'ஆங்கிலேயம்' என்று குறிப்பிட்டுள்ளது கவனத்திற்கொள்ளத்தக்க தேசிய அடையாளம் குறித்ததாகும்.

'தமிழன்' இதழுக்கும் 'முஸ்லீம்நேசன்' இதழுக்கும் இருந்த நெருக்கமான உறவை மேற்கண்ட செய்தியினால் அறியமுடிகிறது. தமிழன் இதழ்மீது மற்றவர்கள் காழ்ப்புணர்வு காட்டிய காலங்களில் அத்தகைய சாதி உணர்வினை முஸ்லீம்நேசன் கண்டித்ததனால் இவ்விரு இதழ்களுக்குமான தொடர்பு மற்றும் அரசியல் உணர்வை அறியலாம்.

சாதிய மனநிலையுடன் வாசகர்கள் சுயநலத்தினால் மற்ற இதழ்களை வாசிக்காமல் தவிர்ப்பதால் பொதுநோக்கு கருதி வெளியாகும் நடுநிலையான பல இதழ்கள் நின்றுபோய் விடுவதை கண்டிக்கும் அயோத்திதாசப் பண்டிதர், இத்தகைய விடுக்கணிலும் நமது முசிலீம் நேசனவர்களிடைவிட ஊசக்கத்தாலெடுத்த கையொப்பக்காரராலும், உதவிகொண்டு எழுதுகை சோர்வுறாது இரவுபகல் நித்திரையற்று எண்ணம் யாவும் பத்திரிகையிலுள்ளூ இருபத்தைந்து வருடம் நடத்தி வந்திருக்கின்ற படியால் இம்முசிலீம் நேசன் ஆதரணைக் கர்த்தர்களுங்கையொப்ப நேயர்களும் மற்ற முசிலீம் கனவான்களும் ஒன்றுகூடி முசிலீம் நேசன் இருபத்தைந்தாவது வருடக்கொண்டாட்டமும் பத்திராதிபருக்கு வந்தன வாழ்த்தலும் பத்திரிகை விருத்தியும் செய்து பாலிக்கும்படிக் கோருகிறோம் என்று முஸ்லீம் நேசன் இதழைப் பாராட்டியுள்ளார்.

அயோத்திதாசப் பண்டிதர் வெளிக்கொணர்ந்த 'தமிழன்' வார இதழானது இராயப் பேட்டையில் தனக்கென அச்சுக்கூடம் நிறுவி தனது எதிர்காலத்தை உறுதிப் படுத்திக் கொண்டிருந்தது. பலதரப்பட்ட மக்களாலும் வாங்கிப் படிக்கப்பெற்ற இவ்விதழில் உள்ளூர் செய்திகள் முதல் உலக நடப்புகள் வரையிலும் பதிவு செய்யப்பட்டன. இன்றைய நவீனகாலத்துப் பத்திரிகைகள் மேற்கொள்ளும் செய்தி உத்திகளை அயோத்திதாசப் பண்டிதர்

முன்பே கையாண்டிருந்தார் என்பதை அறியமுடிகிறது. நூல் அறிமுகம், நூல் திறனாய்வு முதலானவையும் வெளிவரவிருந்த நூல்கள் பற்றிய அறிவிப்பும் தமிழன் இதழில் வெளியாகியுள்ளன. குறிப்பாகத் தமிழன் இதழை இரண்டு மடங்காக்க ஆத்திசூடி, கொன்றைவேந்தன், வெற்றி வேற்கை, திரிக்குறளின் கருத்துக்கள் வரைவதாக அயோத்திதாசப் பண்டிதர் பத்திரிகையில் வெளியிட்ட அறிவிப்பை முக்கியமானதாகக் கருதலாம்.

தமிழன் இதழ் சந்தா

பொருளாதார நெருக்கடிகளை தமிழன் சந்தித்தது. எனினும் ஒரு இதழ் கூட தவறவிடாமல், தொடர்ச்சியாக அவ்விதழை அயோத்திதாசப் பண்டிதர் வெளிக் கொணர்ந்திருக்கிறார். அவ்வப்போது எழுந்த நெருக்கடிகளை வெளிப்படையாகவே சந்தாதாரர்களுக்கான தொடர் அறிவிப்பின் வாயிலாக அவர் தெரிவித்தமையை அவர் விடுத்த வேண்டுகோள்களால் அறியலாம். எனினும் இதழைத் தொடர்ந்து நடத்துவதில் உறுதியுடன் இருந்துள்ளார். அவரின் தொடர்ச்சியான எழுத்துப் பணியின் மீதான ஆர்வமே இதற்கான காரணம் எனலாம்.

15.01.1908 அன்று வெளியான தமிழன் எட்டில் வெளியாகியுள்ள வேண்டுகோளாவது:

நமது பத்திரிகையைப் பெற்றுவரும் அன்பர்கள் ஒவ்வொருவரும் ஒரு வருஷத்திய சந்தா 1 1/2, ரூபாயை வருகிற வாரத்துக்குள் அனுப்பி விடுவீர்களானால் பத்திரிகையைத் தடையின்றி கொண்டு வருவோம். அந்த ஒண்ணரை ரூபாயே எக்காலும் வருஷ சந்தாவாக நிலைக்கும்.

அங்ஙனம் வருஷ சந்தா சேராவிடில் பத்திரிகையை விரிவாக்கியவுடன் வருஷ சந்தா 2 1/2, செலுத்தியே பத்திரிகைப் பெற வேண்டி நேரிடும். ஆதலின் நமதன்பர்கள் ஒவ்வொருவரும் பத்திரிகையின் வருஷ சந்தாவை அனுப்பி ஆதரிக்கும்படிக் கோருகிறோம்.

பத்திரிகையை விரிவாக்கியவுடன் பணஞ் செலுத்ாதவர் களுக்கு நிறுத்தி விடப்படும். ஆயசங்கொள்ள வேண்டாம். அன்பர்கள் எமது கஷ்டத்திற்குக் கூலி கொடா விடினுங் கடிதச் சிலவு இஸ்டாம்பு சிலவு, அச்சு சலவேனு மருள் புரிவாராக என்றார்.

மேற்கண்ட வேண்டுகோளினால் அயோத்திதாசப் பண்டிதரின் கனிவை அறிந்துகொள்ள முடிகிறது. மேலும்

அதே நாவில் சம் பக்கத்தில் "Correspondence" கடிதம் என்று ஆங்கிலம் மற்றும் தமிழிலும் தலைப்பிடப்பட்டு சில கடிதங்கள் வெளியாகியுள்ளன என்பது குறிப்.பிடத்தக்கது.

தேச வளர்ச்சியில் பத்திரிகைகளின் பங்களிப்பு

முஸ்லீம்நேசன் இதழின் வெள்ளிவிழா தொடர்பான வாழ்த்து செய்தியில் மக்களின் மனநிலையையும் பத்திரிகை வாசிக்கும் பழக்கத்தால் ஏற்படக்கூடிய தேசநலன் குறித்தும் ஆழ்ந்த நுண்ணறிவுடன் அயோத்திதாசப் பண்டிதர் விளக்கியது:

இந்து தேசத்துள் தமிழ்ப் பத்திரிகைகள் எத்தனையோ தோன்றி மறைந்திருப்பது சகலருந் தெரிந்த விஷயம். அவ்வகை மறைவுக்குக் காரணம யாதென்றால் தமிழ் வாசிக்கும் அன்பர்கள் 'சுயபாஷா": பத்திரிகை வாங்கி வாசிக்கவும் சுதேச வர்த்தமானங் களையறியவும் சுதேச விருத்தி செய்யவும் விருப்பமில்லாதவர்களாதலின் பத்திரிகைகளின் விருத்தி குறைந்து மறைந்து விடுகின்றது.

சீனதேசத்தில் ஆயிரம் வருஷம் அதற்கு மேலும் ஒவ்வோர் பத்திரிகைகள் நிலைத்திருப்பதற்குக் காரணம் யாதென்றால் அவர்கள் தங்கள் சுயதேச வெற்றுமெயையும், சுயதேச கல்வியையும், சுயதேச கைத்தொழிலையும், சுயதேச விருத்தியையும், நாடியவர்களாதலின் ஒவ்வோர் குடியாவனும் பத்திரிகைகளை வாங்கி வாசித்து செய்தொழிலையுஞ் சீர்திருத்தத்தையும் செவ்வனே நடத்தி வருகின்றார்கள்.

தமக்கிருந்த உலகியல் அறிவுணர்வோடும், சமூக நன்மை கருதியும் அயோத்திதாசப பண்டிதர் எடுத்து வைத்துள்ள கருத்து அவரின் சமுகப் பற்றுதலை எடுத்துக் காட்டுகிறது. மேலும் பத்திரிகை படிக்கும் பழக்கம் எத்தகைய சமூக நோக்கத்துடன் பயன் விளைவிக்க வல்லன என்பதையும் கோடிட்டுக் காட்டுகிறார்.

ஒரே நேர்கோட்டில் இருவர்

தீண்டத்தகாத மககளுக்கு காங்கிரஸ் யாதொரு நன்மையும் புரியவில்லை என்பது புரட்சியாளர் அம்பேத்கரின் கருத்தாகும். இருபதாம் நூற்றாண்டில் புரட்சியாளர் அம்பேத்கர் தமது ஆய்வின் வழியே மேற்சொன்ன கருத்தை நிறுவிக்காட்டினார். இது போன்ற கருத்தையே நூற்றாண்டின் தொடக்கக் காலத்திலேயே காங்கிரசின் மீதும் அதன் கோட்பாடுகளின் மீதும் அயோத்திதாசப் பண்டிதர் முன்வைத்தார். சிந்தனை

தளத்தின் ஒரே நேர்கோட்டில் இவ்விரு தலைவர்களும் இயங்கியிருப்பதை அவர்களின் கருத்தாக்கங்களைக் கொண்டு புரிந்துகொள்ளலாம்.

“தி டெய்லி டெலிகிராப்‘ என்று செய்தியின் அடிப் பகுதியில் ஆங்கிலத்தில் இப்படி குறிப்பிடப்பட்டிருப்பினும் இந்துஸ்தான் பத்திரிகையாசிரியர் குறிப்பிடுவதாகப் அயோத்திதாசப் பண்டிதர் சூரத் மாநாட்டின்போது காங்கிரசாரிடையே மூண்ட கலவரம் பற்றிய செய்தியை, செய்தியின் சாரத்தை மாற்றாமல் விமர்சனக் கண்ணோட்டத்துடன் பின்வருமாறு பதிவு செய்கிறார்.

முன்கூடிய காங்கிரசின் முக்கிய கருத்தாவது இந்தியாவிலுள்ள சகல கோட்பாடு உடையவர்களையும் இந்துக்களையும், முகம்மதியர்களையும், கிறித்தவர்களையும், மற்ற எந்த சாதியார்களையும் ஒன்று சேர்க்கலாம். ஆனால் இவ்வருஷங் கூடிய 83வது காங்கிரஸிலோ சகல இந்தியர்களும் ஒன்றுகூடி ஒரு காரியத்தை ஒரு சத்தமாக கவர்ன்மென்றாரை கேட்பதற்குப் பதிலாக வெவ்வேறு எண்ணங்களையுடையவர்களாய் வெவ்வேறு கூட்டங்களாகப் பிரிந்து விட்டதுமன்றி ஒருவரோடு ஒருவர் பட்டப்பகலில் வெட்கத்திற் இடமாய் செருப்புகளை விட்டெறிவதும் குத்துகளும் தடிகளுமாக மாறிவிட்டது என்று காங்கிரசின் உண்மை முகத்தை வெளிச்சப் பகுதிக்குக் கொண்டு வருவதிலிந்து அவ்வமைப்பு மக்களுக்குப் பயனளிக்காத அமைப்பு என்று மக்களுக்கு எடுத்துக் காட்டியுள்ளார்.

தமிழன் இதழ் வினா-விடை

டிசம்பர் 25, 1912 இல் வெளியான தமிழன் இதழில் இடம் பெற்ற வினா விடைப் பகுதியில் மணிமேகலை குறித்த வாசகரின் கேள்விக்குப் புதிய நோக்கிலான பதிலினை அயோத்திதாசப் பண்டிதர் விடையாகத் தந்துள்ளார். அதுவரை வெளியான மணிமேகலை அச்சுப் பிரதிகளில் பிழைகள் இருந்ததை எடுத்துக் காட்டி அதன் மூலப்பிரதியைப் பிழையின்றி வெளியிட வேண்டுமென்ற அவரின் விருப்பத்தினையும் வெளிப்படுத்தியிருந்தார். சமணம், புத்தம், சைவம், வைணவம் என சமயம் சார்ந்து தமிழில் நூல்கள் எழுந்துள்ளன. ஏதேனும் ஒரு சமயம் சார்ந்த அல்லது துறை சார்ந்த புலமை இல்லாமல் ஓர் இலக்கியத்திற்கு உரை எழுதுவதையும்

அதனைப் பதிப்பிப்பதையும் அயோத்தி தாசப் பண்டிதர் ஏற்கவில்லை. இதனை மணிமேகலை காப்பியப் பதிப்பு குறித்த அயோத்திதாசப் பண்டிதரின் கருத்திலிருந்து தெரிந்து கொள்ளலாம். இது மூலபாடத் திறனாய்வுக்கும் (textual criticism) வழிவகுக்கிறது.

அயோத்திதாசப் பண்டிதர் பார்வையில் இராமாயணம்

அயோத்திதாசப் பண்டிதர் பரந்துபட்ட வாசிப்புப் பழக்கம் உள்ளவர் என்பதை அவர் தமது ஏட்டின் வாயிலாகப் பல்வேறு செய்தித் தாள்கள், புத்தகங்களுக்கு எதிர்வினை யாற்றுவதலிருந்து அறியலாம். 16.09.1912 இல் வெளியான 'லோகோபகாரி' என்ற பத்திரிகையில் ஸ்ரீவெங்கட்ராமன் என்பவர் புத்தரின் பிறப்பு குறித்துக் கடிதம் ஒன்றை எழுதியிருந்தார். அக்கடிதத்தில் இராமனின் பிறப்புக்குப் பின்னரே புத்தர் தோன்றினார் என்று பிழைபடக் குறிப்பிட்டிருந்தார். இக்கடிதத்தை மேற்கோள்காட்டி இராமாயணம் குறித்த தமது ஆய்வு முடிவுகளை விரிவாகத் தமிழன் இதழில் 25.9.1912 அன்று வெளியிட்டுள்ளார்.

யுகக் கணக்குகளை மட்டிலும் மெய்யென நம்பி வெளித் தோன்றியவர் வால்மீகர் இராமாயணத்தையும் வசிஷ்டர் கூறியுள்ள ஸ்மிருதியையும் பொய்யெனக் கூறுவாரோ, முக்காலுங் கூறாரென்று நமபுகிறோம். அது கொண்டு வால்மீக இராமாயணத்தில் அனுமார் இலங்கைக்குச் சென்று சதையைத் தேடுங்கால் ஓர் கோபுரத்தின் உச்சியில் உட்கார்ந்து இஃது பவுத்தர்களது வியாரமோவென வரைந்துள்ளவற்றை நாளது வரையிற் காணலாம். அத்தகைய இராமர் யுத்த காலத்திலேயே பவுத்த வியாபாரம் இருந்திருக்க புத்தருக்குப் பின்பே இராமர் தோன்றி உள்ளாரா? முன்பு தோன்றியுள்ளாரா ? என்பதை இவரது இராமாயணக் கதையைக் கொண்டே தெரிந்து கொள்ளலாம். ரோமிஷ்சந்திரட்டு என்பவர் எழுதியுள்ள இந்திய தேசிய சரித்திரத்தை' நம்பி புத்தரது காலவரையைக் குறித்துள்ளவர் அவரால் பாரதத்திற்குப் பிந்தியே இராமாயணந் தோன்றியுள்ளது என்று குறித்துள்ளவற்றையும் சரிவர வாசித்துத் தனது மத வைராக்கிய அபிப்பிராயத்தைப் போக்கி இராமருக்கு முந்தியே புத்தர் தோன்றியுள்ளார் என்று அறிந்தடங்குவாராக.

இங்ஙனம் தமது இதழில் விரிவாக எழுதி இராமாயணத்தின் உண்மைத் தன்மையை விளக்கி எழுதியுள்ளார். 1910 சூன் மாதம் 6ஆம் நாள் வெளியான சுதேசமித்திரன் இதழில் 'சனாதன

தர்மத்தின் சிறப்பு என்ற தலைப்பில் கஸ்தூரி ரங்கன் என்பவர் எழுதிய கடிதத்தில் தெரிவித்தக் கருத்துக்களுக்கு உடனடியாகத் தமிழன் எட்டில் பதிலளித்துள்ளார். இந்து மதமே எல்லா மதங்களையும் சடப்புத் தன்மையுடன் ஏற்றுக் கொண்டு வாலியைப்போல் உட்கிரகிக்கும் மதம் என்று குறிப்பிட்டு அவர் எழுதியிருந்ததைச் சுட்டிக் காட்டிய அயோத்திதாசப் பண்டிதர், அதாவது வாலி என்பவனையோ இராட்சசனென்று கூறுகின்றார்கள். இராமன் என்பவரையோ இவர்கள் தேவரென்று கொண்டாடுகின்றார்கள். இந்த இராமருக்கும் வாலிக்கும் யுத்தம் நடந்தபோது தன் பலத்தை வாலி கிரகித்துக் கொள்ளுவான் என்று பயந்து ஒளிந்து கொண்டு அம்பெய்து வாலியைக் கொன்றதாகக் கூறுகின்றார்கள். நமது கஸ்தூரி இரங்கன் அவர்களின் தேவராகிய இராமரே வாலியின் சக்தியைக் கிரகிப்பதற்கு சக்தியற்று ஒளிந்து கொன்றவராயிருக்க இவரது மதசக்தி எம்மதசக்தியை எவ்வகையில் எக்காலத்தில் இரகித்ததென்று திருஷ்டாந்த தட்டாந்தங்களுடன் வரைவரேல் அவர்கள் சிறந்த விசாரணைப் புருஷரேயாவார். .. தம்மதத்தைப் புகழ்ந்தும் எதிரிகவின் மதத்தை இகழ்ந்தும் கூறுவது மதக்கடை வியாபாரிகளின் இனிய இயல்பாம் என்று இராமாயணப் புரட்டை அம்பலப்படுத்தியதோடு மத வெறியையும் கண்டித்திருக்கிறார்.

மதமோசடியை எதிர்த்தத் தமிழன் இதழ்

அயோத்திதாசப் பண்டிதர் 14.05.1913 அன்று வெளியான தமிழன் இதழில் தமிழ் நாட்டில் நடைபெறும் மதச் சடங்குகள் மக்களை எவ்வாறு வஞ்சிக்கின்றன என்பதை விளக்கி எழுதியுள்ளார். நேர்த்திக்கடன் என மக்கள் பெரும் பொருளை இழப்பது அறிவுடைய செயலன்று. அத்தகைய மூடச்செயல்களால் மத குருமார்களாகிய பார்ப்பனர்களே பிழைக்க வழியேற்கப் படுகிறது. எனவே, நேர்த்திக்கடன் போன்ற மதச்சடங்குகளை மக்கள் தவிர்க்க வேண்டி பின்வருமாறு எழுதுகிறார்.

காக்கையானது பனைமரத்தில் உட்காரவும் பனம்பழம் வீழவும் ஆயது போல் நீங்கும் ஆபத்து நேர்ந்தகாலத்து தேவனை தேவியை வேண்டிக்கொள்ள அவரவர்களால் ஆபத்து நீங்கிவிட்டதென்றும், தீரும் வியாதி தீர்ந்த காலத்து தேவனை தேவியை வேண்டிக்கொள்ள வியாதி நீங்கிவிட்டதென்றும் நம்பி மோசத்துக்குள்ளாகி கண்ணைப்போற் பொன்னிற் கண்ணும், காலைப்போல் வெள்ளியினாற் காலுங்கொண்டுபோய்

செலுத்துவதுடன் வேணரொக்கங்களுங் கொண்டுபோய் தேவதைகளுக்கு லஞ்சங் கொடுத்து வருகின்றார்கள். ஆபத்தை நீக்கவும் வியாதியைப் போக்கவுங் கூடிய தேவதைகளுக்குப் பிரிதிதானமும் வேண்டுமோ... கண்ணைப் போல் கண்தராவினாலும், காலைப்போல் கால் இரும்பினாலும் ரொக்கத்திற்குப் பதில் தாம்பூலத்தையுங் கொடுப்பார்களாயின் அக்கோவில் குருக்கள் கையேந்திப் பெற்றுக் கொள்ளுவார்களா? ஒருக்காலும் பெறமாட்டார்கள் என்று மதமோசடிகளைக் கண்டித்து எழுதுவதோடு இத்தகைய செயல்களால் மக்கள் வஞ்சிக்கப்படுவதுடன் அவர்களின் பொருளாதாரமும் சுரண்டப் படுகிறது என்றார். இத்தகைய செயல்களை "மதக்கடை மோசடி' என்றும் அவ்வாறு பொருள் பறிப்போர் சோம்பேறிகள் என்றும் அவர் சாடுகிறார். எழுத்துப் பணியும், இதழ் பணியும் தன் வாழ்நாள் முழுவதும் அயராமல் உழைத்து எழுதி வந்துள்ளார் எனபதை தமிழன் இதழ் மூலம் நாம் அறிந்துகொள்ள முடிகிறது.

3. பவுத்த இலக்கியங்கள்

தமிழ் இலக்கியம் பற்றியும், இலக்கியத்தில் இடம் பெற்றிருக்கும் சிக்கல்களை செம்மைப்படுத்தியும் புதிய சிந்தனையுடன் சொல்லாராய்ச்சி செய்துள்ளார் அயோத்திதாசப் பண்டிதர். அயோத்திதாசப் பண்டிதர்க்கு இலக்கியம் என்றாலே ஒழுக்கம், தர்மம், அறம் பற்றிய கல்வியாகும்.

இத்தகைய கல்வியை உட்கொண்ட பவுத்த இலக்கியமே இலக்கியம். மணிமேகலை, சிலப்பதிகாரம், சூளாமணி போன்ற காவியங்களும் வீரசோழியம், நன்னூல் போன்ற இலக்கண நூல்களும், திவாகரம், பிங்கலம் முதலான நிகண்டுகளும், திருமூலர், தாயுமானவர் ஆகிய சித்தர்களின் பாடல்களும், திருக்குறள், நாலடியார், திரிகடுகம், அறநெறிச் சாரம், ஆத்திச்சூடி, கொன்றைவேந்தன் முதலான முற்கால, பிற்கால அறநூல்களும் இன்னும் பத்தொன்பதாம் நூற்றாண்டில் புழக்கத்திலிருந்த சோதிடம், கணிதம், மருத்துவம், யோகம் தொடர்பான நூல்களும், இன்று பெருவழக்கில் இல்லாத, ஆனால் அன்று இருந்த சித்தவைத்தியம், சித்தர் தத்துவம், நீதிநெறி, பவுத்தம் போன்ற பல்துறை நூல்களும் அயோத்திதாசப் பண்டிதரின் தத்துவத்திற்கு அடிப்படையாக அமைந்தன.

தமிழ் இலக்கியம்

அயோத்திதாசப் பண்டிதர் காலத்தில் தமிழ் இலக்கியம் என்றாலே சைவ—வைணவ இலக்கியங்களே என்ற மரபு வலுவாகப் பரவியிருந்தது. கி.பி. 17ஆம் நூற்றாண்டில் 'இலக்கணக் கொத்து" என்ற இலக்கண நூலை எழுதிய சைவ மடாதிபதி சாமிநாத தேசிகர் தமது நூற்பாயிரத்தில் சைவ சமய சித்தாந்த நூல்களே வீடுபேற்றுக்கு உரியன. அவற்றைத் தவிர சமண, பவுத்த காவியங்கள், பத்துப்பாட்டு, எட்டுத்தொகை, பதினெண்கீழ்க் கணக்கு நூல்கள், இராமன் கதை, நளன் கதை, அரிச்சந்திரன் கதை முதலிய இலக்கியங்களைப் படித்து வாழ்நாளை வீழ்நாளாக்க வேண்டாம் என்று சைவக்

கத்திரிக்கோலால் தணிக்கைச் செய்திருந்தார். இதனால் சைவ மடங்கள் சைவ சமய இலக்கிய சித்தாந்தக் கல்வியைப் பரப்பி வந்தன.

சித்தர் மரபு

சைவ மரபுக்கு இணையாக ஒரு சிறுபான்மை சித்தர் மரபும் கூடப் பத்தொன்பதாம் நூற்றாண்டு வரை வளர்ந்து ஆங்காங்கே தனி மனிதர்களால் போற்றப்படுகிறது. இது திருமூலரிலிருந்து பட்டினத்தார், பத்ரகிரியார், அருணகிரியார், சிவவாக்கியார் முதலான முக்கிய சித்தர்கள், தாயுமானவர், இராமலிங்கர் வழியாகத் தமிழகத்தில் ஏதோ ஒருவிதத் தொடர்ச்சியைக் கொண்டிருந்தது. இம்மரபில் தத்துவம், அறம், யோகம், வைத்தியம், எண் கணிதம், வான சாஸ்திரம், மூலிகை அறிவியல், வேதியியல், உடற்கூற்றியல் முதலானவை முக்கிய அறிவியல் சொல்லாடல்களாக இடம் பெற்றிருந்தன.

இம்மரபு தொடர்பாக வைத்தியம், யோகம், இயற்கை, அறிவியல், ஒழுக்கம் ஆகியவை அயோத்திதாசப் பண்டிதருக்கு முற்றிலும் இணக்கமாக இருந்தன. அவருடைய முன்னோர்கள் பாரம்பரியமாக வைத்தியர்கள், சோதிடம், கணிதம், வான சாஸ்திரம் ஆகிய கலைகளில் தேர்ச்சிப் பெற்றிருந்தார்கள். சமஸ்கிருதம், பாலி, ஆங்கிலம் போன்றவை அயோத்திதாசப் பண்டிதருக்குப் பரிச்சயம் உண்டு. இவற்றில் புலமை பெற்றிருப்பாரா என்பது சந்தேகமே. அக்கால தமிழ் வசன நடையில் பெரும் அளவுக்கு சமஸ்கிருத சொற் கலப்பிருந்தது.

தமிழ்ச் செய்யுள் கல்விப் பயிற்சியை முறையாக ஒரு தமிழ்ப் பண்டிதரிடம் பெற்றிருந்தார். அன்றைய வைத்தியம் யோகம், சோதிடம், கணிதம், நிகண்டு எல்லாமே இலக்கியம் போன்ற செய்யுளில் அமைந்த காரணத்தால் அயோத்திதாசப் பண்டிதர் போன்ற அக்காலப் பண்டிதர்களுக்குச் செய்யுளில் நல்ல புலமை இருந்தது என்பதை மறுக்கவியலாது. அயோத்திதாசப் பண்டிதர் காலத்தில் ஆங்கிலக்கல்வி பேரளவிற்கு நகரங்களில் பரவியிருந்தது. புதிய கல்வி முறைக்குரிய அகக் கட்டுமானத்தில் பாடப்புத்தகங்களின் தேவை குறிப்பிடத்தக்க இடம்பெற்றிருந்தது. இத்தேவையைப் பூர்த்தி செய்து இலாபம் பெறுவதற்காகவே சுதேசிய அச்சகத்தார்களும்,வித்துவான்களும், பாடப்புத்தக கமிட்டியாரும் ஓலைச் சுவடியிலிருந்த மரபான இலக்கிய, இலக்கணங்களை அச்சேற்றி விநியோகம் செய்தனர். பதிப்புக் கலையும் வளர்ந்தது. பழைய செய்யுள் இலக்கியங்களுக்கு

உரை விளக்கங்களும் அவற்றிலிருந்து சாத்திரங்களுக்கு மறு விளக்கங்களும், அரசியல் சொல்லாடல்களும் எழுதப்பட்டன. அயோத்திதாசப் பண்டிதரும் மறுவிளக்கம் செய்தார். புதிய சொல் ஆராய்ச்சிகளில் ஈடுபட்டார்.

தமிழ் இலக்கியமும் பவுத்தமும்

தமிழ் இலக்கியங்களை பவுத்த அடிப்படையில் அவர் விளக்கியதையும் அதற்காக அவர் செய்த நூதனமான சொல் ஆராய்ச்சிகளையும் இங்கு நாம் காணலாம்.

திருக்குறள்— முற்றுப்பெறவில்லை.

திரிவாசகம் — (ஆத்திசூடி, கொன்றைவேந்தன், வெற்றி ஞானம்) ஆகிய நீதி நூல்களுக்கு சாதிபேத மறுப்பு, பவுத்த தன்மம், சித்தர் யோக சாதனம் ஆகிய அடிப்படையில் புதிய உரைகளை தமது பத்திரிக்கையில் தொடராக எழுதினார். இவை பின்னர் தனி நூலாக தொகுக்கப்பட்டு வெளிவந்தது.

திருக்குறளை 'திரிக்குறள்" என்றே எழுதினார். ஏனெனில் இதனைப் பவுத்த மூலநூலான திரிபிடகத்தின் வழிநூல் என்றே நம்பினார். திரிமந்திரம், திரிவாசகம், திரிவெண்பா, திரிமாலை, திரிகடுகம், சித்தர்நூல் ஆகியவை திரிபிடகத்தின் சார்பு நூல்கள் என்றே அயோத்திதாசப் பண்டிதர் எழுதினார். திரிக்குறளுக்கு அயோத்திதாசப் பண்டிதர் பதவுரை, பொழிப்புரை, கருத்துரை, விரிந்துரை என நான்கு உரைகள் எழுதினார்.

தமது வாழ்க்கையில் மகத்தானதொரு இலட்சியமாக இவர் இதனைக் கருதியிருக்கலாம். ஆனால் மரணம் அவரை இதை ஈடேற்ற வைக்காதபடி தடுத்துவிட்டது. இந்த விரிந்த உரை எழுத ஒரே காரணம் திருக்குறளை திரிகுறளாக, திரிபீடகத்தின் வழி நூலாக ஆக்குவதே! அவர் காலத்திலும், அதற்கு முன்னிருந்தும் திருக்குறள்—திருவள்ளுவர் பற்றிய சர்ச்சைகள் தோன்றி வளர்த்திருந்தன என்பதை அறியமுடிகிறது.

திருவள்ளுவரும் திருக்குறளும்

முதலில் சைவர்கள் திருவள்ளுவரை ஈனர் சாதியினர் என சமணக் கருத்தின் காரணமாகப் பழித்து வந்தார்கள். அயோத்திதாசப் பண்டிதர் காலத்தில் இதில் ஒரு மாற்றம் ஏற்பட்டது. திடீரென சைவர்களுக்கு இருக்குறள் சைவ சித்தாந்த நூலாகவும், பொதுமறை — தமிழ்மறை என்றும் தோன்றலாயிற்று. இது தனி ஆராய்ச்சிக்குரியது.

“திருவள்ளுவமாலை” என்ற சாற்று கவிதைத் தொகுப்பும் சர்ச்சைக்கு உரியதாக்கப்பட்டது. இது 1830 களில் நடைபெற்றது. அயோத்திதாசப் பண்டிதர் வாழ்ந்த இருபதாம் நூற்றாண்டு காலப்பகுதியில் திருக்குறள் சகலராலும் ஏற்றுக் கொள்ளப்பட்டிருந்தது. எல்லா மதங்களும் இருக்குறளைத் தங்கள் மதம் சார்ந்த நூல் என உரிமை பாராட்டின.

அயோத்திதாசப் பண்டிதர் இவற்றை உடைக்கவே திரிக்குறள் உரைவிளக்கம் எழுதினார் என்று தோன்றுகிறது. அயோத்திதாசப் பண்டிதர் தரும் திருவள்ளுவர் வரலாறு வித்தியாசமானது. பவுத்தமதம் மேலோங்கிய காலத்தில் அரசர், வணிகர், வேளாளர் ஆகியோர்களுக்கு கன்ம குழுக்களாக இருந்தவர்களைச் சாக்கையர், வள்ளுவர், நிமித்திகர் என்று அழைத்தார்கள். இவர்கள் கணிதத்தில் வல்லவர்கள்.

திரிபிடகத்தை அடியொற்றி முப்பால் திரிக்குறள்” என்ற வழிநூலை இயற்றியவர் பெயர் நாயனார். இவர் வடமதுரைக் “கச்சன்‘ என்ற அரசனுக்கும் ‘உபகேசி” என்ற அரசிக்கும் மகனாகப் பிறந்து பல தேசங்கள் சுற்றியவர். குலகுருவான சாக்கைய முனிவரிடம் திரிபீடகம் கற்றார். இன்னஜூர் புத்த சங்கத்தில் சேர்ந்தார்.

இச்சரிதத்துக்குச் சான்றாக திருக்குறள் சாற்றுகவியான ‘நல்கூர் வேள்வியாரின் உப்பக்க நோக்கி உபதேசி’ என்ற வெண்பாவை (திருவள்ளுவ மாலை) அயோத்திதாசப் பண்டிதர் எடுத்துக் காட்டியுள்ளார். திருக்குறளை 1830 களில் பதிப்பித்த விசாகப் பெருமாளையரும் அவர் தம்பி சரணவப் பெருமாளையரும் திருவள்ளுவரைப் பறைச்க்குப் பிறந்ததை நேரில் பார்த்தது போன்று அவதூறு செய்த வரலாற்றுப் புரட்டினைப் பதிவு செய்திருக்கிறார்கள். 1831 இலிருந்து 1847 வரை வந்த வைதிகர் பிராமணர் திருக்குறள் பதிப்புகளில் சாதிவெறியும் மதவெறியும் வெளிப்படையாக அச்சில் ஏற்றப்பட்டன. இவர்களைத் தமிழ் வளர்த்த சான்றோர்களாக இலக்கிய வரலாறு எழுதிய சைவர்கள் பாராட்டியுள்ளார்கள்.

அயோத்திதாசப் பண்டிதர் திருக்குறள் என்ற தலைப்பை ஏற்கவில்லை. இதனை விட தன்மபிடகம், சூத்ரபிடகம், வினயபிடகம் எனும் திரிபிடகத்தின் திராவிட மொழி வழிநூலான (முதலாம் பிடகத்தின்) அறத்துப்பால், பொருட்பால், காமத்துப்பால் என்ற திரிக்குறளே (திரி—மூன்று) சரியானதென்றார் அயோத்திதாசப் பண்டிதர். மூன்று என்ற

எண்ணிக்கையை அடியொற்றியே இந்நூலுக்கு "திருவள்ளுவர் முப்பால்" என்று பெயரிட்டார் என்பது வரலாற்றுச் செய்தி.

திருக்குறள் கடவுள் வாழ்த்து" என்ற பகுதிக்கு புத்தரது சிறப்புப்பாயிரம் என்றே அயோத்திதாசப் பண்டிதர் பெயரிட்டார். "பகவன்" என்றால் (குறள்) புத்தபிரான் என்றே உரை எழுதினார். இதற்கு நூல்வழிச் சான்றுகளைத் தந்துள்ளார். பகவனதாணையில் (மணிமேகலை), பிண்டிபகவனதானை போல (சீவக சிந்தாமணி), ஆதி பகவனையே தொழுவாய் (இடைக்காட்டுச் சித்தர்), ஆதிபகவன் அருமறை ஓதுமின் (திரிமந்திரம்). இதே போல மலர்மிசை ஏகினான் என்ற குறள் தொடர் புத்தரையே குறிக்கும் என்று பூந்தாமரையின் விரைததும்ப மேல் நடந்தான் (சிந்தாமணி), மலர்மிகைச் சென்ற மலரடிக்கு அல்லது என் தலைமின் உச்சிதான் அணிபெறாஅ (சிலம்பு) ஆகிய மேற்கோள் வரியாக நிறுவினார்.

"நீத்தார் பெருமை' என்ற நான்காம் அதிகாரம், நிருவாணம் பெற்றவர்கள் இறப்பு என்றே அயோத்திதாசப் பண்டிதர் எழுதினார். "விருந்து" என்றால் வீட்டிற்கு வரும் அற ஹத்துக்கள், ஆதுலர்கள் (உடல் ஊனமுற்றோர்) ஆகியோரைக் குறிக்கும் என்றார்.

திருக்குறளுக்கு அயோத்திதாசப் பண்டிதர் வழங்கிய பவுத்தத்தின் உரை ஒரு தலித்திய அரசியல் உரைதான். ஒரு பிரதிக்கு ஒரு பொருள்தான் உள்ளது என்ற மாயை எப்போதோ சிதைக்கப்பட்டுவிட்டது. இதனை மிகத் தீவிரமாக நிறைவேற்றியவர் அயோத்திதாசப் பண்டிதரே.

அயோத்தியதாசப் பண்டிதரின் திரிக்குறள் விளக்கம்

ஒரு குறிப்பிட்ட சமூகம் ஒடுக்கப்பட்ட, தாழ்த்தப்பட்ட நிலைக்கு தள்ளப்பட்டிருப்பது அரசு சார்ந்த வன்முறையால் மட்டும் சாத்தியப்பட்டிருக்க முடியாது. அதற்குக் கலாச்சார கருத்தியல், பண்பாட்டு நடவடிக்கைகளும் காரணமாக இருத்திருக்கின்றன என்பதைத் தெளிவாகப் புரிந்துகொண்டவர் அயோத்திதாசப் பண்டிதர். இந்தப் பார்வையிலிருந்து நாமும் பார்க்க முற்பட்டால் அவர் திருக்குறளை "திரிக்குறள்" என்பதும், போகிப் பண்டிகையை 'போகுப் பண்டிகை' என்பதும் நமக்கு ஆச்சரியமூட்டக்கூடியதாக இருக்கிறது.

புத்தரது வியாக்கியங்களாகக் கொடுக்கப்பட்ட வினைய பிடகம், சுத்தபிடகம், அபிதம்மபிடகம் ஆகிய திரிபிடகத்தின் வழிநூலே திருக்குறள் என்பதாக அவர் கருதியதால் "திருக்குறள்"

என்ற பெயரை அவர் "திரிக்குறள்' என்றார். திருக்குறளின் அறத்துப்பாலில் உள்ள பல பகுதிகள் சுத்தபிடகத்தின் முதல் பகுதியாகிய தீகநிகாயத்தின் பெரும் பகுதியை ஒத்துள்ளன. ஆனால் பொருட்பால் பாகுபாடும் கருத்து விளக்கமும் நிரம்பிய அளவில் பவுத்தப் பனுவல்களில் காணப்படுகின்றன என்று கூறுவதற்குப் போதிய ஆதாரங்கள் கிடைக்கவில்லை என்றும், இன்பத்துப்பாலில் பவுத்த, சைன, வைதிக நூல்களின் பதிவினைத் தேடுதல், சர்க்கரைச் சாக்கில் வெண்மணலைத் தேடுதலாய் முடியும்' என்றும் சோ.ந.கந்தசாமி கூறுகிறார். எப்படியிருப்பினும் தமிழின் சிறந்த நூலாக திருக்குறளையும், சிறந்த சிந்தனையாளராக திருவள்ளுவர் இருக்கிறார் என்பதையும் குறிப்பிட்டுள்ளார். திருக்குறளுக்கு உரையெழுதியவர்களில் முற்றிலும் மாறுபட்டவராக அயோத்திதாசப் பண்டிதரைக் காண முடிகிறது. அதாவது "காலம் காலமாகத் தொடரும் இச்சமூக வழக்கம் இயல்பானது, இயற்கையானது என்ற கருத்தைத் தொடர்ந்து பரப்பிட இலக்கியங்கள் உருவாக்கப்பட்டுள்ளன. ஒரு சீரழிந்த அநீதியான கலாச்சார மரபு தொன்மையானது என்பதால் அதைத் தொடர்ந்து பின்பற்றி ஒழுக வேண்டும் என்ற நிர்பந்தம் இல்லை".

இதன் அடிப்படையில் "அயோத்திதாசப் பண்டிதர் தமிழ் இலக்கியங்களை மறுவாய்ப்பு செய்கின்றார். "திராவிடப் பாண்டியன்' *(1885)* இதழை ரெவரெண்ட் ஜான்ரத்தினம் அவர்களுடன் இணைந்து நடத்திய இவர் *25* நூல்களும் *30* தொடர் கட்டுரைகள், *2* விரிவுரைகள், *12* சுவடிகளுக்கு உரை எழுதியவை தவிர அரசியல் கட்டுரைகள், கேள்வி—பதில்கள், பகுத்தறிவுக் கட்டுரைகள் என சில நூறு கட்டுரைகளை எழுதினார். தான் மறைவதற்கு ஒரு வருடம் முன்பு எழுதத் துவங்கிய திருக்குறள் உரையானது *55* அதிகாரங்களுடன் நின்றுவிட்டது. அயோத்தி தாசப் பண்டிதரின் மரணம்தான் அதற்குக் காரணம்'' *(புதிய புத்தகம் பேசுது, சூன் 2010).*

திருக்குறள் தோன்றிய வரலாறு

இன்று ஒரு சாதாரண மனிதனும் எடுத்துக்காட்டி பேசும் அளவுக்கு வெகுசனத் தன்மையை அடைத்துவிட்ட திருக்குறளைத் தமிழுக்கு வழங்கியவர் அயோத்திதாசப் பண்டிதரின் பாட்டனார் கந்தப்பன் ஆவார் என்பதை எத்தனை தமிழ் இலக்கியவாதிகள் அறிவர்? தமிழ் ஆசிரியர்கள் அறிவர்? தமிழ்ப் புலவர்கள் அறிவர் தமிழ் உணர்வாளர்கள் அறிவர்?

தமிழ் மாணவர்கள் அறிவர். இக்குறளுக்கு பக்கம் பக்கமாய் விளக்கவுரைகள், தெளிவுரைகள், கருத்துரைகள் என்று எழுதித் தள்ளியவர்களுக்கும், பல்வேறு அடைமொழிகள் வழங்கி திருவள்ளுவரையும் திருக்குறளையும் பேசும் தமிழறிஞர்களும் தமிழாய்ந்த இந்த வரலாற்றை நேர்மையாக எங்கும் படிவு செய்யாமல் கவனமாகத் தவிர்த்து விட்டு திருக்குறளை வைத்துப் பிழைப்பு நடத்தி வருகின்றனர்.

திருக்குறள் 'கந்தப்பன்' மூலம் தமிழுக்கு வந்த வரலாற்றைப் பேசாமல் இன்று வரைக்கும் தொடரும் இந்தப் பிழைப்பு வாதிகளின் கள்ள மவுனத்துக்குப் பின்னால் இருக்கும் சாதிய நுண்ணரசியலைப் புரிந்து கொள்வது என்பது கடினமான காரியமொன்றுமில்லை. வரலாற்று விழுமியங்கள் மீதான தலித்துகளின் அசாதாரணப் பங்களிப்புகளை எடுத்துச் சொல்வதன் மூலம் சாதியப் படிநிலைகள் மீது தங்களால் இங்கு பூசப்பட்டுள்ள உயர்வு தாழ்வு சாயங்கள் வெளுத்துப்போய் சமூகத்தின் மீதுள்ள தங்களது அதிகாரமும் ஆதிக்கமும் ஆட்டம் கண்டுவிடக்கூடும் என்ற பயம் இவர்களுக்கு உண்டு.

திருக்குறள் பதிப்பு

அயோத்திதாசப் பண்டிதரின் பாட்டனார் கந்தப்பன், தான் சேகரித்து வைத்திருந்த ஓலைச்சுவடிகளிலிருந்துதான் இருக்குறள், திருவள்ளுவர்மாலை, நாலடி நானூறு போன்ற தமிழ் இலக்கியங்கள் தமிழுக்குக் கிடைத்துள்ளன. தமிழார்வலர் எல்லீஸ் துரையின் முயற்சியால் அது நடந்தது என்பதை அக்காலத்தில் பிரிட்டிஷ் இராஜாங்கத்தில் சிவில் சர்வீசில் தேர்ந்து வந்த மிஸ்டர் எல்லீஸ் துரையவர்கள் 1885 ஆம் வருடத்திற்குப் பிறகு ஓர் 'தமிழ்ச் சங்கம்" சென்னையில் ஏற்படுத்தி அதனை விருத்தி செய்வதற்குப் பலரிடமுள்ள ஓலைச்சுவடிகளைக் கொண்டுவரச்செய்து அச்சிட்டுத் தமிழ் நூல்களைப் பரவச் செய்து வந்தார். அதையறிந்த ஜார்ஜ் ஆரிங்கடன்துரை, பட்லர்கந்தப்பன் அவர்களிடமிருந்த ஓலைச்சுவடி திருக்குறள் மூலமும், திருவள்ளுவர் மாலையும், நாலடி நானூறும் கொண்டு போய் கொடுக்க அவரும் சந்தோஷித்து அக்கால் தன்னிடமுள்ள தமிழ் வித்வான்களாகும் தாண்டவராய முதலியாராலும் மானேஜர் முத்துச்சாமிப்பிள்ளை அவர்களாலும் 1881 ஆம் ஆண்டு திருக்குறளை அச்சிட்டு வெளியிட்டிருக்கின்றனர். ஆனால் திருவள்ளுவர் மாலையில் மட்டும் நூதனமாக நான்கு பாடல்களைச் சேர்த்திருப்பதாய் (இடைச்செருகல்) கந்தப்பன் அவர்கள் மேம்பட்ட துரையிடம் முறையிட்டிருப்பதாய் சூரியோதயப் பத்திரிகையில் வரைந்திருக்கிறார்கள் என்று 1908

சூலை 8 இல் வெளிவநத 'தமிழன்' இதழில் பதிவிட்டிருக்கிறார் அயோத்திதாசப் பண்டிதர்.

இப்படியாகத் தமிழ் இலக்கிய ஆர்வமும், ஆங்கிலப் புலமையும் பாலி—சமஸ்கிருதம் போன்ற பல்வேறு மொழிகளையும் கற்றறிந்தவர்; சித்தமருத்துவத் தொழிலைக் குடும்பத் தொழிலாகவே செய்துவந்த ஒரு வளமான குடும்பச் சூழலில் பிறந்து வளர்ந்தவர் அயோத்திதாசப் பண்டிதர் என்பதுடன் குடும்பத்தில் நிலவிய அவ்விலக்கியச் சூழலே பிற்காலத்தில் அவரது செழுமையான இலக்கியப் பணிகளுக்கு அடிப்படையாகவும் விளங்கியிருக்கின்றன என்றால் அது மிகையாகாது. அயோத்திதாசரின் தமிழ் இலக்கிய, சமூக அறிவாற்றலை வாளிப்புடன் வார்த்தெடுத்தவர். போகர் எழுநூறு, அகஸ்தியர் சிமிட்டு ரத்தின சுருக்கம், புலிப்பாணி வைத்தியம் ஐந்நூறு, அகஸ்தியர் பரிபாஷை ஐந்நூறு, பாலவ வாகடம் போன்ற நூல்களைத் தமிழுக்கு வழங்கிய ஆளுமையான அவரது தமிழாசிரியர் தேனாம்பேட்டை வீ.அயோத்திதாச கவிராஜ பண்டிதர் ஆவார்.

அயோத்திதாசப் பண்டிதர் பார்வையில் திரிக்குறள்

திருவள்ளுவர் அருளிய திருக்குறளை அயோத்திதாசப் பண்டிதர் 'திரிக்குறள்' என்று அழைத்தார். முத்நூலுக்கு திராவிடாபாஷா வழிநூலாம் அறத்துப்பால், பொருட்பால், காமத்துப்பால் என்றும் திரிகுறளே உடன்பாடாதலின் திருவென்னும் அடைமொழி சிறப்பென்றெண்ணி திருக்குறள் என ஏற்பது மும்மணிகள் என்பதை அமுகுமணிகள் என்பதற்கு ஒக்கும். ஆதலின் திரிபேதங்களாம் முதநூலுக்கு வழிநூலாதலின் திருவென்னும் அடைமொழி நீக்கி திரியென்னும் மூவரு மொழிகளை விளக்கியுள்ளதே முதற் சிறப்பாகும் என்றார். மேலும் “ஆதிபகவனாம் புத்தபிரான் ஓதியுள்ள திரிபீட வாக்கியங்களாம் திரிபேத வாக்கியங்களைத் தழுவி முதலாம் பிட்கத்திற்கு வழிநூலாகத் திருக்குறளை திருவள்ளுவர் இயற்றியுள்ளார் என்றதுடன் திரிமந்திரம், திரிவாசகம், திரிவெண்பா, திரிகடுகம், சித்தர் நூல்கள் யாவும் சார்பு நூல்கள் என்றும் விளக்கமளித்தார்.

திருவள்ளுவர் பிறப்பு

திருவள்ளுவர் பிறப்பு குறித்து அயோத்திதாசப் பண்டிதர் வழங்கும் வரலாறு மற்ற பிற வரலாறுகவினின்று வேறுபட்டது. திருவள்ளுவர் ஆதி என்னும் பறைச்சிக்கும், பகவன் என்னும் பார்ப்பானுக்கும் பிறந்தவர். வேளாளர் பெண்ணை மணந்தவர்

என்றெல்லாம் விதவிதமாக கதைகள் எழுதி வைத்திருக்கின்றனர் என்று சாடியவர்.

தென்னிந்திய வள்ளுவ வம்சவரிசையில் மாமதுரைக் கச்சனென்னும் அரயனுக்கும், உபகேசியென்னும் ராக்கினிக்கும் மகவாத் தோன்றியவர் நாயனார் என்னும் பெயர் பெற்று சங்கஞ்சார்ந்த தபோபலத்தாலும் தாய் தந்தையர் செய்த புண்ணிய பலத்தாலும் சிறந்த நாவமைந்து செந்நாப்புலவரெனத் தோன்றினார் என்று எழுதினார். அதாவது புத்த தன்ம காலத்தில் அரசர் உள்விட்ட அனைவருக்கும் தன்ம கன்ம ஞானக் குருக்களாக விளங்கியவர்கள் வள்ளுவர், நிமித்தகர், சாக்கையர் என்றழைக்கப் பட்டனர். இவ்வகையில் வள்ளுவ வம்சத்தில் வடமதுரை அரசன் கச்சனுக்கும் உபகேடுக்கும் பிறந்த நாயனார் என்பவரே பிற்காலத்தில் திருவள்ளுவராக எழுந்தருளினார் என்கிறார் அயோத்திதாசப் பண்டிதர்.

1831 இல் எல்லீஸ் துரை வெளியிட்ட திருக்குறளில் திருவள்ளுவர் பிறப்பை பிராமணியத்துடனோ, வேளாளர் சாதியடனோ இணைத்துப் பேசும் கதைகள் எதுவும் இல்லாமல் இருந்தன. பிராமணர்களின் பொய் கதைகள் சமூக வெளியில் புழங்கத் துவங்கிய காலங்களில் எப்படியோ தமிழ்ச் சங்கத்துக்குள் நுழைந்துவிட்ட திருக்குறள் மீதும் தமது அறிவு ஆதிக்கத்தை நிறுவிக் கொள்வதற்கு வள்ளுவ வம்சாவழியான வள்ளுவர் பிறப்பின் மீது பிராமணியச் சாயம் தெளிக்கப்பட்டது.பிராமணர்களால் வள்ளுவர்களை ‘பறையர்கள்‘ என்று இழிவு படுத்தி வைத்திருந்தது பிராமணியம். இந்நிலையில் தாழ்த்தப்பட்ட குலமான வள்ளுவ வம்சத்திலிருந்து அறிவார்ந்தவராக திருவள்ளுவர் தோன்றியது எப்படி? என்பது போன்ற சந்தேகங்கள் எழுப்பி தனது பொய்ப் புனைவுகள் கேள்விக்குட்பட்டு விடக்கூடும் எனப் பயந்து 1835 இல் விசாகப்பெருமாளையர் அச்சிட்ட திருக்குறள் புத்தகத்தில் ஆதி என்னும் பறைச்சிக்கும் பகவன் என்னும் பிராமணனுக்கும் ஏழு பிள்ளைகள் பிறந்தனர் என்றும் அவர்களுள் ஒருவரான தாயனார் மயிலாப்பூரில் தங்கியிருந்து வைசியக் குலப் பெண்ணை மணந்து இல்லறம் நடத்துகையில் திருக்குறளை இயற்றினார் என்னும் ஒரு பொய்க் கதையை புத்தகத்தின் கடைசிப் பக்கத்தில் சேர்த்து விட்டார்கள் என்கிறார் அயோத்திதாசப் பண்டிதர். 1837ஆம் ஆண்டு விசாகப் பெருமாளையரின் இளவல் சரவணப் பெருமாளையர் அச்சிட்ட திருக்குறள் நூல் முகப்பில் மேற்படி பொய்கதையை இன்னும் விரித்து நாயனார் வேளாளர் குலப் பெண்ணை

மணந்தார் என்று எழுதி வைத்ததாக எடுத்துச் சொன்னார். 1847 இல் திண்டுக்கல் முத்துவீரப்பிள்ளை உத்தரவின்படி தேவரி முதலியார் அவர்கள் ஓர் அந்தணனுக்குப் பிறந்த பகவன் என்பவனுக்கும், புலைமகள் ஆதி என்பவளுக்கும் பிறந்த எழு பிள்ளைகளுள் ஒருவர் திருவள்ளுவர் என்று கதையை மாற்றி எழுதியதாக விவரிக்கிறார் அயோத்திதாசப் பண்டிதர். இப்படியாக திருவள்ளுவர் பிறப்பை முன்னுக்குப் பின் முரணாக எழுதிக் கொண்டு வந்தனர் என்றும் மூன்றாவது முறையாக திருக்குறளைப் பதிப்பித்த விசாகப் பெருமாளையர் முன்பு அவர் கூறியதற்கு நேர்மாறாக நாயனார் வள்ளுவர் வீட்டில் வளர்ந்தாரென்று எழுதி வைத்தார் என்றார். திருவள்ளுவரை அறிவார்ந்த வள்ளுவ வம்சத்தில் தோன்றிய அரசக்குமாரர் என்றும் இராகுல வியாரமென்னும் அறவோர் பள்ளியில் ஆறஊத்து நிலையை அடைந்த நாயனார் என்றும் எடுத்துரைத்து அவரது திருக்குறளை புத்தமார்க்க கண்ணோட்டத்திலிருந்து அணுகினார். திருவள்ளுவ நாயனரின் இவ்வரலாற்று எடுத்துரைப்புக்கு நல்கூர் வேள்வியார், வெள்ளி வீதியார், பொன்முடியார். நரிவெருத்தலையார், கீரந்தையார் ஆகியோர் அருளிய திரிக்குறள் சாற்றுக் கவிகளை ஆதாரமாகக் கொள்கிறார் அயோத்திதாசப் பண்டிதர்.

இவ்வாறு திருவள்ளுவரின் வரலாற்றை வெளிக் கொணர்ந்த அயோத்திதாசப் பண்டிதர் தொடர்ந்து திருவள்ளுவரின் வாழ்க்கை வரலாறு குறித்த பதிவுகள் திருக்குறள் பதிப்பில் எப்படி இடைச் செருகலாகச் செருகப்பட்டன என்பதை அம்பலப்படுத்தினார். ஏனெனில், இவரின் பாட்டனார்தான் திருக்குறள் வெளிவருவதற்கு மூல காரணமாவார். திருக்குறள் அயோத்திதாசப் பண்டிதரின் வீட்டில் பரம்பரையாகப் பாதுகாக்கப்பட்டு வந்த ஒரு பொக்கிஷம் என்பதால் இடைச்செருகல்களை எளிதில் அடையாளம் கண்டுகொண்டார்.மேலும் திருவள்ளுவ நாயனார், திருவள்ளுவ சாம்பவனார் என வேறுபட்ட இருவர் இருந்தனர். இதில் திருவள்ளுவ சாம்பவனார் காலத்தால் பிற்பட்டவர். இவர் இயற்றியது

1. நொண்டி சிந்து

2. ஞானவெட்டி (ஞானவெற்றி) ஆகியன. ஞானவெற்றி அல்லது ஞானவெட்டி எனும் நூல் திருவள்ளுவ நாயனார் எழுதியதாகக் கூறப்படுவது இடைச் செருகல் என்று கண்டித்தார்.

அயோத்திதாசப் பண்டிதர் திருக்குறளுக்கு உரை எழுதுதல்

திருக்குறளைப் பற்றி அயோத்திதாசப் பண்டிதரின் ஆய்வுகள் பரந்தபடி இருந்தன. வாசகர்கள் திருக்குறள் பற்றி கேட்கும் கேள்விக்கு திருவள்ளுவர் பற்றி பல அரிய தகவல்களைத் தந்ததோடு விரைவில் திருக்குறளுக்கு உரை எழுதப் போவதாகவும், 06.07.1910 ஆண்டு அறிவித்தார். அப்பணியைத் தொடங்குவதற்கு முன்பே திருவள்ளுவர் பிறப்பு, திருக்குறள் பாடபேதம் மற்றும் காமத்துப்பால் குறித்த தன் கருத்துக்களை வெளியிட்டிருந்தார்.

திருக்குறளில் உள்ள காமத்துப்பால் கருத்துக்கள் அறநெறி சார்ந்த செயலை அறிவுறுத்துவதாகக் கருதினார். சிற்றின்பத்தைக் கடந்து பேரின்ப நித்திய வாழ்வை அடைவதற்குக் காமத்துப்பால் வழிகாட்டுவதாக உள்ளது எனவும், கொக்கோகம் இயற்றிய கொக்கோகரையும், அதன் நூல் மற்றும் அதன் ஆசிரியரையும் அயோத்திதாசப் பண்டிதர் உயர்வாக மதிப்பிடுகிறார். மக்கள் நோயின்றி வாழவே இவர்கள் நூலெழுதினார் எனவும் காமத்துப்பால் இந்த நூல்களுடன் இசைந்து வாழ்வுக்கு வழிகாட்டுவதாகவும் கருதினார்.

மேலும் திருக்குறளைக் குறித்து எழும் முக்கிய பிரச்சனை என்னவெனில், சுவடியிலிருந்து பெயர்த்து எழுதும்போது அசை, சீர், தளை ஆகியவை பிசகாமல் சீர்மையாக வகுக்க வேண்டும். இதில் பாடுபொருளுக்கு ஏற்றவாறு வாக்கியப் பிரிப்பும் இருக்க வேண்டும். பல அறிஞர்கள் தம்முடைய கருத்தோட்டத்திற்கு ஏற்றாற்போல் பிரித்துப் பொருள்காண்பதுண்டு. அயோத்திதாசப் பண்டிதரும் திருக்குறள் பதிப்பில் தமது முத்திரையைப் பதிப்பித்தார். பாடபேதத்தில் அவரின் பாணியே தனியானது. முதற் திருக்குறளுக்குப் பலரிடம் காணப்படும் பாடபேதத்தோடு ஒப்பிட்டு ஆராயலாம்.

பரிமேலழகர்

அகர முதல வெழுத்தெல்லா

ஆதிபகவன் முதற்றே யுலகு

புதுப்பேட்டை ஸ்ரீமத் பாலகிருஷ்ண பிள்ளை

அகர முதல வெழுத்தெல்லாம்

ஆதி யுகர முதற்றே யுலகு

இதுபோன்ற வாக்கிய அமைப்புகளிலிருந்து அயோத்திதாசப் பண்டிதருடையது முற்றிலும் மாறுபடுகிறது. அவர் தனது முதல் திருக்குறளை,

அகர முதல வெழுத்தெல்லா மாதி

பகவன் முதற்றே யுலகு

என்று பதம் பிரித்து, அதற்கு பதவுரை, பொழிப்புரை, கருத்துரை, விரித்துரை என எழுதினார். அயோத்திதாசப் பண்டிதர் திருக்குறளுக்கு உரையெழுதும் பணியைத் தொடங்கியபோது தன் வணக்கத்தைக் கூறுகிறார்.

"சப்த சிறப்பமைந்த திரிக்குறளாக்கியோன் திருவள்ளுவ நாயனார் திருவடி வணங்கி அவரது வழிநூலுக்குப் பதவுரை, பொழிப்புரை, கருத்துரை, விரித்துரை நான்கையும் எழுதத் துணிந்தது, கருடன் பறக்குமிடத்து ஈயும் பறப்பது போலாயினும், ஆதி பகவனது சரித்திரத்தையும்கிரிபிடகமாம் திரிபேத மொழிகளின் அநதரார்த்தங்களையும் உணர்த்தவுமே உள்ளதை விளக்குவான் வேண்டி வழிநூலுக்கு உரை ஆரம்பித்துள்ளோம். இவற்றுள் வரி வழு, குறி வழு ஏதொன்று வழுவினும், பவுத்த தன்ம ஆன்றோர்கள் பொறுத்து நிதி வழு, நெறி வழுவுகளை நியதி களைந்து விளக்க வேண்டுவாம். இவ்வேண்டுகோள் மகட பாஷையிலும், திராவிட பாஷையிலும் சத்திய தன் ஆராய்ச்சியில் மிகுந்த புத்த தன்மதத்தைச் சார்ந்தோரையன்றி ஏனைய மதத்தோரைச் சாரவென்பதாம்" என்றார்.

புத்தரது சிறப்புப் பாயிரம்

அதாவது காப்புக்கு முன்னெடுக்குங் கடவுளே மாலென்னும் புத்தராதலானும் மாதா, பிதா, குரு என்னும் மூவரையுமே தெய்வமாகக் கொண்டவிடத்து புத்தரே ஐகத்குருவும் ஆதியுங் கடவுளாயதினாலும் நூலாசிரியரது மரபில் தொன்று தொட்டு வணங்கி வரும் திரிரத்தின முதலாம் பதுமதநிதியாகிய ஆதி பகவனாம் புத்தபிரானைத் தனது வழி நூலுக்குக் காப்பாக பத்து பாடலால் வாழ்த்தி சிறப்பித்திருக்கின்றார் அயோத்திதாசப் பண்டிதர்.

அகரமுதல வெழுத்தெல்லா மாதி

பகவன் முதற்றே யுலகு

பதவுரை

அகரம் — அகரமென்னுமெழுத்து, எழுத்தெல்லாம் — மற்றுள்ள வெழுத்துக்களுக்கெல்லாம், முதல்—ஆதியாயிருப்பது

போல், பகவன்—புத்த பிரான், உலகு—உயர்வோருக்கு, முதற்று— முதலாயிருக்கின்றா ரென்பது பதம்.

பொழிப்புரை

சகல எழுத்துக்களுக்கும் அகரமாகிய எழுத்து முதலாயிருந்து அறிவை விளக்குவதுபோல் பகவனாகிய புத்தர் சருவ மக்களுக்கும் அறிவை விருத்தி செய்யும் முதநூய்ந்த முதல்வனாக இருக்கின்றாரென்பது பொழிப்பு.

கருத்துரை

அகரமாகிய எழுத்தாயவது மற்றுமுள்ள எழுத்துக்களை யாவற்றிற்கு மாதியாயிருந்து கற்போருக்குக் கசடற அறிவின் விருத்தி செய்வது போல் உலக சீர்திருத்தக்காரருள் ஆதியாகத் தோன்றி மக்களுக்கு மூவரு மொழிகளை ஊட்டி உயர்ந்தோர் மாட்டே உலகென விளக்கியவர் ஆதிபகவனாகிய புத்தரயாதலின் அவரை முதற் பாடலில் சிறக்க வாழ்த்தியிருக்கின்றார் என்பது கருத்து.

விரித்துரை

புத்தபிரான் ஐகத்திற்கே குருவாகத் தோன்றி அவன் தன்னவன் இவன் அன்னியனென்றும், இவன் தாழ்ந்தவன் இவன் உயர்ந்தவன் என்றும், இவன் கற்றவன் அவன் கல்லாதவனென்றும், இவன் கனவான் அவன் ஏழையென்றும், இவன் சிறியவன் அவன் பெரியவனென்றும் பாரபட்சம் பாராது எறும்பு முதல் யானை வரையிலுள்ள சருவசீவர்களின் மீதும் அன்பு பாராட்டியும், சக்கரவாளம் எங்ஙனுஞ் சுற்றி அங்கங்குள்ள சருவ மக்களுக்கும் சத்தியத் தன்மத்தை ஊட்டியும், மக்கள் கதியினின்று தேவகதி பெறும் நித்தியானந்தத்தில் விடுத்து பிறப்பு, பிணி, மூப்பு, சாக்காடென்னும் துக்கங்களைப் போக்கு தந்தாய தன்ம சங்கங்களை நாட்டியும், அஞ் ஞான இருளை அகற்றி மெஞ்ஞான தயஞ் செய்தபடியால் பகவனென்னுங் காரணப் பெயரைப் பெற்றார்.

இப்படி திரிகுறள் முகப்புடன் தமிழனில் தொடராக வெளியிட்டு வந்தவர்அயோத்திதாசப் பண்டிதர். அதிகாரங்கள் ஒரு இதழ் தவறாமல் அனைத்து திருக்குறளும் தெளிவான விளக்கத்துடன் வெளிவந்ததாகும். 56 ஆம் அதிகாரம் (தெரிந்து தெளிதல்) கடைசியாக உரை எழுதியது.

தேரான் தெளிவும் தெளிந்தான்கண் ஐயுறவும்

தீரா இடும்பை தரும்

பதவுரை

தேரான் தன்னிற்றானே தெரியாது, தெளிவுந்—தெளிவடைந் தேனென்பதும், தெளிந்தான்—தெளிந்தவனெனத் தோன்றி, ணையுறவுந்—அதிலச்சமுறுவது மாயச் செயல், தீரா விடும்டை— மீளா துக்கத்தை, தரும்—கொடுக்குமென்பது பதம்.

பொழிப்புரை

தன்னிற்றானே தெரியாது தெளிவடைந்தேனென்பதும், தெளிந்தவனெனத் தோன்றி அச்சமுறுவதுமாயச் செயல் மீளா துக்கத்தைக் கொடுக்குமென்பது பொழிப்பு.

கருத்துரை

தன்னை ஆய்ந்தறியாதவன் தெளிந்தோனென்பதும், தெளிந்தோனென்பவன் தன் செயலால் அஞ்சி நடப்பது மாயச் செயலால் மீளா துக்கத்திற்குக் கொண்டு சேர்ப்போம் என்பது கருத்து.

விளக்கவுரை

தன்னையுந் தன் செயலைத் தெரிந்து தெரியாதவன் தெலிந்தேனென்பதும் தெளிந்தோனென வெளி தோன்றி தன் செயல்களில் அச்சமுறுவதுமாயின் மீளா துக்கத்தையே அனுபவிக்க வேண்டி வரும் என்பது விரிவு. திருக்குறளை திரிபிடகங்களின் வழிநூல் என்று அயோத்தி தாசப் பண்டிதர் 1330 குறள்களுக்கும் பதவுரை, பொழிப்புரை, கருத்துரை, விரிவுரை எழுதுவதை தமது இலட்சியமாகக் கொண்டு எழுத நினைத்தார். அவரது மறைவு குறுக்கிடவே பாதியிலேயே அவரது திரிக்குறள் பணி நின்றுவிட்டது. தான் இறக்கும் முன்னர் திரிகுறளுக்கு உரை எழுதும் பணி பாதியிலே நின்று விடுகிறதே என உடன் இருந்தவர்களிடம் தனது மனவருத்தத்தைக் குறிப்பிட்டார். இவ்வாறு திருக்குறளுக்கு உரை முற்றுப்பெறாமல் நின்றுவிட்டாலும் எழுதப்பட்ட 55 அதிகாரத்தின் 550 திருக்குறள்களும் இன்று அறிவாற்றலுக்குச் சான்றாகத் திகழ்கின்றது.

குண்டலகேசி

இது பவுத்த சமயம் சார்ந்த நூலாகும். இதில் மொத்தம் 9 பாடல்கள் மட்டுமே காணப்படுகின்றன. மதுரையை அரசாண்டு வந்த பவுத்த அரசனின் மகள் பெயர் குண்டலகேசி என்றும், அந்த பெண்ணானவள் அம்மை நோயினால்

பாதிக்கப்பட்டு மடத்தில் சென்று அங்குள்ள பெண்களுடன் இணைந்து ஒரு சங்கத்தினை ஆரம்பிக்கிறார்கள். பின்னர் அப்பெண் முக்தி நிலையினை அடைந்து பவுத்த சமயம் சார்ந்த ஞான உபதேசங்களைத் திரட்டி இப்பெயர் வைத்தார் என்கிறார். இதனை, 'அறவழியான் திரிபேத வாக்கியங்களாம் நீதி வாக்கியங்களைத் திரட்டி அந்நூலுக்கு "குண்டலகேசி எனும் பெயரிட்டுள்ளதாகக் கூறுகின்றனர்" என்கிறார் அயோத்திதாசப் பண்டிதர்.

மணிமேகலை

இக்காப்பியம் பவுத்த சமயம் சார்ந்தது சீத்தலைச் சாத்தனாரால் எழுதப்பட்ட காப்பியம் ஆகும். பவுத்தமதக் கருத்தைப் பரப்பும் ஓரே வேட்கையோடு, சாத்தனார் மணிமேகலைக் காப்பியத்தைப் படைக்கவில்லை. புரட்சிகரமாக விளங்கிய புத்த மதத்தை ஒரு கருவியாகக் கையாண்டு மக்கள் சமுதாயத்தை மாற்றியமைக்கும் சீர்திருத்த நோக்கோடுதான் மணிமேகலைக் காப்பியத்தை இயற்றியுள்ளார்.

பரத்தை ஒழிப்பு, மது ஒழிப்பு, பசி ஒழிப்பு, சிறை ஒழிப்பு, சாதி ஒழிப்பு என்ற சீர்திருத்தக் கருத்துக்களுடன் இளமை, இன்பம், யாக்கை, செல்வம் முதலியவற்றின் நிலையாமையையும் களவு, கொலை, கள், காமம் முதலியவற்றால் வரும் துயர நிலைகளையும் கூறிப் பவுத்த மதத்திற்கேயுரிய திரிபீடகம், பள்ளி வேது, சீலம் ஆகியவற்றையும் ஆங்காங்கே கூறிச் செல்கிறார்.

மணிமேகலை எனும் காப்பியம் முழுமையாகக் கிடைக்கப் பெறாத நிலையில் இன்றளவும் காணப்படுகின்றன என்கிறார். இதனை, "மணிமேகலை யென்னுஞ் செய்யுளே சரிவர வெளிவராமல் வரிக்கு வரி மாறுதலும் மொழிக்கு மொழி பேதமுற்றும் பூர்வ ஓலைப்பிரதிகளுக்குப் பிரதி சிதறுண்டும் போய்விட்ட படியால் அவரவர்களுக்குக் கிடைத்தவற்றை அச்சிட்டு வெளிட்டிருக்கிறார்கள்" என்ற கூற்றின்வழி அறியலாம்.

மணிமேகலைக் காப்பியத்திற்குப் பவுத்த மதத்தைச் சார்ந்த சிவப்பிரகாசசாமி என்பவர் உரை எழுதத் தயங்கினார். ஏனையோர்கள் எழுதிய உரையை அயோத்திதாசப் பண்டிதர் வெறுக்கிறார். ஏனென்றால் அந்தந்த நூலுக்கு உரை எழுத அந்தந்த மதத்தைச் சார்ந்தவர்களால் மட்டுமே நன்றாகவும், விளக்கமான முறையிலும் எழுதமுடியும் என்கிறார்.

ஆத்திசூடி

அவ்வையார் எழுதிபருவிய படைப்பினை அயோத்தி—தாசப் பண்டிதர் பவுத்தநெறியில் நின்று உரை வகுத்துள்ளார். எந்தவொரு படைப்பும் கடவுள் வாழ்த்தோடு தொடங்குவது தான் தமிழ் இலக்கியத்தின் சிறப்பு ஆகும். இதனை அடிப் படையாகக் கொண்டு அவ்வையின் படைப்பில் உள்ள கடவுள் வாழ்த்துக்கு அயோத்திதாசப் பண்டிதர் கூறிய உரை அறிவுலகம் இதுவரையில் அறிந்திராத ஒன்றாகும்.

ஆத்தி சுவட்டில் அமர்ந்த தேவனை

ஏத்தியேத்தி தொழு வோமியாமே

கல்லாத்தி நிழலின்கண வீற்றிருந்த ஆதி தேவனாம் புத்த பிரானைப் புகழ்ந்து மகிழ்ந்து தொழுவோம் என்ற முறையில் உரை எழுதுகிறார். தமிழ் மொழியில் கல்லாடம், கல்லாத்தி என்று வழங்கி வந்த பெயருக்கு அரசன் மரத்தடியில் வீற்றிருக்கிறார் என்று கூறி அத்தகைய மரம் தமிழில் "அரச மரம்' என வழங்கலாயிற்று என்று கூறுகிறார்.

இதுபோல பவுத்த மார்க்க திருமண உறுதிமொழிகளும் சீலங்களும் உண்டாக்கப்பட்டு நடத்தப்பட்டு வருகின்றன. இவர்களுக்கு அரசமர இலையே தாலிக் கயிற்றின் சின்னமாக அணியப்படுகிறது.

அறன் செயல் விரும்பு

அறன் — அறக்கடவுளாகும்; புத்தபிரான், செயல், செய்கைகளாம், நற்காட்சி நற்சிந்தனை, நல்மணம், நற்செய்கை, நல்வாழ்க்கை, நல்லூக்கம், நற்கருத்து. நல்லமைதி இவைகளை, விரும்பு ஆசை கொள்ளும் என்பதாம் என்று உரை எழுதுகிறார்.

அறம் செய்வதையே தொழிலாகக் கொண்டு காணப்படும் புத்த பிரானின் செய்கைகளில் ஆசை கொள்ளுங்கள் என்ற முறையிலே பவுத்த சமயம் சார்ந்த விளக்கத்தைத் தருகிறார். இச்செயலானது உலகின்கண காணப்படும் ஏழைகள் முதல் பணக்காரர்கள் வரையிலும், பெரியோர்கள் முதல் சிறியோர்கள் வரையிலும் பிணியாளர்கள் முதல் சுகதேசிகள் வரையிலும் அனைவரும் செய்யக்கூடிய செயலாக எடுத்துக்கூறுகிறார். இதனைச் சீவகந்தா மணி எனும் இலக்கியம்,

கொடுவந் சிலைவாய்க் கணையிற் கொடிதாய்

நடு நாளவிரவின்ன வைதான் டிகுமா

னெடு வெண்ணிலவின் னிமிர்தேர்பரியா

தடுமா ரெழினற்ற னேயருளே

என்று எடுத்துரைக்கிறது.

ஆறுவது சினம்

ஆறுவது—தணியத் தகுவது, சினம், கோபமேயாம். நல்ல செயல் என்றிருந்தால் தீய செயல் என்ற ஒன்றும் இருத்தல் வேண்டும். அவ்வாறு முதலில் அறம் செய்யக்கூறிய அவ்வை, அதனைத் தொடர்ந்து செய்ய வேண்டுமென்றால் சினத்தைத் தணித்தல் வேண்டும் என்று கூறுகிறார். இதனை, "சகல நற்கருத்திய செயல்களையும் கெடுக்கக்கூடியவை சினமென்னும் கோபமே யாதலின் அறவழியான் செயலை விரும்புவோர் அகக் கொதிப்பாகும் கோபத்தை ஆற்ற வேண்டும்" என்று அயோத்திதாசப் பண்டிதர் உரை எழுதுகிறார்.

"இயல்வது கரவேல்"

இயல்வது—உன்னால் செய்யத்தகுவது ஆகியவற்றை, கரவேல்— ஒளியாதே. "நம்முடைய அறிவின் முயற்சியாலும், விருத்தியாலும், கேள்வியினாலும் விடாமுயற்சியாலும் இயல்பினாலும் தெரிந்துகொண்ட வித்தையினை நாம் மட்டுமே அனுபவித்து வாழ்வில் மகிழ்ச்சியாகக் காணப்படாமல் ஏனையோரும் பயன்படும்படி அவருக்கும் அந்த வழியைக் காட்ட வேண்டும்" என்ற முறையில் அயோத்திதாசப் பண்டிதர் உரை எழுதுகிறார்.

ஈவதை விலக்கேல்

ஈவதை, ஒருவருக்கொருவர் கொடுப்பதை, விலக்கேல்— தடுக்காதீர். ஒவ்வொரு மனிதனும் வித்தை, புத்தி, ஈகை சன்மார்க்கம் என்னும் நான்கிலும் நினைத்தல் வேண்டும். அவ்வாறு கொடுக்கும் திறன்படைத்த பெரியோர்கள் காணப்படுவதே உலகம் எனப்படும். இவ்வாறு அவர்கள் ஒருவருக்கொருவர் நற்செய்கை கருதியே சேர்ந்து வாழக் கூடியவர்களாயிருக்கின்றனர். அவர்கள் செய்யும் செயல்களைத் தடுக்காதீர் என்று விளக்கமளிக்கிறார்.

உடையன விளம்பேல்

உடையன — உன்னிடத்துள்ள திரவியத்தை, விளம்பேல் — பிறருக் குறையாதே. மக்கள் தமக்குரிய ஆஸ்திலியப் பிறர்

அறியக்கூறுதல் கூடாது. அவ்வாறு கூறும்போது அதனைக் கள்ளனும், தீய நெஞ்சம் கொண்டவனும் கேட்டான். அதன் மூலம் பல்வேறு துன்பங்கள் வந்தடையும். ஆனால் தன்னிடமுள்ள திரவியத்தைப் பிறருக்கு கூறுதல் தவறு என்கிறார். இதனை, “உனக்குள்ள திரவித்தை உலககோரறியக் கூறி உலோபியாக விளங்கி உள்மத்தனாவதினும் உனருள்ள திரவியத்தைக் கொண்டு உலக உபகாரியாக விளங்குவாயின் உன் திரவியமும் பெருகி உன் ஆயுளும் வளர்ந்து உன் கீர்த்தியும் அழியாமல் நிலைக்கும் என்பதாம்” என்கிறார்.

ஊக்கமது கைவிடேல்

ஊக்கமது— உனக்குள்ள முயற்சியில், கைவிடல்— சோர்வடையாதே. ஊக்கம் தரக்கூடிய செயலைக் கைவிடுவதனால் அது வீண் முயற்சியாகும். எடுத்த செயலில் வெற்றிபெறும் வரையிலும் முயற்சியில் சோர்வடையக் கூடாது. எடுத்த முயற்சியைக் கைவிடாது சாதித்துக் கொண்டே தொழில்களைக் கைவிடுத்து பொய்க் குருக்களால் போதிக்கும் பொய்ப் புராணக் கட்டுக்கதைகளை நம்பிச் சாமி கொடுப்பார், சாமி கொடுப்பார் என்று ஊக்கமற்ற சோம்பேறிகளாய் இருப்பர் என்று இதற்கு விளக்கமளிக்கிறார்.

எண்ணெழுத்திகழேல்

எண் எழுத்து எட்டென்னுங் கனிதாட்சரமாகவும் எழுத்து என்னும் அகராட்சரமாகவும் விளங்கும் வரிவடிவை இகழேல் அவமதியாதே. அகர அட்சரமானது சகல அட்சரங்க—ளுக்கும் ஆதியாய்த் தோன்றி அறிவை வளர்த்து ஞானக் கண்ணாகவும் விளங்குவது அதுவேயாதலின் அதனை அவமதியாதே என்று கூறியுள்ளார்.

ஏற்பதிகழ்ச்சி

ஏற்பது—ஒருவர் சொல்லும் வார்த்தையை விசாரணை இன்றி ஏற்றுக் கொள்வது. இகழ்ச்சி—இழிவைத் தரும். மனிதர்களுள் உயர்ந்தோர், தாழ்ந்தோர் எனும் பேதம் இல்லை. அவ்வாறு ஒரு மனிதன் தான் உயர்ந்தோன் என்று கூறும்போது அவனின் கூற்றை ஏற்கக்கூடாது. அதனை ஏற்றுக் கொண்டால் அது இழிவைத் தரும் என்று கூறுகிறார்.

அயமிட்டுண் (ஐயமிட்டுண்)

ஐயம்—புலன் தென்பட ஒருங்கினோராகும் தென் புலத் தோர்க்கு இட்டு—வட்டித்துள்ள அன்னத்தை முன்பு சிக்கக்

கொடுத்து உண்—நீயும் உண். புத்த தர்மத்தை நிலைநிறுத்திய சமயத்தார்கள் ஒரு மடத்திலிருந்து மறு மடத்திற்குச் செல்வோர். அவ்வாறு செல்லும் போது தங்கள் வீட்டைவிட்டு வெளியே வந்து அவர்களை அழைத்து, தங்கள் வடித்துள்ள சோற்றினை அவர்களுக்குக் கொடுத்து அதன் பின்னர் தாங்கள் உண்டது சிறந்ததாகும் என்கிறார்.

ஒப்பரவொழுகு

ஒப்பரவு—உள்ளத்திற் சாந்தத்தை நிரப்பு மூக மலர்ச்சியுடன் ஒழுகு—இல் வாழ்க்கையில் நடப்பது.

இல்வாழ்வினை நடத்தும் மனிதர்கள் தங்கள் உள்ளத்தில் அமைதியை நிலைநிறுத்தியிருந்தால்தான் அதன் வெளிப்பாடாக முகத்தில் மறுமலர்ச்சி ஏற்படும். இதன்படி இல்வாழ்க்கை நடத்துவது சிறந்ததாகும் என்கிறார்.

ஓதுவதொழியேல்

ஓதுவது—அறிவைப் பெருக்குங்காலை நூற்களை வாசிப்பதில் ஒழியேல் நீங்கிவிடாதே.

ஓதலும் ஓதி வைத்தலும், கற்றுங் கற்பித்தலுமாயவை கலை நூற்களே ஆதலின், அவற்றை ஓதுவதினின்று ஒழியேனென வற்புறுத்திக் கூறியுள்ளார்.

ஔவையம் பேசேல்

ஔவியம்—ஒருவருக்கொருவர் பொறாமையை உண்டு பண்ணும் வார்த்தையைக் குறிக்கும். பேசேல்—மறந்தும் பேசாதே.

உலகத்தில் காணப்படும் மக்கள் அனைவரும் ஒருவரை யொருவர் நெருங்கி வாழ வேண்டும். அவ்வாறு சேர்ந்து வாழும் வாழ்க்கையில் ஒருவருக் கொருவர், பொறாமையை உண்டுபண்ணும் வார்த்தையை ஒருபோதும் பேசுதல் கூடாது என்கிறார்.

கொன்றவை வேந்தன்

அவ்வை எழுதிய கொன்றை வேந்தனில்,

கொன்றை வேந்தன் செல்வனடியினை

யென்று மேற்றித் தொழுவோமியாமே

என்ற பாடலுக்கு, "மலைக்குன்றில் வாழும் அரசனென்றும்

அழியா சம்பந்தமென்றும் வழங்கப்பெற்ற புத்தபிரானின் செந்தாமரைப் பாதங்களை எக்காலமும் போற்றித் தொழுவோம்" என்று உரை எழுதுகிறார் அயோத்திதாசப் பண்டிதர். பாத பீடிகையை வணங்கும் பழக்கம் புத்த சமயத்திற்கே உரிய ஒன்றாகும். அதனடிப்படையிலேயே அயோத்திதாசப் பண்டிதர் உரை எழுதியுள்ளார்.

அன்னையும் பிதாவும் முன்னறி தெய்வம்

குழந்தைப் பருவத்தில் அமுதூட்டி, சீராட்டி, அன்னமூட்டி பாராட்டிய தாயும் குழந்தையும் தாயையும் பேணிப் பாதுகாத்த தந்தையும் முழுமுதற் கடவுளாம் என்று விளக்கமவிக்கிறார்.

"ஆலயம் தொழுவது சாலவும் நன்று"

குழந்தைப் பருவத்தில் நன்முறையில் வளர்த்தெடுத்த முதல் தெய்வமாகக் கருதப்படும் தாய் தந்தை இருவரையும் வணங்குவது மிகவும் நன்மையாகும்.

தாயில் சிறந்த கோயிலும் இல்லை

தந்தை சொல்மிகு மந்திரம் இல்லை

என்பதும் சிறந்த எடுத்துக்காட்டாக நாம் எடுத்துக் கொள்ளலாம்.

இல்லறமல்லது நல்லறமல்லது

இல்வாழ்க்கையில் மனையாளுடன் கூடிவாழும் வாழ்க்கையில் இருவரின் மனமும் ஒன்றிணைந்து வாழும் வாழ்வே நல்லறமாகும். அவ்வாறு ஒன்றித்து வாழாத வாழ்வு பொல்லாத அறமாகும்.

ஈயார் தேட்டைத் தீயார் கொள்வர்

மற்றவர்களுக்கு எந்தவகைப் பொருளையும் கொடுக்காத உலோபியின் பொருளை வஞ்சகர்களாகிய கள்ளர் அபகரித்துக் கொள்வர்.

உண்டி சுருங்குதல் பெண்டிற்கழகு

பெண்கள் தங்களது உணவினை அதிகமும் இல்லாமல் கறையுமில்லாமல் உண்ண வேண்டும். அவ்வாறு உண்பார்களாயின் தன் கணவனையும் உறவினைரையும் வரும் விருந்தினரையும் அன்புடன் உபசரிப்பார்கள் என்பது அதன் பொருளாகும்.

ஊருடன் பகைக்கின் வேருடன் கெடும்

ஒருவன் ஒரு கிராமத்தில் வாழக்கூடிய அனைவருடன் விரோதித்துக் கொண்டு வாழ்வானென்றால் தன்னுடைய குழந்தைகளுடன் சீரழிவான் என்பதாகும்.

“எண்ணு மெழுத்துங் கண்ணெனத் தகும்”

கணிதத்தில் (அ) எட்டென்னும் வரிவடிவம், அட்சரத்தில் அகலமென்றும் வரி வடிவமும் உள்மெய், புறமெய்யென்னும் இரண்டையும் கூடிய அரும்கண்ணாம் ஞான விதியென கூறுதலொக்கு மென்பதாகும் என்கிறார்.

ஏவா மக்கள் மூவா மருந்து

பெரியோராக இருப்பினும் தாய்தந்தையாக இருப்பினும் அவர்கள் ஒன்றை நோக்கி ஏவல் செய்ததற்கு மூன்னரே அவர்களின் குறிப்பை அறிந்து மக்கள் செய்யும் செயலானது என்றும் கெடாது தேவாமிர்தத்தை ஒக்கும்.

ஐம்புகினுஞ் செய்வினை செய்

காலத்தின் பயனால் வியாதி, முயற்சியின்மை ஆகியவற்றால் வேறொருவரிடம் இருந்து உணவை உண்ண நேரிடும். அவ்வாறு பிச்சை ஏதும் கிடைக்காத சூழலில் களவு, சூது முதலிய வஞ் சகக் குணங்களுக்கு ஆளாக நேரிடும். அந்த நேரத்தில் நமக்குத் தெரிந்த நல்ல செயலைச் செய்து வாழ்தல் வேண்டும்.

ஒருவனைப் பற்றி யோரகத்திரு

தனக்குத் தெரிந்த தொழிலால் தன்னை மட்டுமே உணர்ந்து இருக்க வேண்டும்.

ஓதலினன்றே வேதியர்க்கொழுக்கம்

சமண முனிவர்களின் நற்கருத்தியம் யாதெனில் வேத வாக்கியங்களாம் நீதி மொழிகளை சகலருந் தெளிவுற போகுத்தலே சுகந்தரும் என்பதாகும்.

அவ்வியம் பேசுதலாக்கத்திற் கழிவு

ஒருவனைக் கெடுக்கத்தக்க ஆலோசனை பேசுதன் தன் தேகத்திற்கே அழிவினை உண்டாக்கும். அவ்வையார் படைத்த படைப்புகளில் அயோத்திதாசப் பண்டிதர் தன்னுடைய

சமயமான பவுத்தசமயக் கருத்துக்கள் பலவற்றைப் பரப்பி அதன் மூலம் பல்வேறு விளக்கங்களை எடுத்துரைத்துள்ளார். ஒவ்வொரு பாடலுக்கும் பகுத்தறிவைத் தாண்டும் நோக்கில் அனைவர் மனதிலும் நீங்கா இடம்பிடிக்கும் நோக்கமுடனும் உரை வகுத்துள்ளார்.

அவ்வையார் பற்றிய வரலாறு

அவ்வை, தமிழ் இலக்கிய உலகில் ஒரு மூதாட்டியாக முருகனைப் பாடியவளாக, அதியமானின் உற்ற நண்பராக இன்றுவரை அடையாளப்படுத்தப்படும் அறிஞர் கையாலத்துக் கடவுள் குடும்பத்துடன் நேரடி தொடர்பு கொண்டிருந்த செந்தமிழ்க் கவியாக கவி பாடிய மகிழ்வித்த மூதாட்டியாக, மங்கலப் பருவத்திலேயே விரும்பி முதுமையை ஏற்றுக்கொண்ட சைவ சமயப் பெண் துறவியாக நமது மனதில் அவ்வையார் பிம்பத்தைப் படிய விட்டிருக்கிறது இந்து மதம். அவ்வை என்பவர் ஒருவர் அல்ல இருவர் அல்ல. பலர் என்று ஒருவகை யூகப் போக்குடனும், பகவனுக்கும் ஆதிக்கும் பிறந்த பெண் பிள்ளைகளில் ஒருவராகவும், திருவள்ளுவருக்குத் தங்கையாகவும் அடையாளம் காணப்பட்டார். ஆனால் அயோத்திதாசப் பண்டிதர் அவ்வையின் வரலாற்றை அரிய இலக்கியச் சான்றுகளைக் கொண்டு அவ்வை மீது சுமந்தப்பட்ட நரையையும், திரையையும் மாயைகளையும் களைந்து அவரின் உண்மை வரலாற்றை முன்வைக்கிறார்.

அவ்வை பவுத்த பிக்குனி

அவ்வையார் என்னும் பவுத்த இலக்கியவாதி மீது பூசியிருக்கும் பிற்போக்குவாத மதச் சாயத்தை வெளிச்சம் போட்டுக் காட்டும் விதமாக 1500 ஆண்களுக்கு முன்பு தென்பரத கண்டத்துள் புத்தநாட்டை அரசாண்டவனும் சீவகன் தாய் மாமனுமாகிய சாக்கைய சுந்திரவாகு என்பவனுக்கு ஓர் பெண் குழந்தை பிறந்தது. அதற்கு அம்பிகாதேவி என்னும் பெயரிட்டு சீராட்டி வளர்த்து வந்தனர். சுந்தரவாகுவின் மகளாகப் பிறந்தவள் அம்பிகாதேவி. அம்பிகாதேவிக்கு எழு வயதாகும் முன்னே, தமிழ் மொழியும் இலக்கியமும் கற்பிக்கப்பட்டன. பதினோறு வயதிலிருந்து பவுத்த தம்மங்களை அம்பிகா தேவி கற்றாள். பின்பு, பதிமூன்றாம் வயதில் பவுத்த தம்மதத்தின்பால் வெகுவாக ஈர்க்கப்பட்டு பிக்குனியாவதென முடிவு செய்து, தன் தந்த சுந்தரவாகுவிடம் தெரிவித்தாள். அதைக் கேட்டு அதிர்ந்த அவர் அரசின் எதிர்காலம் கருதி அதை ஏற்கவில்லை.

பின்பு அம்பிகா தேவியின் வற்புறுத்தலுக்கு இணங்கி, பவுத்த சங்கத்தில் இது குறித்து விசாரணை செய்தார். சங்கத்தாரும் மந்திரிகளும் திருமணமாக பெண் துறவு ஆவதற்குரிய சடங்குகளைச் சொன்னார்கள். அதன்படி அவளது தாய்மாமன் கந்தருவ தத்தன் தங்கத்தில் செய்த பொட்டுச் சரடினை அம்பிகாதேவியின் கழுத்தில் கட்டினான். சடங்குகள் நிறைவேறிய பின்னர் உமள நாட்டு வியாரத்தின் பிக்குணி சங்கத்தில் சேர்ந்துவிட்டார் அம்பிகா தேவி.

அம்மனாக அவதரித்த அவ்வை

புத்த இலக்கியங்களையும், திரிபிடக நூல்களையும் கற்றுத் தேர்ந்த பிக்குணி அம்பிகாதேவி, வியாரத்தின் அருகிலுள்ள பூ மகரம் என்னும் வேப்ப மர நிழலில் அமர்ந்து, மக்களுக்கு பவுத்த தம்மதத்தைப் போதித்து வந்தார். அந்நாளில் நாகை நாட்டில் (நாகப்பட்டினம்) மழை குன்றி சாமனை என்ற பூச்சிகளால் மக்களிடையே வைசூரி நோய் உருவாகி வாந்தி பேதி பரவியது. இதைப் போக்குவது எப்படி என்று மக்கள் அம்பிகை அம்மனிடம் கேட்டனர்.

எங்கு மழை குறைந்து புழுக்கம் தோன்றுகிறதோ, அந்த இடங்களில் பதின்மூன்று வகையான வைசூரி நோயும் மூன்று வகையான நோயும் மூன்று வகையான பேதியும் உருவாக சாமளைப் புழுக்களே காரணம். அப்புழுக்களைப் போக்குவதற்கு, வேப்பிலைப் புகை, கற்பூரப்புகை, மாட்டுப்பால் புகை, அவுரிப் புகை ஆகியவற்றைப் பாதிக்கப்பட்ட இடங்கள் தோறும் கமழச் செய்தால் சாமளைப் புழுக்கள் அகலும் என்றும், அதோடு மக்கள் பேதமின்றி தூய மனதுடன் இருக்க வேண்டும் என்றும் அம்மன் கூறினாள். அதைப் பின்பற்றிய மக்கள் நோய் நீங்கி மகிழ்ந்தனர். தம்மதத்தில் நிலைத்தனர். இப்படி அம்பிகை அம்மன் மருத்துவம் பவுத்தம்— சமூகப்பணி என்று இளமையிலிருந்தே தன்னை அர்ப்பணித்து வந்தாள். இறுதியாக தன்னுடைய முடிவுநாள் வந்ததும், சகலருக்கும் அதை அறிவித்துவிட்டு, சமாதியில் அமர்ந்து தீபம் போல் சுடர்ந்து முடிவு எய்தினாள். அந்த நாள் ஆடி மாதம் பதினெட்டாம் நாள் ஆதிவாரம் (ஞாயிற்றுக்காலம்) ஆகும்.

இந்த அம்பிகா தேவிதான் பின்னர் பிடாரி, கொடும்பாறியை நீக்கிய மாரியம்மன், ஆதிதேவி, அறச்செல்வி, பகவதி, திருவீதி அம்மன், நந்தா விளக்கு, சோலைகளிடையே வசித்து வந்தால் துளிர் கானகத்து அம்மன் என்றெல்லாம் பல பெயரில்

அழைக்கப்பட்டாள். அம்பிகையம்மன் மறைந்த பிறகு நாடெங்கும் நினைவிடங்கள் அமைக்கப்பட்டன. அந்த நினைவிடங்கள் கோயிலாகவும் இருந்தன. இப்படியொரு சீரிய வரலாற்றை பின்புலமாகக் கொண்ட அம்பிகையம்மை தான் அவ்வை" என்று இலக்கியங்கள் வரிக்கும் அவ்வையார். அவ்வைக்கு அவ்வை எனற பெயரிலேயே பழைய கோயில் ஒன்று உள்ளது. மாயூரம் முத்துப்பேட்டை இரயில் நிலையிலிருந்து தென்கிழக்கே ஏழு மைல் தூரம் சென்றால் அங்கு ஒரு கோயிலைக் காணலாம்.

அக்கோயில் கல்வெட்டில் "வண்டுறைவாள் மாரியம்மன் அவ்வையார் கோயில்" எனக் குறிப்பிடப்பட்டுள்ளதை ஆதாரமாகக் காட்டுகிறார். அயோத்திதாசப் பண்டிதர்.

இத்தனைச் சிறப்புகள் பெற்ற அவ்வை—அம்பிகையம்மன் தமிழுலகத்திற்கு வழங்கிய இலக்கியக் கொடைகளுள் முக்கியமான மூன்றினைத் 'திரிவாசகம்' என்று அயோத்திதாசப் பண்டிதர் கூறுகிறார்.

அவை கொன்றைவேந்தன், வெற்றிஞானம் ஆகியனவாகும். இதில் வெற்றி ஞானம்—திரிவாசகத்தில் ஒன்றாகச் சேர்க்காமல் இருந்தார்கள். அதன் காரணத்தை அயோத்திதாசப் பண்டிதர் கூறுகிறார்.

பாண்டியன் வம்சவரிசையைச் சார்ந்த குள்ளை வள்ளுவன் என்னும் அரசனுடைய மூதாதை "சயம்பன்' என்பவன், தனது மாளிகையை விட்டு வேறு விகார இடத்திற்குத் தெரிசிக்கப் போகுங்கால், போன பாதையிலே திரும்பாமல் குறுக்கு வழியாகப் போகும்போது ஓர் நந்தவனத்தில் ஒரு சிற்றரசரின் மகள் அவனைத் தனது இச்சைக்கு இணங்குவதற்கு அழைக்க, அவன் மறுத்தான். இதனால் அவன் வியாபாரம் சென்று திரும்பும்போது சேவகர்கள் அவனைப் பிடித்து அரசன் முன் நிறுத்தித் தண்டனைக்கு உள்ளாக்கினர். இது அம்பிகாதேவிக்குத் தெரியவர, அவர் இவ்வெற்றி ஞானம் எழுதி, சமயம்பனைக் கைது செய்து வைத்திருந்த திவாகர சிற்றரசனுக்கு அனுப்பினார். அதைப் படித்தபின்பு அவன் குற்றம்சாட்டப்பட்டவரைத் தீர விசாரித்தான். சயம்பன் விடுதலையாகிப் போகும்போது அவனுக்கு வெற்றி ஞானமும், பொன் பரிசுகளும் கொடுத்து அனுப்பினான் திவாகர அரசன்.

இந்த வெற்றி ஞானத்தைச் சேர்த்து அவ்வையின் படைப்பு "திரிவாசகம்" என வழங்கப்படலாயிற்று. பின்பு புத்தகத்திற்கு

எதிர்ப்பு நிலை தோன்றிய காலத்தில் இந்த நூல் பின்கலை நிகண்டிவில்லா "ராம பாண்டியன் வாக்கு" என வேறுபடுத்தி விட்டார்கள் என்று அயோத்திதாசப் பண்டிதர் கூறியுள்ளார்.

தமிழ் மொழியின் மேன்மை விளங்கிய காலம் பவுத்த அரசர்களும், சங்கங்களும், உபாசகர்களும் வாழ்ந்த காலம் என்றெழுதினார்.

பவுத்த சங்கங்கள்

பவுத்த சங்கங்களைச் சேர்ந்த சமண முனிவர்கள், தமிழ் இலக்கிய இலக்கணங்களை வகுத்தார்கள். மதுரையில் பத்தாயிரத்திற்கு மேற்பட்ட பவுத்த சங்கங்கள் இருந்தன. முச்சங்கங்கள் இருந்ததற்குச் சான்றில்லை. முதல், இடை, கடைச் சங்கங்கள் எல்லாமே பவுத்த சங்கங்களே என்கிறார் அயோத்தியதாசப் பண்டிதர்.

திரிவாசகம்

அவ்வையின் சில நீதிப்பாடல்களுக்கு அயோத்திதாசப் பண்டிதர் தந்த மறு விளக்கங்களை இங்கு காணலாம். ஞானத்தாய் அவ்வையார் இயற்றியதாக மூன்று நூல்களைச் சேர்த்து "திரிவாசகம்' என்று அயோத்திதாசர் பெயரிட்டுள்ளார். அவை 1. ஆத்திசூடி, 8. கொன்றை வேந்தன் (குன்றை வேந்தன்), 3. வெற்றி ஞானம் (வெற்றி வேற்கை) எனப் பின்னால் ஆதிவீரராம பாண்டியன் இயற்றியதாக இது திரிக்கப்பட்டதாக அயோத்திதாசப் பண்டிதர் கருதினார்.

"அறம் செய்ய விரும்பு என்பதை அயோத்திதாசப் பண்டிதர் "அறன் செயல் விரும்பு' என்று மாற்றி எழுதுகிறார். இதுதான் மூலபாடம் என்று அவர் சாதிக்கக் காரணம் 'அறன்' என்றால் அறக்கடவுள் புத்தர். "செயல்" என்றால் நற்காட்சி முதலான அட்டாஙந்மார்க்கம்.

பவுத்த நூலாக அயோத்திதாசப் பண்டிதர் கருதியதால் இப்படி ஒரு மூல பாடத்தைத் தந்தார் போலும். மூல பவுத்த பண்பாட்டை, சமுதாயத்தை, நாகரிகத்தை அழித்த பிராமணியம் பவுத்த சரித்திரங்களில் இடைச் செருகல்களைப் புகுத்தியும், மாற்றியும், மறைத்தும் அவற்றையே தனது மூலபாடமாகத் திரிந்ததையும் அயோத்திதாசப் பண்டிதர் மீண்டும் மாற்றி பவுத்த மீட்டுருவாக்கம் செய்தார்.

"ஊக்கமது கைவிடேல்" என்பதற்கு அயோத்திதாசப் பண்டிதர் தந்த உரை நவீனத்துவ வளர்ச்சியைக் கருத்தில் கொண்டுள்ளது.

அது பின்வருமாறு: உனக்குள்ள முயற்சியில் சோர்வடையாதே. இரயில்வே, டிராம்வே, டெல்லகிறாப், போனூறாப், லெத்த கிறாப் முதலிய தொழில்கள் யாவும் கைவிடா ஊக்கத்தினால் விருத்திபெற்ற காட்சிகள் எனப்படும் என்று ஊக்கத்திற்கு திருஷ்டாந்தமாக நவீன ஐரோப்பிய அறிவியல் தொழில்நுட்ப வளர்ச்சியைக் காட்டுகிறார்.

கூடவே பிராமணியத்தைத் தாக்குகிறார். இத்தகைய தொழில், அறிவு ஈகை சன்மார்க்க வளர்ச்சிகளைக் கைவிட்டுப் பொய் குருக்கள் (பிராமணியர்) போதிக்கும் பொய்ப்புராணக் கட்டுக் கதைகளை நம்பி ஊக்கமற்ற சோம்பேறிகளாய்ப் பிச்சை எடுத்துண்பதே பெரும் கல்வி அபிவிருத்தி என்றெண்ணிப் பாழடைய வேண்டாம் என்றார்.

பவுத்தம் அவரை பிரா மணியத்துக்கு எதிர் நிலையில் நிறுத்திய காரணத்தால் நவீனத்துவத்தைப் பூரணமாக ஏற்றுக் கொண்டிருப்பது ஒரு சாதனைதான். சனாதனத்தையும் புராணங்களையும் போற்றிய வைதீகத்தைக் காலங்கடந்த பழமையாகவே அயோததிதாசப் பண்டிதர் கண்டிருந்தார்.

“ஏற்பதிகழ்ச்சி’ என்பதை முற்றிலுமாக நவீன அறிவியல் ஆய்வு முறையாகப் பொருள் கொண்டார். ஒருவர் சொல்லும் வார்த்தையை விசாரணையின்றி ஏற்றுக் கொள்வது இழிவு என்றார்.

பிராமணன் தன்னை பிரம்மா வாயிலிருந்து பிறந்ததாகக் கூறுவதை விசாரணையின்றி ஏற்றால் ஏற்பவன் தாழ்ந்த சாதியாளாகும் இழிவுக்கு ஆளாகிறான். எனவே அவனிடம் பிரம்மா யார்? உன் மனைவி எங்கியிருந்து பிறந்தாள்? என்று கேள்விக் கேட்க சொல்கிறார். “நூற்கலைகள்” (பாடபேதம் : நூல்பலகல்) என்பதற்கு அறிவை வளர்க்கும் 64 கலை நூல்களை வாசிக்கக் கடவாய் என்று அயோத்திதாசப் பண்டிதர் உரை எழுதி, நிகண்டு முதல் அவஸ்தை ஸ்தம்பம் வரையுள்ள 64 நூல்களின் பெயர்களை எழுதுகிறார்.

“மேன்மக்கள் சொற்கேள்” என்றால் சிறந்த மநுக்களின் (மனிதர்) சொல்லைக் கேட்டு நட எனப் பொருள் கூறுகிறார். மேன்மக்கள் என்றால் உயர்ந்த சாதியினர் என்று பொருள் இல்லை என்று கவனப்படுத்தியுள்ளார்.

“தையல் சொற் கேளேல்” என்றால் பெண் பேச்சைக் கேட்டு நடக்காதே என்பது மரபான பழைய பொருள். இதற்கு அயோத்திதாசப் பண்டிதர் தந்த விளக்கம் அபாரமானது.

நினைத்துப் பார்க்க முடியாதது. "தையல்" என்பதற்கு கொடூரம், மனம் தைக்க, காயம்படக் கூறுவது என்று பொருள் கூறுகிறார். தைத்தல் என்பது தையல். பனியின் கொடூரத்தால் இலை உதிரும் மாதம் தை மாதம். கொடூரமான நெய்கலந்த வாஸ்துக்களுக்குப் பெயர் தைலம். இதயம் புண்படத் தைத்துக் கூறும் வார்த்தை தையல்மொழி. இதனால் கொடூரமான சொற்களுக்குச் செவி கொடாதே என்ற பொருள் கிடைக்கிறது. பெண்ணியவாதிகள் அயோத்திதாசப் பண்டிதரின் இப்பொருள் கோடலைக் கவனிப்பார்களாக!

அயோத்திதாசப் பண்டிதர் வைத்தியராதலால் அவ்வையின் சில மொழிகளுக்கு மருத்துவ விளக்கம் தந்துள்ளார். சனி நீராடு" என்றால் எள் நெய் தேய்த்துக் குவிப்பதல்ல; உலோக (சனி) அளற்றில் தேகம் முழுவதும் அழுந்த குளித்து எழு என்பது பொருள். பாலி மொழியில் சனி என்றால் இருள் என்று பொருள். சனிநீர் என்றால் உலோக ஏற்று, தீர்த்தம் என்று பொருள். இதனால் சர்வரோக நிவர்த்தி உண்டாகும் என்பது சகரசாஸ்திர மூலபாடம் என்று வைத்திய சாஸ்திர முறை பற்றி அயோத்திதாசப் பண்டிதர் எழுதினார்.

அயோத்திதாசப் பண்டிதர் நவீன கல்வியை வரவேற்ற போது கைத்தொழில்களையும் விவசாயத்தையும் பெரிதும் வலியுறுத்தி வந்தார்.

"வித்தை விரும்பு" என்றால் கைத்தொழிலைக் கற்க விரும்பு என்று பொருள். இதனை விளக்கி அயோத்திதாசப் பண்டிதர், ஒரு மொழியைக் கற்பது வித்தையாகாது. பிற மொழியும் கற்க வேண்டும். மரம், தையல், பொன்வினை, பயிரிடல் முதலிய வித்தைகளில் ஒன்றைத் தேறக் கற்றால் எத்தேசம் போனாலும் சிறப்பு வரும் என்று அயோத்திதாசப் பண்டிதர் தொழில் சார்ந்த கல்வியை வலியுறுத்தினார்.

இனி அவர் காலத்தில் மரபான வைத்தியர்கள் மத்தியிலிருந்த யோகப் பியாசக் கருத்தை அயோத்திதாசப் பண்டிதர் தந்த உரையின்வழி காணலாம். கொன்றைவேந்தனில் வரும் "எண்ணும் எழுத்தும் கண்ணெனத் தகும்' என்பதற்கு கணிதத்தில் எட்டு என்னும் தமிழ் வரி வடிவமும் அல்லது அட்சரத்தில் அகரம் எனவரும் வரி வடிவம் அல்லது உள்மெய், புறமெய் எனும் அருட்கண்ணாம் ஞானக்கண் எனக் கூறுதல் ஒக்கும் என்கிறார். அயோத்திதாசப் பண்டிதர்— மை விகுதியின்றி அவ்விடத்தில்— மெய் விகுதி இட்டே எழுதுவது அவரது தனித்

தன்மை. அதன் சூட்சுமத்தை அவரே விளக்கியுள்ளார்.மெய் என்பது புத்தர் கண்டு பரி நிருவாணம் அடைந்ததைக் குறிக்கும். இது மாந்தர் அகத்திற்குள் உள்ளது. மை என்பதோ மாந்தர்க்கு அப்பால் உள்ளது. இது பவுத்தர்களுக்கு உடன்பாடல்ல என்றார். உயிர்தான் உண்மெய் (உள்மெய்) உடல் என்பது புறமெய். இவற்றைக் கண்டடைய புத்தரே வரிவடிவங்களான அட்சரங்களை பாலி, சமஸ்கிருதம், தமிழ் ஆகிய மொழிகளுக்கு வகுத்துத் தந்தார். உயிர் எழுத்து என்பது ஆவி; மெய் எழுத்து என்பது உடல். எழுத்துக்களுக்கெல்லாம் ஆதி எழுத்து அகரம்; அகர அட்சரம் என்பது பேர் உயிர்.

இப்பேருயிராம் அண் நாவில் உள் நாவில் அமுதுண்டு, அழியாத பாக்கியம் பெற்றவனாகி, புறமெய் அகற்றி உள் மெய்யில் (உண்மெய்) நினைத்து நன் மெய்யாம் தன்ம காயததாகன் ஆகிறான் என்று புத்தரின் பரிநிருவாணத்தையும், சித்தரின் அமுதம் உண்டு மரணத்தை வெல்வதையும், அயோத்திதாசப் பண்டிதர் இணைத்துப் பார்த்துள்ளார்.

ஆத்திசூடியிலும் 'எண்ணெழுத்திகழேல்' என்று இது வந்துள்ளது. எட்டு என்றும் கணித அட்சரமாகவும், எழுத்து என்னும் அகர அட்சரமாகவும் விளங்கும் வரி வடிவை அவமதியாதே. இதனை அயோத்திதாசப் பண்டிதர் விவரித்து எழுதியுள்ளார். அகரமே எழுத்துக்களுக்கெல்லாம் ஆதி. தொடக்கம். இதுவே அறிவை வளர்க்கும் ஞானக்கண் என்று எழுத்து—அறிவுத் தொடர்பை அயோத்திதாசப் பண்டிதர் வலியுறுத்தியுள்ளார். அதோடு அகர எழுத்தின் வரிவடிவமான என்பதன் யோக சூட்சுமத்தையும் விளக்கியுள்ளார்.

அகரத்தின் சுழியானது புருவமத்திய சுழிமுனையிலிருந்து முதுகின் தண்டெலும்புள் அளாவி, உந்தியில் முனை கூடி பூணூல் அணிவது போல மார்புள் சென்று கண்டத்தில் கால்வாங்கி நிற்கும்.இதை பிறமரந்தினம், குண்டலிநாடி, குண்டலிசத்தி என்றும் கூறுவர். அகர அட்சரம் கண்டத்தில் ஊன்றி குண்டலியை நிமிர்த்தி குணம் குடி கொள்ளும் வழிக்கு ஆதி அட்சரமாகும் என்று அயோத்திதாசப் பண்டிதர் எண் கணிதம், அகர அட்சரம், குண்டலியோகம் முதலியவற்றைத் தொட்டுக் காட்டியுள்ளார்.

அயோத்திதாசப் பண்டிதர் கூறிய குண்டலி

தாயின்கருப்பையில் குழவி கட்டுப்பட்டிருக்கும் போது அதன் மூச்சு உள்ளுக்குள்ளே ஓடிக் கொண்டிருப்பது

சுபாவம் இயல்பு. அதாவது அதன் கொப்பூழை ஆதாரமாகக் கொண்டு இடது மார்பின் உள்ளே மேல் ஏறி இரு கண்களின் மத்தியில் நாசி முனையைத் தாவி, சிரசின் உச்சியைக் கடந்து பிடரி வழியில் இறங்கி வலது முதுகின் பின்புறம் இழிந்து மீண்டும் கொப்பூழில் கலந்து நிற்கும் (மூச்சு). இப்படிச் சுழலும் நாடியைக் குண்டலி என்றும், அதன் சூழலுக்குப் பிரம்ம ரத்தினம் என்றும் கூறுவர். இவ்வாறு சிசுவின் உள்மார்புக்கும் முதுகுக்கும் ஓடிக் கொண்டிருந்த மூச்சு (நாடி), கருப்பையை விட்டு அது வெளி வந்ததும் வாய் திறந்து கூச்சலிடும் போது நாசி திறந்து உள்ளுக்குள் ஓடிக் கொண்டிருந்த மூச்சு உள்ளுக்கும் வெளிக்குமாக ஓடத் தொடங்குகிறது. இதனால், கருப்பைக்குள் சிசு இருந்தபோது அதன் உள்ளுக்குள் மூச்சு ஓட வழி கொடுத்திருந்த நாடியானது குளிர்ந்து மண்டலமிட்டு (சுருண்டு), சுருண்ட பாம்பு போன்று கொப்பூழியில் வளைந்து அவ்வழியை அடைத்துவிடுகின்றது.

தாயின் கருப்பைக்குள் இருந்தபோது நீண்டு ஓடிக்கொண்டிருந்த நாடி குழந்தைப் பிறந்ததும் சுருண்டு அவ்வழி அடைந்தபடியால் அதற்கு குண்டலி நாடி" எனப் பெயர் என்று அயோத்திதாசப் பண்டிதர் விளக்கம் தருகிறார்.

மீண்டும் பிரம்மரத்தினக் குழல் வழியாக மூச்சை மறுபடியும் உள்ளுக்குள் திருப்பிக் கொள்கிறவனுக்கு மாளாப் பிறவி, துக்கமற்ற நிருவாண சுகம் உண்டாகிறது. பிரம்ம ரத்தினக் குழல் வழிபோகும் நாடி, இடது மார்புக்கும், வலது முதுகிற்கும் சுற்றி நிற்திறபடியால் அதனை உணர்த்தும் விதமாக உபநயனம் கண்ட சாதனன் என உலகோர் அறிவதற்காக மதாணி பூணூல் எனும் முப்புரிநூலை இடது மார்புக்கும் வலது மூக்குக்குமாக அணிகிறார்கள். இந்த நூலை அணிந்தவன் ஐம்புலனை அடக்கும் தென் புலத்தான் (அந்தணன்) என்பதைப் பிறர் அறிவர். இவனே இல்லறவாசி உதவவேண்டும். இவண மண்டலமிட்ட குண்டல நாடி அறிந்தவன் என்று மக்கள் அறியுமாறு மதாணி பூநூலை மார்பில் அணிகிறான். பூணுக்கு ஆதாரம் குண்டலி, பிரமரத்தினம் எனப்படும் நாடியாகும். இதனைச் சிவவாக்கியர்,

உருதரித்த நாடி டிதன்னில் ஓடுகின்ற வாயுவை

கருத்தினால் இகுத்தி ஏகபாலம்ஏற்ற வல்லிரேல்

விருத்தர்களும் பாலராவர் மேனியும் சிவந்திடும்

என்று குறிப்பிட்டார்.

சிசுப் பருவத்தில் அதனுள் ஓடியதாகக் கூறப்படும் மூச்சினைப் பெரியவரான பிறகும் ஓடவைக்கலாம்; அப்படி ஓடவைத்தால் இளமை ததும்பும்; முதுமை, மரணம் இல்லை என்றொரு தர்க்கம் இதில் உள்ளது. இதனை அயோத்திதாசப் பண்டிதர் யோக பரிபாஷையில் 'உபதயனம்' என்னும் உதவி வழியாள ஞானக்கண் பெற்று புருவ மத்தியிலுள்ள சுழிமுனை நாடியை அழுத்தி, சதா விழித்து, சர்வபாச பந்தங்களையும் ஒழித்து, நனவில் சுழுத்தியாகித் தூங்காமல் தூங்கும்போது, தசநாடிகளின் தொழில் ஒடுங்கி, குண்டலி நாடி நிமிர்ந்து சதநாதங்கள் தோன்றிக் கலங்கச் செய்யும் என்று விளக்கியுள்ளார். அதாவது நாசி வழியாக நடைபெறும் சுவாசத்தைப் பயிற்சி கட்டுப்பாடுகள் மூலம் அடக்கி சிசுவிற்குள் நடந்த உள்மூச்சு ஓட்டத்தை மீண்டும் கொண்டு வந்தால் சுயம்பிரகாசம் உண்டாகுமாம்.

"அன்னையும் பிதாவும் முன்னறி தெய்வம்; ஆலயம் தொழுவது சாலவும் நன்று" என்பதில் வரும் ஆலயத்தை, ஆர் லயம் என்று அயோத்திதாசப் பண்டிதர் பிரித்து ஆ—மனம், வாக்கு, காயம் எனும் திரிகரணங்கள் எனப் பொருள் கூறி, இம்மூன்றும் ஒடுங்கி ஒரு லயத்தில் அடங்குமாறு பெற்றோரை வழிபட வேண்டும் என்று பொருள் கூறினார்.

"கோயிலில்லா ஊரில் குடியிருக்க வேண்டாம்" என்பதிலுள்ள "கோவில்' இந்துக் கோயில் அல்ல. அரசன் மனை. அரசன் மனை இல்லாத ஊரில் குடியிருக்க வேண்டாம் என்பது அயோத்திதாசப் பண்டிதர் கொண்ட பொருள். கோத்திரம் அறிந்து பெண் கொடு" என்றால் சாதி பார்த்துப் பெண்கொடு என்பதன்று; கோ (அரசள) திறம் (வல்லமை) அறிந்து பெண் கொடு என்றார்.

"பாத்திரம் அறிந்து பிச்சையிடு" என்றால் தராதரம் அறிந்து உதவு என்பதன்று; புத்தசங்கத்தாருக்கு விமலர் (புத்தர்) தந்த ஓடு தெரிந்து பிச்சையிடு' என்றார்.

"அவனன்றி ஓரணுவும் அசையாது" என்பதற்கு, அவனவன் செய்யும் கன்மபலனை அவனவனே அனுபவித்துத் தர வேண்டுமேயன்றி ஓரணுவேனும் மற்றவரால் அகற்ற முடியாது என்று பவுத்த கன்மக்கருத்தை அயோத்திதாசப் பண்டிதர் தந்தார். அயோத்திதாசப பண்டிதர் காலத்தில் எனைய பண்டிதர், கவிராயர், வித்துவான், புலவர் போன்றோருக்குச் சொற்களைப் புதுவிதமாகப் பிரிப்பதும், சேர்ப்பதும்

சலேடையாகப் பொருள் காண்பதும் அவர்களின் சொல் விளையாட்டுக்காக வந்த கலையாக விளங்கியது. அது அவர்களின் வித்துவத்துக்கும், பிழைப்புக்கும், பிரசித்திக்கும்கூட ஆதாரமான கலையாக இருந்தது. அயோத்திதாசப் பண்டிதர் அந்தக் கலையை வைத்து விளையாடவில்லை. வயிறு வளர்க்கவில்லை. அதையும்கூட தமது விரிவான சாதிபேத மத எதிர்ப்புச் செயல்பாட்டுக்கே பயன்படுத்தினார். இவ்விதத்தில் அவர் சக வித்துவான்களிலிருந்து தனித்து நின்றார் என்பதை அறியமுடிகிறது.

எழுத்துச் சீர்திருத்தம்

தமிழர் வரலாற்றினை அறிந்த யாவரும் தமிழ் மொழியின் எழுத்துக்கள் எப்படி மாற்றம் பெற்று வளர்ந்து வந்துள்ளன என்பதைப் பற்றி அறியாமல் இருக்க முடியாது. இன்றைக்கு நாம் எழுதவும் அச்சிடவும் பயன்படுத்தும் தமிழ் எழுத்துக்கள் இன்றைக்கு இருந்தது போலவே எப்போதும் இருந்தது கிடையாது. நம்பமுடியாத அளவிற்கு அது பல்வேறு மாற்றங்களைக் கண்டுள்ளது. பண்டைய கால எழுத்துக்களோடு ஒப்பிட்டுப் பார்த்தால் இன்றைய சமூகத்தினரால் அதனைப் புரிந்து கொள்வதற்கான வாய்ப்புகள் மிகக் குறைவு. ஆயினும் எழுத்துக்கள் எவிமையாக்கப்பட்டுள்ளன. 18ஆம் நூற்றாண்டின் இறுதியில் ஏறக்குறைய தமிழின் எழுத்து வடிவம் இன்றைக்கு இருக்கும் நிலைக்கு வந்துவிட்டது. ஆயினும், அதில் தொடர்ந்து நீடித்த சிக்கல் என்னவென்றால் நெடில் எழுத்துக்களைப் பிரித்துப் பார்க்கவோ வார்த்தைகளுக்கு இடையில் இடைவெளியோ கிடையாது. மேலும், ஓலைச் சுவடிகளில் எழுதும்போது எந்த மெய் எழுத்துக்களின் மீதும் புள்ளி வைக்க முடியாது. குறிப்பாக, உயிரெழுத்துக்களில் ஓர் உதாரணத்தைப் பார்த்தால் எ:என்பதற்கான நெடில் எ: என்றுதான் இருந்தது. “ஏ” என்று இல்லை. பிற்பாடுதான் இதில் மாற்றம் வந்தது. எனவே, அன்றைய தமிழ் எழுத்துக்களைப் புரிந்து படிக்க வேண்டு மென்றால் நிச்சயம் இலக்கணமும், வார்த்தையின் ஓசைகளில் தெளிவான புரிதலும் இருக்க வேண்டும். தொடர்ந்து நீடித்த இந்தச் சிக்கலில் மாற்றம் வந்தது. அதிலும் உடனே நிகழ்ந்துவிடவில்லை. ஓலைச்சுவடிகளில் எப்படி இருந்ததோ அப்படியே எழுத்துக்களை அச்சில் வடிவமைத்தார்கள் கிறித்தவ மிசனெரிகள். அவர்கள் மட்டும் இல்லையென்றால் தமிழ் நவீனமாகியிருக்காது. கிறித்தவ பைபிளை அச்சடிக்க அவர்கள் தமிழ் எழுத்துக்களை வார்ப்பு செய்யும்போது ஓலைச்சுவடி

எழுத்துக்களை அப்படியே வார்ப்பிட்டார்கள். அதனால் தமிழின் மெய் எழுத்துக்களின் மீது புள்ளிகள் இல்லாமலும், நெடில்கவில் மாற்றங்கள் இல்லாமலும் அச்சிட்டார்கள். எனினும் இந்த தொழில்நுட்ப மாற்றம் தமிழ் எழுத்துக்களின் வரலாற்றில் மாபெரும் பாய்ச்சலாகும். ஆனால், பிரச்சனை என்னவென்றால் இலக்கணம் தெரியாத சாமானிய மக்களால் அதை வாசித்துப் புரிந்துகொள்ள முடியவில்லை.

ஏனெனில் மெய் எழுத்துக்கள் உயிர்மெய் எழுத்துக்களாக மாறும் போது கடுமையான குழப்பங்கள் உருவாயின. உதாரணத்திற்கு சில எளிய வார்த்தைகளைப் பார்ப்போம். 'அம்மா" என்பதில் "அ" எனும் உயிர் எழுத்து "ம்" என்ற மெய்யெழுத்து "மா" என்ற உயிர்மெய் எழுத்து என மூன்றும் இருக்கின்றன. இவற்றை இணைத்துப் பழைய முறையில் எழுதும்போது அமமா" என்று வரும். இலக்கண ஓசை தெரியாதவர்கள் அம்மா" என்பதன் பொருளைப் புரிந்து கொள்ள முடியாது. இது உயிர்மெய் எழுத்துக்களில் உள்ள பிரச்சனை என்றால், மெய்யெழுத்துக்களில் உள்ள பிரச்சனை இன்னும் மோசம். உதாரணத்திற்கு "ஏற்று" என்ற வார்த்தையை எடுத்துக் கொள்வோம். "ஏ" என்ற உயிர் நெடில் ற் என்ற மெய்யெழுத்து, "று" என்ற உயிர் மெய் எழுத்து சேர்ந்து ஏற்று" அதை எறறு' என்றுதான் அன்றைக்கு எழுதமுடியும். இந்தக் குழப்பங்களை தீர்ப்பதற்கு அன்றைக்கு இருந்த வழி மெய்யெழுத்துக்களின் மீது புள்ளி வைப்பது சிரமமான செயல். கொஞ்சம் அழுத்தி புள்ளி வைத்தால் ஓலை கிழிந்து விடுவதற்கான வாய்ப்புகள் அதிகம். எனவே, புள்ளிவைப்பதைத் தவிர்த்தார்கள். இதே காரணத்தினால்தான் வாக்கியங்கள் முற்றுப்பெறும்போது புள்ளி வைப்பதற்குப் பதில் சுழித்து வைத்தார்கள். எனவே குழப்பங்கள் தொடர்ந்தன. தமிழின் முதல் நூலில்கூட இதே முறைதான் பின்பற்றப்பட்டது. அதனால் எளிய மக்கள் சுவடிகளைப் படிக்கும் வாய்ப்பின்றி இருந்தார்கள். எனவே எழுத்துத் தமிழ் மக்கள் மயமாகவில்லை. நீண்டகாலம் நீடித்த இந்த நிலையில் மாற்றத்தைக் கொண்டு வந்தவர் இத்தாலி நாட்டவரான பெஸ்கி என்ற வீரமாமுனிவர் (1680—1746) ஆவார்.

எழுத்துச் சீர்திருத்தம்-வீரமா முனிவர்

தமிழ் நெடுங்கணக்கில் உள்ள எழுத்துக்கள் உருமாற்றம் அடைய பெஸ்கி அளித்தப் பங்களிப்பு அசாத்தியமானது. 1710இல் தமிழகம் வந்த பெஸ்கி தமிழின் வளமான இலக்கியச்

செல்வங்களையும் மரபுகளையும் உள்வாங்கிப் பெரும் மேதையாகப் பரிணமித்தார். பல நூல்களை எழுதினார். அதன் தொடர்ச்சியாக தமிழின் இலக்கண மரபு பிசகாமல் எழுத்துருக்களில் மாற்றத்தை உருவாக்கினார். அவர் உருவாக்கிய மாற்றம் அதுவரை நிலவி வந்த தடைகளை உடைத்து தமிழின் போக்கை மாற்றியமைத்தது.

பெஸ்கி காலத்தில் "எ' எனும் உயிர்நெடிலுக்கு "எ என இருந்து வந்தது. அதை "ஏ' என மாற்றினார். "ஒஓ' நெடிலுக்கு "ஒ" என இருந்ததை 'ஓ' என மாற்றினார். இந்த மாற்றங்கள் சிறியது தான். ஆனால் ஓலைச்சுவடிகளின் வாழ்நாளைக் காப்பாற்றியது. ஆயினும், பெஸ்கின் மாற்றங்கள் தமிழ் எழுத்து வரிசையில் எவ்வித மன குறைப்பையும் கோரவில்லை. மாறாக எழுத்துக்களின் தோற்றத்தை மட்டுமே மாற்றியமைத்த முயற்சிகளாகும். எனவே, உயிர் எழுத்துக்கள் 12, மெய்யெழுத்துக்கள் 18, உயிர்மெய் எழுத்துக்கள் 216 மற்றும் ஆய்த எழுத்து 1 என அத்தனை எழுத்துக்களும் அப்படியே இருந்தன. எனவே எப்படிப் பார்த்தாலும் நவீன தமிழின் எழுத்து மாற்றத்தை தொடங்கி வைத்தவர் இத்தாலி நாட்டவரான பெஸ்கி என்ற வீரமாமுனிவர் என்பதில் யாருக்கும் மாற்றுக் கருத்து இருக்க முடியாது. வரலாறு அத்தோடு நிற்கவில்லை. வீரமாமுனிவர்க்குப் பிறகு தொடரத்தான் செய்தது. ஆனால் அது யாரையெல்லாம் ஒதுக்கிவிட்டது என்பதுதான் மறைக்கப்பட்ட பக்கங்களில் காணவேண்டிய செய்திகளாகும்.

தமிழ் மொழி பற்றிய அயோத்திதாசப் பண்டிதரின் பார்வை அவர் பவுத்தம் ஏற்றது முதல் பெரிதும் மாறுதல் அடையத் தொடங்கியிருந்தது. ஏனெனில் அதற்கு முன்பு அவர் தீவிர அத்வைதியாக இருந்தவர். பவுத்தக் கருத்துக்களின்பால் ஈர்க்கப்பட்ட பிறகு தமிழ் இலக்கியம், தத்துவம், இலக்கணம், மருத்துவம் முதலானவற்றை மறு வாசிப்பும், பவுத்த நோக்கில் மறு ஆய்வு செய்யத் தொடங்கினார். அவரது தொடக்கக்கால எழுத்துக்கள் நமக்கு கிடைக்காமையால், அவரது மொழி ஆளுமை பற்றியப் பார்வை நமக்கு கிடைக்காமல் போய்விட்டது எனினும், ஒப்பிட்டு ஆய்வதற்கு நமக்குக் கிடைத்த அவரது முதல் பவுத்த நூலான 'புத்தரெனும் இரவு பகலற்ற ஒலி" சிறந்த ஓர் ஆவணம்; இலங்கையிலிருந்து திரும்பியவுடன் 1899 ஆம் ஆண்டுவாக்கில் இதை எழுதினார். இந்த நூலில் அவர் ஏற்கனவே கையாண்டு வந்த மொழி நடையையே கையாண்டார் எனத் தெரிகிறது. அவரது தொடர்ச்சியான

ஆய்வுகளில் வார்த்தைக் கட்டுமானத்திலும், எழுத்துக்களைப் பயன்படுத்துவதிலும் மாறுதல் தெரிந்தது. இந்த மாற்றம் அடுத்த 8ஆம் ஆண்டிலிருந்து தொடர்ச்சியாக வெளிப்படத் தொடங்கியது. ஜீன் மாதம் 1907இல் இவர் தொடங்கிய 'ஒரு பைசாத் தமிழன்" இதழில் இந்தப் போக்கு வெளிப்பட்டது. அதன் விளைவாக தமிழின் நெடுங்கணக்கில் முதல் மாற்றத்தை அயோத்திதாசப் பண்டிதர் தொடங்கி வைத்தார். அதற்காக அவர் அளிக்கும் தத்துவப் பின்புலத்தைப் புரிந்து கொள்ளாமல் அவரது எழுத்துச் சீர்திருத்தத்தை புரிந்து கொள்ள முடியாது. எனவே, அதை விரிவாகப் பார்க்க வேண்டும்.

எழுத்துச் சீர்திருத்தம்- அயோத்திதாசப் பண்டிதர்

அயோத்திதாசப் பண்டிதர் தமிழ்மொழி எழுத்துக்களை நஞ் செழுத்தென்றும் அமுதவெழுத்து என்றும் இரு வகைகளாகப் பிரிக்கிறார். திராவிடமென வழங்கலாயிற்று எனக் கூறுகிறார். திராவிடம் என்பது தமிழுக்குரிய பெயர்களில் ஒன்று தென்மொழி என்பதே தமிழின் ஆதிப்பெயர். புத்தபிரான் வகுத்தளித்த தமிழ் அட்சரங்கள் அகத்தியர் மூலமே தென்னாடு பரவியதென்றும் அயோத்தியதாசப் பண்டிதர் கூறுகிறார்.

மேலும் அவர் கூறுகையில் தமிழ் எழுத்துக்களை தென்னாட்டில் பரப்பியதில் பெரும் பங்கு வகித்தவர் சரஸ்வதி என வழங்கப்பட்ட அம்பிகையம்மனான அவ்வையார். எனவே, அகத்தியர் மற்றும் அவ்வை ஆகியோர் உழைப்பில் தான் தமிழின் வரி வடிவம் பரவியது என்று தமிழ் மொழி எழுத்துக்களின் பரவல் குறித்த வரலாற்றை விளக்கிய அயோத்திதாசப் பண்டிதர்.

தமிழின் இருபெரும் எழுத்துப் பிரிவுகளைப் பண்டைய இலக்கிய ஆதாரத்துடன் சுட்டிக் காட்டுகிறார். அவை யாப்பிலக்கணம் கூறும் முதல் மொழி ஐந்தெழுத்துக்கள் யா, யோ, ரா, ரே, லோ என்னும் மூலொற் நெழுத்தும், இரட்டைப்படை மகரக் குறுக்கமும் ஆயுதமும் நஞ் செழுத்துக்கள் அமைந்துள்ளதால் தென்மொழியை திராவிட பாஷையென்றும், அ, உ, எ, க, ச, த, ந, ப, ம, வ என்னும் அமுதவெழுத்துக்கள் உளதால் தென் மொழியைத் தமிழென்றும் இரு பெயரால் அழைத்து வந்தார்கள். இவற்றுள் திராவிடம் எனும் பெயர் வட நாட்டவராலும், தமிழென்னும் பெயர் தென் நாட்டவராலும் பெருமபாலும் வழங்கப்பட்டது என அயோத்திதாசப் பண்டிதர் விளக்குகிறார்.

தமிழை முத்தமிழ் என்று அழைத்தவர்

அதுமட்டுமல்லாமல் தமிழை 'முத்தமிழ்" என்று மூன்று பெரும் பிரிவுகளாகப் பிரிக்கிறார். அவை: மலையாளுவாசிகள் வழங்கும் 'கொடுந் தமிழ்", மண்ணாளுவாசிகளுள் தென்மேற்கு வாசிகள் வழங்குவது 'கருந்தமிழ்', தென்கிழக்குவாசிகள் வழங்குவது "செந்தமிழ்" ஆகியன ஆகும். இந்தப் பிரிவுகள் தற்போது வழக்கத்தில் உள்ள இயல், இசை, நாடகத் தமிழின் பிரிவுகளல்ல என்பதைப் புரிந்துகொள்ள வேண்டும். எனவே அயோத்திதாசப் பண்டிதர் கூறுவது நாட்டில் நிலவும் பேச்சு வழக்கு மொழிப் பிரிவுகளாகும். இந்தப் பின்புலத்தின் அடிப்படையில்தான் அயோத்திதாசப் பண்டிதர் தமது எழுத்துச் சீர்திருத்தத்தை முன்வைக்கிறார். அயோத்திதாசப் பண்டிதரின் கருத்துக்கள் ஒரு புதிய திசையை அறிமுகப்படுத்தி 1907 லிருந்து அவரது மறைவு 1914 வரை வளம்பெற்று வளர்ந்தது. அயோத்திதாசப் பண்டிதரின் எழுத்துச் சீர்திருத்தம் எப்படிப்பட்டது என்பதைப் பார்க்க வேண்டும்.

அயோத்திதாசப் பண்டிதர் தமிழ் மொழியில் எழுத்துச் சீர்திருத்தத்தை அவர் முன்பே கூறிய நஞ்செழுத்தில் தொடங்கினார். அதன் படி "மை" என்ற உயிர் மெய் மகர ஐகாரம் மெய் என்ற மகர ஏகாரமாக மாற்றினார். இதனால் மை என முடியும் வார்த்தைகள் மெய், "மெ என முடிந்தன. முற்றுவாக்கியமானால் மெய்யும் தொடர் வாக்கியமானால் மெ—வும்பயன்படுத்தினார். இதனால் 'மை"க்கு 'ன்' என்னும் ஐகார ஒற்றினை நீக்கினார். இதைத் தமிழன் தொடக்க இதழிலிருந்து காணமுடியும். மேலும் எழுத்துச் சீர்திருத்தம் குறித்த அவரது ஆர்வத்திற்கு வலு சேர்ப்பது போல 1907 அக்டோபர் மாதத்தில் தமிழன் இதழில் ஒரு செய்தியைக் கூறுகிறார்.

"இப்போது சென்னைப் பட்டணத்தில் ஒரு ஆங்கிலேயே வித்வான் தமிழ் பாஷையிலுள்ள 240 எழுத்துக்களுக்குப் பதிலாக 77 எழுத்துக்கள் புதிதாகக் கண்டுபிடித்து இருக்கிறார். இந்த 17 எழுத்துக்களைக் கொண்டே தமிழ் பாஷையை முழுவதும் எழுதலாம். இந்த எழுத்துக்களை இங்கிலீஷ் படித்த தமிழர்கள் சீக்கிரம் ஒப்புக் கொள்வார்கள் என்றபோதிலும் மற்றதமிழ் ஜனங்கள் ஒப்புக்கொள்ள பின்வாங்குவார்களோ என்னமோவென்று அதைக் கண்டுபிடித்த ஆங்கிலேயர் வருத்தப்படுகின்றாராம்." அயோத்திதாசப் பண்டிதர் குறிப்பிட்ட ஆங்கிலேயர் யாரெனத் தெரியவில்லை.

அயோத்திதாசப் பண்டிதரும் கேள்விப்பட்ட செய்தியைத்தான் தமிழனில் பதிவு செய்திருக்கிறார். இதற்கும் முன்பே அவரது எழுத்துச் சீர்திருத்தம் தொடங்கி இருப்பினும் அவரது எழுத்து சீர்திருத்தத்திற்கான தத்துவப் பின்புலத்தை தமிழனில் அவர் கீழ்வருமாறு எழுதினார்.

"உடலுயிரென்னும் உண்மெய், புறமெய் இவற்றினைக் கண்டடைவதற்கே வரிவடிவம் அட்சரங்களை வகுத்து உயிரெழுத்தென்றும், மெய்யெழுத்தென்றும், ஆவியென்றும் உடலென்றும் நஞ்செழுத்தென்றும், அமுதெழுத்தென்றும் இவ்வெழுத்துக்களுக்கெல்லாம் ஆதி எழுத்தாயது அகார பேருயிரென்றும் வகுத்து, அவ்வட்சரங்களை வாசித்துணர்ந்து கலைநூல் தெரிந்த பின்னர் தனது உடலுயிரினது பாகுபாடுகளைக் கண்டு தனக்குள்ள நஞ்சாகும் ராகவே மோகங்களை சேராவிடாதகற்றி, தனக்குள்ளே அமுதாகும் சாந்தத்தைப் பெருக்கி அகராட்சமாகியப் பேருயிராம் அண்ணாவினால் உண்ணாவின் அமுதுண்டு அழியா பாக்கியத்தனாகி புறமெய் அகற்றி, உண் மெய்யில் நினைத்து, நன்மெயாம் தன் மகா யததாகனாகின்றான்."

சீவபிராணிகளை துன்பம் செய்யா மெய், எக்காலும் பொய் சொல்லா மெய், அன்னியர் பொருளை அபகரிக்காமெய், அன்னியரது தாரத்தை இச்சிக்காமெய், மயக்கமுள்ள மது பானங்களைய நுநதந்தா மெய் (புத்தரின் பஞ்சசீலக் கொள்கை) ஆகிய சுத்த தேசிகயாய் வாழ்க்கைப் பெயரே நன்மெய்ப் பெயரெனப்படும்.

"இவற்றில் அட்சர மெய்யையும், உடலையும், அட்சர உயிரையும், உண்மெய்யையும், அட்சர எண் பகுப்பையும், எண் குணத்தையும் அட்சர உடலுயிர் முப்பணியினையும் உடலுயிரானது குணம் முப்பத்திரண்டையும், அட்சர புணர்ச்சி விகாரங்களையும், உடலுயிர் புணர்ச்சியின் கேடுபாடுகளையும், அகரவட்சர பேருயிரின் குறிப்பையும், நாவினது நால்வாய் மெய் சிறப்பினையும் ஆய்த்துணருவோருக்கே உண்மெய், புறமெய் என்பதன் விகற்பங்களும் நன்மெய், தீமையென்னும் பேதா பேதங்களும் நன்கு விளங்கும்.

"புத்த தன்ம இலக்கியங்களையும், புத்த தன்ம இலக்கணங்களையும உணர்ந்தவர்களுக்கே இவ்வட்சர பேதங்கள் நன்கு விளங்குமேயன்றி ஏனையோருக்கு விளங்காவாம்" என உறுதிப்படுத்துகின்றார் அயோத்திதாசப்

பண்டிதர். அயோத்திதாசப் பண்டிதர் குறிப்பிடும் நான்கு வாய்மைகள் மொத்தத்தில் உள்ள அடிப்படைகள் என அவர் குறிப்பிடுகின்றார். அவை?

நல் நோக்கம் — நன்நோக்கம் என்பது நற்காட்சியைப் பொருந்தியதாகும்.

நல்-முயற்சி — நன்முயற்சி என்பது நல்லூக்கத்தைப் பொருந்தியதாகும்.

நல்-நூல் — நன்னூலென்பது நல்லறிவை விருத்தி செய்யுங் கலை நூலில் ஒன்றாகும்.

நல்-மெய் — நன்மெய்யென்பது களங்கமற்ற உண்மெயாம் தன்மகாயங்களில் ஒன்றதாகும்.

இத்தகைய சிறந்த ஞானார்த்தத்தைக் கொடுக்கக்கூடிய பகுபத மொழியை நன்மையென வரைவதாயின் நல்லஞ்சளம், நல்கருப்பு, நல்லாடு எனும் பொருளைத் தருமேயன்றி, கடவுளே மெய்ப்பேரென்னும் ஞானார்த்தம் தருமோ? ஒருகாலும் தராவாம்."

இதுதான் மைகாரம்—மெ(ய்)காரமாக மாறியதற்குப் அயோத்திதாசப் பண்டிதர் தரும் விளக்கம். சுருங்க சொல்வ தெனில் எழுத்துக்கள் மனித வாழ்க்கையின் வெளிப்பாடு என்பதோடு, மனித நடவடிக்கையின் பேதங்களில் எழக்கூடிய முரண்களைப் போன்று எழுத்துக்களின் கலப்பினும் ஏற்படும் சிக்கல்களைப் அயோத்திதாசப் பண்டிதர் விளக்குகிறார்.

அதனால் அவரது வரையறுப்பிற்குப் புத்த தம்மம் ஆழ்ந்த பின்புலத்தை அளிக்கிறது. இதன்படி 'மை' யென முடியும் சில வார்த்தைகளைப் பார்ப்போம்.

நன்மை — நன்மெய் நன்மெ

தீமை — தீமெய், தீமெ

பொம்மை — பொய்மை (போலி உடல்)

தன்மை — தன்மெய், தன்மெ

பன்மை — பன்மெய், (பலமெய்) பன்மெ

இன்மை — உண்மெய், உண்மெ

பொய்மை — பொய்மெய், பொய்மெ

வன்மை — வன்மெய், வன்மெ

கடைமை — கடைமெய்,கடைமெ (இறுதி உண்மை)

இப்படி நன்மெ—தீமையோடு தொடர்புடைய மை” என முடியும் எழுத்துகளை மாற்றியதோடு இன்னும்சில எழுத்துக்களை மாற்றினார். இது நஞ்செழுத்தான ‘ல’ லகரத்தில் சேர்ந்த ஐகாரத்தில் உள்ளதாகும். அதாவது அரையன் (அரசன்) என்பதை அரவயன் என்று மாற்றினார்.

அயோத்திதாசப் பண்டிதர் இந்த எழுத்துச் சீர்திருத்தத்தைத் தன் இறுதிக் காலம் வரை கையாண்டார். இதனால் தமிழின் வார்த்தைகள் புது விளக்கம் பெறுகிறது. வீரமாமுனிவருக்குப் பிறகு தமிழ் எழுத்தைத் தொழில்நுட்ப நோக்கில் அன்றி தத்துவார்த்த அடிப்படையில் சீர்திருத்தினார். பின்பு வந்த பல எழுத்துச் சீர்திருத்த ஆர்வலர்கள் அவர்களின் தொழில்நுட்ப தேவையின் நோக்கில் எழுத்துக்களைச் சீர்திருத்தினார்கள் என்றாலும் அயோத்திதாசப் பண்டிதரின் பணியே அவர்களுக்கு முன்னோடி. அயோத்திதாசப் பண்டிதர் இத்துறையில் எற்படுத்திய முன் வழிகாட்டுதல் மறைக்கப்பட்டிருந்தாலும்கூட பெஸ்கிக்குப் பிறகு தமிழ் எழுத்தைச் சீர்திருத்திய முதல் தமிழர் ஆவார்.

மை—மெய் என முடியும் அயோத்திதாசப் பண்டிதரின் முன்னோடிச் செயல், பின்பு பலருக்கு அடிப்படையானது. தந்தை பெரியார் எழுத்துச் சீர்திருத்தத்தில் முக்கியமானது இந்த ை(ஐ) முற்றிலும் நீக்கி அதற்குப் பதில் ய்‘ பொருந்தியதாகும். உதாரணத்திற்கு மை — மய், கை — கய் என வழங்குவது அயோத்திதாசப் பண்டிதரின் பாணியிலிருந்து வந்தது ஆகும். தந்தை பெரியார் எழுத்துச் சீர்திருத்தத்தில் இன்று கடைபிடிக்கப்படுவது “அய்‘தான். இது அயோத்திதாசப் பண்டிதரின் கொடையாகும்.

தந்தை பெரியாரின் எழுத்துச் சீர்திருத்தம்

தந்தை பெரியார் அவர்கள் மேற்கொண்ட தமிழ் எழுத்துச் சீர்திருத்தத்தைத் தமிழக அரசு ஏற்று அதனை நடைமுறைப்படுத்த ஆணை பிறப்பித்துள்ளது. அரசாணை நிலை எண் 1875/19. 10. 1978) ஆண்டு தமிழக அரசு அறிவித்தது. தமிழ்மொழி எழுத்துத் தொகுதி எளிதில் கையாள முடியாதபடி அதிகமாக உள்ளதால்,

அச்சிடுதல், தட்டச்சு செய்தல் போன்றவற்றில் அதிக நேரம், விரயம் செய்யப்படுவதைத் தவிர்க்கும் வகையில் தமிழ் எழுத்துத் தொகுதிகளில் சீர்திருத்தம் தேவை என தந்தை பெரியார் தமது வாழ்நாவில் தமிழ் எழுத்துச் சீர்திருத்தத்தைக் கையாண்டு வந்ததுடன் அதனை அனைத்துத் துறைகளிலும் நடைமுறைப்படுத்த வேண்டும் என்று மிகவும் வலியுறுத்தி வந்தார். அதனை நடைமுறைப்படுத்த ஆணை வெளியிட வேண்டி தந்தை பெரியார் நூற்றாண்டு விழாக் குழுவினர் அரசைக் கேட்டுக் கொண்டனர்.

தந்தை பெரியார் நூற்றாண்டு விழாவினை 18.9.1978 அன்று ஈரோட்டில் தொடக்கி வைத்து, தந்தை பெபரியார் அவர்கள் மேற்கொண்ட தமிழ் எழுத்துச் சீர்திருத்தத்தை தமிழக அரசு செயற்படுத்துமென தமிழக முதல்வர் எம்.ஜி.இரா மச்சந்திரன் அறிவித்திருந்தார். தமிழ் வளர்ச்சித் துறை இயக்குநர் தந்தை பெரியார் மேற்கொண்ட தமிழ் எழுத்துச் சீர்திருத்தங்களை உடனடியாக நடைமுறைக்குக் கொண்டுவரத் தக்க நடவடிக்கை எடுக்க வேண்டி பரிந்துரை செய்தார்.

அரசு அலுவலகங்களில் பின்பற்றுதல்

தமிழக முதல்வர் அறிவிப்பிற்கிணங்கவும், தமிழ் வளர்ச்சித்துறை இயக்குநரின் பரிந்துரை ஏற்றும், சீர்திருத்தி எழுத்துக்களை உடனடியாக மேற்கொள்ள வேண்டுமென அரசு ஆணை பிறப்பித்துள்ளது. சீர்திருத்திய தமிழ் எழுத்து வடிவங்கள் அனைத்து அரசு அலுவலகங்களிலும் பள்ளிகள் மற்றும் கல்லூரிகளிலும் உள்ளாட்சித்துறை வரம்பிற்குட்பட்ட நகராட்சி, மாநகராட்சி, ஊராட்சி ஒன்றியங்களிலும், தமிழக அரசின் வரம்பிற்குட்பட்ட வாரியங்கள், கழகங்கள், நிறுவனங்களிலும் பின்பற்ற வேண்டும் என்றார்.

ஏடுகளுக்குப் பரிந்துரை தமிழ் மொழியில் வெளிவரும் நாளிதழ்களிலும் பருவ ஏடுகளும் தமிழ்ப் புத்தகம் வெளி யிடுவோரும் அச்சிடுவோரும் சீர்திருத்திய தமிழ் எழுத்து வடிவங்களைக் கையாள வேண்டுமென அரசு பரிந்துரை செய்துள்ளது. தமிழக அரசு வெளியீடுகளிலும், அரசிதழ்களிலும் மற்றும் தமிழில் அச்சிடப்படும் எல்லா இடங்களிலும் சீர்திருத்திய எழுத்து வடிவங்கள் கையாளப்படும் என்று அறிவித்தார்.

நடைமுறையில் இருந்த எழுத்துக்கள் சீர்திருத்திய எழுத்துக்கள்

அய்

1. ண ணா

2. ற றா

3. ன னா

4. ணை ணை

5. லை லை

6. ளை ளை

7. னை னை

8. ணெ ணொ

9. றெ றொ

10. னெ னொ

11. ணே ணோ

12. றே றோ

13. னே னோ

(எழுத்துச் சீர்திருத்தம்—தந்தை பெரியார், பக். 1—2)

தந்தை பெரியாரின் எழுத்துச் சீர்திருத்தத்தில் இன்று கடைபிடிக்கப்படும் அய்" என்னும் எழுத்துமுறை அயோத்திதாசப் பண்டிதர் கொண்டுவந்த "மை—மெய்' என மாற்றத்தை நிகழ்த்தியது ஆகும். இதனை மொழிபெயர்ப்பாளர்களும் தமிழ் அறிஞர்களும் மூடி மறைத்துவிட்டனர். தமிழ் எழுத்து மாற்றங்களின் வரலாற்றை ஆராய்ந்த தமிழ் வரலாற்று ஆராய்ச்சியாளர்கள் ஒரு பட்டியலைத் தருகிறார்கள். அதன்படி தமிழ் எழுத்துக்களைச் சீர்திருத்தியவர்கவில் முதன்மையானவர் பெஸ்கி என்ற வீரமாமுனிவர். அவர் தமிழர் அல்லர்; இத்தாலி நாட்டைச் சேர்ந்தவர். அவருக்குப் பிறகு 1930களில் நடத்தப்பட்ட "குமரன்" என்ற இதழ் தமிழ் எழுத்துச் சீர்திருத்தத்தைத் தொடங்கியது. 4.9.1930 நாளிட்ட குமரன் இதழில் அந்தச் சீர்திருத்தத்தைக் காணலாம். எனவே, இருபதாம் நூற்றாண்டில் தமிழ் எழுத்துச் சீர்திருத்தத்தைத் தொடங்கிய முதல் தமிழ் இதழ் குமரன். இதன் தொடர்ச்சியாக முருகய்யா என்பவர் 1980ஆம் ஆண்டும், 1933 இல் சி.சுப்பையா என்பவரும் தமிழில் எழுத்துச் சீர்திருத்தத்தை வளர்த்தனர்.

இறுதியில் தந்த பெரியார் அவர்கள்தான் பெரும் மாற்றத்தைக் கொண்டு வந்தார் என வரலாற்று ஆய்வாளர்கள் கூறுகிறார்கள்.

இன்றைய காலக்கட்டத்தில் நாம் பெரிதும் பயன்படுத்துவது தந்தை பெரியார் அவர்களின் எழுத்துச் சீர்திருத்தத்தின் தாக்கம் தான் என்று பல அறிஞர்கள் கூறுகிறார்கள். அது உண்மை என்றாலும் அது முற்றிலும் உண்மையல்ல என்பது தமிழின் உண்மை வரலாற்றினை ஆராய்பவர்களுக்குத் தெரியும். ஒற்றெழுத்துக்களில் உயிர்மெய் எழுத்தின் மீது போடப்படும் தலைச்சுழியும், ஆய்த எழுத்தும் நீக்கப்பட்டது எனினும் தந்தை பெரியார் அவர்களின் எழுத்துச் சீர்திருத்தத்தில் எஞ்சி நிற்பவை எவை. எனும் உயிரெழுத்து, மெய்யெழுத்தோடு சேரும்போது எனஒற்றாக மாறி இணைந்து உயிரெழுத்தில் உள்ள ஐ உயிர் மெய்யாக ஒலிக்கிறது. அதற்கு கை, பை, மை போன்ற வார்த்தைகளையும் ணை, சை, டை போன்ற உயிர்மெய் உட்பட பல எழுத்துக்களையும் உதாரணமாக எடுத்துக் கொள்ளலாம்.

எனவே “ஐ” என்ற உயிரெழுத்து நீக்கப்பட்டால் “ ” எனும் ஒற்றுடன் தொடங்கும் அத்தனை உயிர்மெய் எழுத்துக்களையும் நீக்க முடியும். அதற்குப் பதில் “கை” என்பதை “கய்” என்றும், ” “பை” என்பதை “பய்” என்றும் “மை” என்பதை “மய்” என்றும் மாற்றிக் கொள்ள முடியும்.

அதுபோல “ஔ” என்ற உயிர் எழுத்தோடு மெய் யெழுத்துக்கள் இணைந்தால் உருவாகும் எழுத்து “ய—ள” என்பதாகும். அதுதான் “கௌ” எனத் தொடங்கி “னௌ’ என முடியும் வரிசை. எனவே இதில் மாற்றம் செய்த தந்தை பெரியார் “ஔ” என்ற ஒலிக்கு மாற்றாக அவ்” என்பதை முன்வைத்தார். அதனால் உயிர்மெய் எழுத்தில் கவ், நுவ் (உதாரணம் பௌத்தம்— பவுத்தம்) என உயிர்மெய் மற்றும் மெய்யெழுத்துக்கள் கலந்த எழுத்துக்கள் உருவாயின. எனவே தந்தை பெரியார் அவர்களின் எழுத்துச் சீர்திருத்தத்தில் இன்றைக்கு எஞ்சியிருப்பவை இவைதான். “ஐ” முற்றிலும் நீக்கியதுடன் அதன் உயிர்மெய் ஒற்றான “.” நீக்கியது, அதற்குப் பதில் “ய்” பொருந்தியதாகும். அது எல்லா எழுத்துக்களுக்கும் பொருத்த முடியவில்லை. தொடர்ந்து தமிழ் நெடுங்கணக்கில் ய—ள எனும் எழுத்துருவிற்குத் தேவையின்றிப் போனது. எனவே தந்தை பெரியார் தொடங்கிய எழுத்து மாற்றம் தமிழ் நெடுங்கணக்கில் எழுத்துக் குறைப்பை உருவாக்கியது என்பதில் அய்யமில்லை. அதில் தற்போது வழக்கத்தில் உள்ளவை

மட்டும் நீடித்திருப்பதற்கு என்ன காரணம் இருக்கும். தந்தை பெரியார் உருவாக்கிய மாற்றங்கள் தொழில் நுட்பம் சார்ந்த மாற்றங்கள், புதிய சமூக வளர்ச்சியின் மறுயியல்பின் தேவைகள் மட்டுமே என்று குறுக்க முடியாது. ஆயினும் அதற்கான பண்பாட்டுப் பின்புலத்தினை ஆராய வேண்டுமானால் அதை அயோத்திதாசப் பண்டிதரின் மூலம்தான் தொடங்க முடியும் என்பது உண்மையான கருத்து.

பவுத்த சக்கரவர்த்தி அசோகன் தமிழ்க் குகைகவில் அறிமுகப்படுத்திய பிராமி எழுத்துமுறை தமிழ் நாகரிக வளர்ச்சிக்கு உத்வேகம் தந்தது. இதனை தமிழகத்தில் பவுத்தர்கள் பரப்பினார்கள். தமிழ் ஒலி வடிவ மொழியை பிராமி வரிவடிவில் எழுதிய முறை பரவியது. கி.பி. 2 ஆம் நூற்றாண்டில் புகழ் வாய்ந்த அரிக்கமேடு துறைமுகப்பட்டினத்தை அகழ்வாய்வு செய்தபோது கிட்டிய மண்பாண்டங்கள் சிலவற்றில் பிராமி எழுத்துக்கள் உள்ளதாக மயிலை சீனி வேங்கடசாமி குறிப்பிடுகிறார். பிராமி எழுத்திலிருந்தே தமிழ் வட்டெழுத்து உருவாக்கப்பட்டதாகவும் குறிப்பிடுகிறார்.

தமிழக பவுத்த சைன அறிஞர்கள் தங்களது சமய நூல்களை எழுத பிராமியிலிருந்து உருவாக்கிய கிரந்த எழுத்து முறையைப் பயன்படுத்தினார்கள். கிரந்த லிபியில் சமஸ்கிருத, பிராகிருத நூல்களை எழுதினார்கள். பவுத்தர்கள் அறிமுகப்படுத்திய பிராமி எழுத்திலிருந்தே (நாகரி) தமிழ், தெலுங்கு, கன்னடம், மலையாளம் முதலிய மொழிகளின் எழுத்துக்கள் உண்டானதாக மயிலை சீனி.வேங்கடசாமி குறிப்பிடுகிறார்.

இலக்கியம் என்பதனை அயோத்திதாசப் பண்டிதர் தன்னுடைய சமயமான பவுத்த சமயத்தின் அடிப்படையிலேயே பாகுபாடு செய்கிறார். பவுத்த சமயம் சார்ந்து படைக்கப்பட்ட அனைத்தையும் இலக்கியம் என்கிறார். மேலும் அதற்கு உரையெழுதும்போது தன்னுடைய சமயமான பவுத்த சமயத்தின் கொள்கைபடியே எடுத்துரைக்கிறார்.

4. சாதி - சமய சடங்குகள்

இந்திய சமூக கட்டமைப்பில் சாதி, சமயத்தின் இடம் மிகவும் முக்கியமானதாக திகழ்கின்றது. மனுதர்மமும் அதனைப் பின்பற்றும் இந்து சமயமும் சாதிய வேறுபாடுகளை வருண நிலைப்பாட்டினைக் கொண்டு வரையறுக்கின்றன. சாதி ஏற்றத் தாழ்வுகளுக்கும், ஒடுக்குமுறைகளும், சாதியப் போராட்டங்களும், சாதி சண்டைகளும் நீண்டகாலமாக இந்திய மண்ணுக்குரிய பெரும் சிக்கல்களாக உள்ளன. அயோத்திதாசப் பண்டிதர் இதனை நன்கு உணர்ந்து சாதிய முரண்பாடுகளைக் களைய முயற்சித்தார். சாதியம் குறித்தும் சமய சடங்குகள் குறித்தும் இனி காண்போம்.

அயோத்திதாசப் பண்டிதர் கூறும் சாதியத் தோற்றம்

சாதியின் தோற்றம் குறித்துக் கூறும் அயோத்திதாசப் பண்டிதர், பவுத்தர்கள் தான் தமிழகத்தின் பூர்வ குடிகள் என்றும், இவர்கள்தான் திராவிடர்கள்” என்றும் எடுத்துரைத்துள்ளார். அயல்நாட்டிலிருந்து தமிழகத்திற்கு வந்த ஆரியர்கள்தான் தொழில் முறையில் நால்வருண சாதிகளைப் பிரித்துக் கொண்டு அதனை நடைமுறைப்படுத்தும் நோக்கில் மனுஸ்மிருதி” மற்றும் பல்வேறு சாதி, சமய அமைப்பு நூல்களைப் படைத்தார்கள் எனக் கருதினார்.

“பழங்குடியின மக்களும் தாழ்த்தப்பட்டவர்களுமான ஆதித் தமிழர்களே இந்நாட்டின் முதல் குடிமக்கள். அதாவது ‘பூர்வக் குடிகள்‘ அல்லது “மண்ணின் மைந்தர்கள்”, அவர்கள் இந்துக்கள் அல்லர்.” அயல்நாட்டிலிருந்து வந்த பிரா மணர்களே தங்களை உயர்த்திக் கொண்டும், மற்ற சாதிகளான அரசர், வைசியர்களை அடுத்த நிலையில் வைத்தும், தங்களுக்குக் கழ் அடிமை வேலை செய்வதற்குச் சூத்திரர்களை வைத்தும் வாழ்ந்து வந்தனர். அதற்கேற்ப வேதங்களையும், புராணங்களையும் இயற்றினார்.

“அறிவு ஒழுக்கம் போன்றவை நல்ல நூல்களால் வருவனவாகும். இவை கற்றறிந்த ஒழுக்கசீலர்கள் படைப்பனவாகும். சிறந்த

நூல்கள் கடவுள்களால் கொடுக்கப்பட்டிருந்தாலும் அவை மக்கள் சீரடைவதற்குப் பயன்பட வேண்டும். ஆனால் கடவுள்களால் அல்லது அவர்கள் வாயிலாக வழங்கப் பட்டதாகக் கூறும் வேதங்களும் சாஸ்திரங்களும் யாருக்கு எதற்கு எப்படிப் பயன்படுகிறது என்ற கேள்வியை எழுப்புகிறார்" அயோத்திதாசப் பண்டிதர்.

வேதங்கள் எதற்கு என்பதை அயோத்திதாசப் பண்டிதர் கீழ்க்கண்டவாறு விமர்சனம் செய்கிறார்.

"வேதங்களும், சாஸ்திரங்களும் எதற்கு? மக்களைச் சீர்திருத்திச் செம்மைப்படுத்துவதற்கேயாம். அத்தகைய வேதம் என்பது சகல மக்களுக்கும் பொதுவாக இருப்பது நலமா? அல்லது சில மக்கள் அவற்றைப் பார்க்கவும் கூடாது. கேட்கவும் கூடாது என்பது நலமா? அந்த வேதங்களே அறிந்த கடவுளுக்கு தனது சிருடிகளாம் மக்கள் மீதும், மக்களுருவில் மாற்றமின்றி சிருடியிடத்தும் கொடுத்துள்ள வேதத்தைக் கூறு போடலாமோ அவ்வகைப் பிரித்திருப்பாராயின் அவரை ஓர் கருணை மிகுந்த கடவுள் என எண்ணலாமோ? அத்தகைய கருணையற்ற வேதத்தை சீர்திருத்த முதல் நூலென்றும் பாவிக்கலாமோ, கருணையற்ற கடவுளைப் பின்பற்றியவர்களுக்கும், கருணையற்ற வேதத்தைப் போதிப்பவர்களுக்கும், அதனைக் கேட்பவர்களுக்கும் கருணை என்பது ஏதேனும் இருக்குமோ, கனவிலும் இருக்காது என்பதே அனுபவக் காட்சியாகும்" என்று அயோத்திதாசப் பண்டிதர் சாதியின் அடிப்படையில் மனிதனை மனிதன் அடிமையாக்குவதை சுட்டிக் காட்டியுள்ளார்.

சாதி-விளக்கம்

இன்றைய சமூகத்தில் ஏற்படும் பல சிக்கல்களுக்கும், சண்டைகளுக்கும் சாதி வேற்றுமை அடிப்படையாக உள்ளது. இது மனிதர்களின் மனதில் இருக்கும் மிகப் பெரிய கொடிய நோய் போலத் தொற்றிக் கொண்டு மனித நேயத்திற்கு எதிராக செயல்படத் தூண்டுகிறது.

சாதி என்பதற்கு, "குலம், வருணம், பிறப்பு, ஓரினப் பொருட்களின் பொதுவாகிய தன்மை, இனம் தன்மையிற் சிறந்தது" என்று கலைக்களஞ்சியம் விளக்கம் தருகிறது.

"சாதி என்பது சமுதாய அமைப்பில் இயங்கும் ஒரு தனிப்பட்ட குழுவைக் குறிக்கும். இக்குழுவில் பிறந்தவர் வேறு எந்தச் சாதிக்கும் மாற இயலாது. ஒன்றுக்கும் மேற்பட்ட சாதியைச் சேர்ந்தவர் என்று கூறிக் கொள்ளவும் இயலாது.

அவ்வாறே, சாதி என்பது அகமண முறையைக் கொண்ட ஒரு அமைப்பாகும்" என்கிறார் பக்தவத்சலபாரதி.

"இந்திய வரலாற்றில் சாதியின் ஆதிக்கம் மிக இறுக்கமானது. மனித வர்க்கத்தின் கூட்டுணர்வினைப் பிரிக்க கூறுபடுத்த உபயோகிக்கப்பட்ட ஆயுதமாகச் சாதியைக் கருதலாம். சாதி என்பதனைக் குறிக்கும் Caste என்ற ஆங்கிலச் சொல் "cesfer" என்ற இபானி சொல்லிலிருந்து பிறந்தது ஆகும். இனம், குலத் தூய்மை போன்ற பாரம்பரியப் பண்புகளின் தொகுதி என்று இச்சொல்லிற்குப் பொருள் கொள்ளலாம்" என்று கே.எம்.கே. கோமஇசங்கர் விளக்கம் கொடுத்துள்ளார். சாதி என்பது மனிதனை அடக்கி ஆள்வதற்குப் பயன்பட்ட கருவியாகும். அத்தகைய கருவியானது ஆதிக்கச்சாகியினரால் வெளிப்படையாகப் பயன்படுத்தப்பட்டது. சாதி என்பது பல்வேறு நிலையில் பல பொருளைக் குறிக்கும்.

சாதியம் தொடர்பாக எழும் கோட்பாடுகள் குறித்துச் சில கருத்துக்கள் முன்வைக்கப்பட்டுள்ளன.

"சாதியம் என்பது பிறப்பை அடிப்படையாகக் கொண்டது. அகமண முறையை ஏற்றுக் கொண்டது. விருப்பம், தகுதி அடிப்படையில் அமைவது. ஒரு குறிப்பிட்ட உணவு முறையைக் கட்டாயமாக்குவது, சாதிகளின் அமைப்பில் பல படிநிலைகளைத் தோற்றுவிப்பது, தனிமனித ஒழுக்கங்களைக் கட்டுப்படுத்தக் கூடியது, பொது நலன்களை மக்கள் அனைவரும் அனுபவிப்பதைத் தடைசெய்வது."

மேலும் சாதி என்பது வேலைப் பிரிவினையின் வடிவம் எனவும் உற்பத்தி உறவின் வெளிப்பாடு என்றும் கூறப்படுகிறது. அரசியல், சமயம், சமூகத் துறைகளிலும் சாதியின் பிடிப்பு அதிகமாகவே காணப்படுகிறது. படித்தோருக்கு வேலையில் இட ஒதுக்கீடு, படிப்பதற்கான இட ஒதுக்கீடு என்பவை சாதி அமைப்பின் கோரிக்கைகளாக முன்வைக்கப்பட்டுள்ளது. சாதி அமைப்பு என்பது முதலாவித்துவத்துக்கு முந்தைய உற்பத்திக்கான வடிவமாகும்.

சாதிய அமைப்பின் தோற்றம்

மனித படிநிலை வளர்ச்சியில் சாதியின் தோற்றம் சில தடங்களாகத் தென்படுகின்றன. உலகில் இன்றுள்ள மனிதன் ஏறக்குறைய நான்காயிரம் ஆண்டுகளுக்கு முன்பு தோன்றியிருக்கக் கூடும் என்ற விஞ்ஞானிகளின் கருத்தை மனதில் கொண்டு இயற்கையிலிருந்து மனிதன் பெற்ற

வளர்ச்சி நிலையினைக் கண்டறிய முடியும். படிமலர்ச்சிக் கொள்கையின் அடிப்படையில் மனிதன் தோன்றியபோது அவனுடைய அப்போதைய தேவை உணவு மட்டுமே. நீண்ட நெடுங்காலமாகவே அவன் உணவு சேகரிப்பவனாக இருந்து வந்தான். மனிதர்களின் எண்ணிக்கை அதிகமானபோது உணவுத் தேவையும் அதிகரித்தது. இதன் காரணமாக மனிதன் இறைச்சியை உண்ணத் தொடங்கினான். அதற்குத் தேவையான விலங்குகளை வேட்டையாடுவதற்கு அவன் மற்றவர்களோடு சேர வேண்டியிருந்தது. இவ்வாறுதான் மனிதக் குழுக்கள் உருவாயின. வேட்டையாடி உணவு போதாத காரணத்தினால் இக்குழு கால்நடைகளை வளர்க்கத் தொடங்கியது.

"இக்குழு தங்களுக்குள் இரத்த உறவு கொண்டவர்களை மட்டும் கொண்டிருந்தது. இரத்த உறவுள்ள குழுக்கள் கணம் என்றும் இவற்றின் தொகுப்பு 'இனக்குழு' என்றும் அழைக்கப்பட்டன." கற்கள், மரம், எலும்புகளால் வேட்டையாடுவதற்கும், மற்ற வேலைகளைச் செய்வதற்கும் காரணமாக மனிதன் நிலத்திலிருந்து உணவுப் பொருட்களை விளைவிக்க ஆரம்பித்தான். விவசாய நாகரிகம் உருவாகத் தொடங்கியது. விவசாயத்திற்கு மொத்தக் குடும்பத்தின் முழுநேர உழைப்பும் தேவைப்பட்டது. பெண்களும், சிறுவர்களும் நிலத்தைக் கொத்துதல், களையெடுத்தல், அறுவடை செய்தல், கால்நடை— களுக்குத் தீனியிடுதல் போன்ற இரண்டாம் நிலை விவசாய வேலைகளில் ஈடுபட்டதால் அவர்களின் இன்றியமையாத தேவையான துணிநெய்தல், வீடுகட்டுதல், மண்பாண்டங்கள் செய்தல் போன்றவற்றில் ஈடுபட நேரமில்லை.

உயிர் வாழ்வதற்கு அடிப்படைத் தேவை உணவு. அதே வேளையில் பிற தேவைகளான இருப்பிடம், உடை, பாண்டங்கள் போன்றவற்றை உற்பத்தி செய்ய உழைப்பு பிரிவினை உதவியது. இத்தகைய உழைப்புப் பிரிவினையின் அடிப்படையில் முதன்மையான விவசாயத்தைப் பெரும்பான்மைக் குடும்பங்கள் மேற்கொண்டும், இதர குடும்பங்கள் வெவ்வேறு தொழில்களை மேற்கொண்டும் வந்தன. வேலைகள் வேறுபட்டவை ஆயினும் நிலம் பொது வானதாகவும் உற்பத்தி சமமாகப் பகர்ந்தளிக்கப் படுவதாகவும் உள்ள அமைப்புமுறை நிலவியது. அகமண முறையும், பல்வேறு தொழில்களின் வேறுபட்ட தன்மைகளும், திருமணங்கள் ஒரு தொழிலைச் சுற்றி அமையும்படி செய்தன. கிராமத்தில் இதர தொழில்களில் தனித்த குடும்பங்கள் மட்டுமே ஈடுபட்டுள்ளபோது விவசாயத்தில் மட்டும் ஏராளமான

குடும்பங்கள் ஈடுபட்டுள்ளன. எனவே மணப்பெண்ணைத் தேர்ந்தெடுப்பதற்கும் பரந்த வாய்ப்பு இருந்தது.

சாதி ஒழிப்புச் சிந்தனைகள்

இன்று இந்திய மக்கள் பொருளாதார அடிப்படையில் இல்லாமல் மிக அதிக அளவில் சாதிய அடிப்படையிலேயே பிரிக்கப்பட்டிருக்கின்றனர். அனைவரும் சமம் என்ற நிலை இந்தியா மற்றும் தமிழகம் கண்டிட வேண்டும் என்ற நிலையில் அயோத்திதாசப் பண்டிதர், புரட்சியாளர் அம்பேத்கர், தந்தை பெரியார் போன்றோர் பாடுபட்டனர்.

"சாதி ஒழிப்பை வன்மையாய் வலியுறுத்தியும் இந்து மதத்தைக் கடுமையாகத் தாக்கவும் நேர்ந்தது."

சாதிதான் 'இந்து" மதம் என்று புரட்சியாளர் அண்ணல் அம்பேத்கார் குறிப்பிடுகிறார். இந்து மதம், சாதி, தீண்டாமை ஆகிய மூன்றும் ஒரு கட்டடத்தின் மூன்று தூண்கள். இந்த மூன்று தூண்களில் ஒரு தூண் பழுதடைந்தாலும் கட்டடம் இடிந்து விழுந்துவிடும். எனவே, சாதி ஒழிப்பு என்பது இந்துமத ஒழிப்பு எனக் கருதப்படுவதால் சாதி ஒழிப்பில் ஈடுபடுபவர்களை இந்துமத எதிரியாகக் கருதுவார்கள் என புரட்சியாளர் அம்பேத்கார் அறிவித்தார். சாதியை ஒழிக்க வேண்டும் என முழங்குபவர்களே புரட்சியையும், போராட்டத்தையும் முன்வைக்கின்றனர். கீழ்த்தட்டு மக்களே சாதி ஒழிப்பை வேண்டுகின்றனர். மேல் சாதியினர் தங்கள் சாதி உயர்ந்தது என்ற கருத்தை இறுகப் பற்றிக் கொண்டு சாதி வளரத் தூபம் போடுகின்றனர்.

"சாதிகளை ஒழிப்பதற்கு அதன் வளர்ச்சியைப் பற்றியும், அதன் நிலைப்புக்கான காரணம் பற்றியும் ஆராய வேண்டும். அதற்கு முன் சாதிகளின் ஆதிக்கத்தை ஒழிக்க ஒட்டுமொத்த சாதிகளின் பட்டியலும் அதில் உள்ள மக்கள் தொகைகளும் தனித்தனியே புள்ளிவிவரங்களுடன் பட்டியலிடப்படவேண்டும்."

பிற்படுத்தப்பட்ட, தாழ்த்தப்பட்ட பிரிவுகளில் அடங்கியிருக்கும் மக்களுக்குள் பொருளியல் ஏற்றத்தாழ்வுகள் இருந்தாலும் அவற்றை பொருட்படுத்தாமல் சமநீதிலைகளைக் கொடுக்கவேண்டும். விழுக்காட்டுப்படி வேலைவாய்ப்பு பகிர்ந்துகொள்ளப்பட வேண்டும்.

சாதி எவ்வாறு உருவாயிருக்க முடியும்?

சாதி எவ்வாறு உருவாகியிருக்க முடியும் என்பதைப் பற்றி பல்வேறு கருத்துக்கள் உண்டு. இன்றைய தாழ்ந்த சாதியாரின்

சுகாதாரமின்மையாலும் மேற்கொண்ட தொழிலாலும் தாழ்ந்தவர்கள் ஆகின்றனர் என்பது பெரும்பான்மையோர் நம்பிக்கை. தாழ்த்தப்பட்டோர் மீது கரிசனம் காட்டுவோர் கூட இந்த நம்பிக்கையை ஏற்றுக்கொண்டே அவர்களைச் சுத்தப்படுத்துவது பற்றியும், தொழிலை நவீனப்படுத்துவது பற்றியும் பேசுகின்றனர். இதன்படி தாழ்த்தப்பட்டோரின் இன்றைய இழிநிலைக்கு வரலாற்று ரீதியாக அவர்கள் கழ் நிலையிலேயே இருந்து வந்ததுதான் காரணம் என்றாகிறது.

நவீன தேசிய சொல்லாடலின்போது சாதியும் தீண்டாமையும் சமூகத்தின் தீமையாக பேசப்பட்டாலும் சாதிய முறைக்கு அம்மக்களே காரணம் என்பது கருத்தியல் ரீதியாகவும் உருவாகிவிட்டனர். தீண்டப்படாதோர் மத்தியில் உருவான சிந்தனையாளர்களும் தலைவர்களும் அன்று முதல் இன்று வரை இதற்கு எதிராகவே பேசிவருகின்றனர்.

அயோத்திதாசப் பண்டிதரின் சாதி ஒழிப்பு

சுத்தம்—அசுத்தம் என்கிற இரட்டை எதிர்மறை பிராமணீய கருத்தியல் சுத்தத்தின் குறியீடாய் சாத்திர ரீதியாக பிராமணரும் நடைமுறையில் பிற உயர் சாதிகளும் இருத்தப்பட்டு அசுத்தத்தின் குறியீடாய தாழ்த்தப்பட்டவர்களும் கற்பிதம் செய்யப்பட்டுள்ளனர். தீண்டப்படாதோருக்கு ஆதரவாக அரசியல் அளவில் செயற்பட்டாலும் அவர்தம் அசுத்தத்தை ஏற்போர் மேற்கண்ட பிராமணிய கருத்தியல் சட்டத்திலிருந்து விலகாதவராகவே இருக்கிறார்.

அயோத்திதாசப் பண்டிதர் முதலில் சுத்தம், அசுத்தம் என்றே எதிர்ப்பை மறுக்கிறார். சுத்தம் என்பதன் அர்த்தத்தையே மாற்றி பார்க்கிறார். புற அழுக்கை நீக்குவதாக அல்லாமல் அக வொழுங்கை பேணுவதையே (புற) சுத்தம் என்று பார்க்க விரும்புகிறார். (அக) சுத்தம் என்கிற பிராமணீய கருத்தியலின் மேல் ஒழுக்கம் என்கிற பவுத்த கருத்தியலை முன்வைக்கிறார்.

சாதி என்பது சமூகத்தைப் பிடித்த நோய். ஏமாற்றுக்கும் வஞ்சனைக்கும் அறிவின்மைக்கும் ஒற்றுமையின்மைக்கும் சாதியமைப்பே காரணம்.

எனவே சாதிதான் சமூக அளவில் நிலவும் ஒழுக்கமின்மை. ஒழுக்கமின்மையால் பீடிக்கப்பட்ட சமூகத்தை மேலானதாக கூறமுடியாது. இவ்வாறு தனக்குள்ளாக ஒழுக்கமின்மையைக் கொண்டிருக்கும் சமூகத்தில் வாழும் மனிதர்களிடம் சுத்தம் என்பதற்கு என்ன பொருள் இருக்க முடியும்? சாதி என்பது

தனித்த வாஸ்துவோ செயற்பாடோ அல்ல. சமூகம் வீழ்ந்து போனதன் குறியீடு. சாதியை நம்பும் சமூகம் சுத்தமானது என்று கூறமுடியாது.

இதன்படி அயோத்திதாசப் பண்டிதர் சமூக ஒழுங்கை சாதியால் சிதைத்த பிரா மணர்களையே ஒழுக்கமற்றவர்களாகவும் அதனால் அவர்களையே அசுத்தமானவர்கள் என்றும் கூறுகிறார். மாறாக சமூகத்திலிருந்து விலக்கப்பட்ட தீண்டப்படாத மக்களே ஒழுக்கமானவர்கள் என்கிறார். ஏனெனில் அவர்கள் சாதி என்னும் ஒழுக்கமின்மையை ஏற்க மறுத்தவர்களாவர். தீண்டப் படாதோரை அழுக்கோடு மட்டுமே அடையாளம் காணும் சூழலில் அயோத்திதாசப் பண்டிதரின் இச்சித்திரம் முக்கியமானது.

இவ்விளக்கத்தின் தொடர்ச்சியாகவே திருக்குறள் போன்ற அற ஏடுகளைப் படைத்தமை, பாதுகாத்தமை ஆகியவற்றை அவர் காட்டுகிறார். திருக்குறள் எடு தங்களாலேயே அச்சுக்கு வந்து சமூகத்தில் பரவியது என்பது அவர் திரும்பத் திரும்ப எழுதும் பதிவு. இதேபோல அவ்வையை பவுத்த பிக்குணி என்று அவர் கணித்தார். ஒழுக்கம் என்பது அது பவுத்த ஒழுக்கம். பவுத்த ஒழுங்கை வாழ்வியல் நெறியாக கொண்டிருந்தோருக்கும் ஏற்காதிருந்தோருக்கும் ஏற்பட்ட பகைதான் சாதி. முற்றிலும் வேறு ஒரு தளத்திலிருந்து பவுத்தத்திற்கும் பிரா மணியத்திற்கும் இடையே நடந்த மோதல்தான் கடந்தகால "இந்திய வரலாறு" என்று பேசியிருக்கிறார்.

இதன்படி இதுவொரு கருத்தியல் மோதல். இம்மோதலில் பிராமணர்கவின் ஒழுக்கமற்ற வாழ்வை ஏற்க மறுத்த சமூகங்கள் மீது விதிக்கப்பட்ட தண்டனைதான் தீண்டாமை. இத்தண்டனையென்பது சமூகத்திலிருந்து தீண்டாமல் ஒதுக்கி வைப்பதும் பொது ஆதாரங்களின் மீது உரிமை மறுப்பதும் ஆகும். இன்றைய தீண்டப்படாதோரின் அழுக்குக்கு இதுவே காரணம். இவ்விடத்தில்தான் தீண்டப்படாதோரின் இன்றைய அழுக்குக்கு அவர்கள் காரணமல்ல. பிறர்தான் காரணம் என்கிற விளக்கம் அவரிடமிருந்து பிறக்கிறது. இவ்வாறுதான் சாதியமைப்பின் சுத்தம், அசுத்தம் என்கிற எதிர்வை அவர் பதிவு செய்திருக்கிறார். தொழில்களைப் பொறுத்தவரையிலும்கூட தீண்டப்படாதோர் என்போர் கடந்த காலத்தில் பல்வேறு தொழில்களை செய்தவர்களாகவே இருந்தனர் என்று கூறுகிறார். பறையடிக்கும் தொழிலைச் செய்ததாலேயே பறையர் ஆயினர் என்கிற ஒற்றை விளக்கத்தை மறுக்கும்விதமாக

அப்பெயரையே அவர் மறுக்கிறார். பெரும் திரட்சி கொண்ட சமூகம் வாழ்வியல் தேவைக்காக பறையடிக்கும் தொழிலை மட்டுமே மேற்கொண்டிருக்க முடியுமா? என்று சிந்திக்கும் அவர் இப்பெயரே சாதி அமைப்பின் சூழ்ச்சி என்கிறார். பறையடித்தவர்கள் என்கிற சித்திரிப்பை ஏற்றுக் கொண்டால் திருக்குறள் போன்ற அறநூலை எழுதியவர்கள் என்ற உரிமைகோர முடியாமல் போகிறது.

இன்னார் இன்ன தொழிலை மாறாமல் செய்ய வேண்டும் என்பதுதானே சாதி. இது சாதிக்கேற்ற தொழில். தொழிலுக்கு ஏற்ற பெயர் என்பது தொழில்படிதான் சாதி உருவானது என்கிற வரலாற்றை ஒத்துக்கொள்ள செய்துவிடுகிறது. ஆனால் அயோத்திதாசப் பண்டிதரின் விளக்கம் இந்த வழமையான வரலாற்றைத் தாண்டுகிறது.

அயோத்திதாசப் பண்டிதரின் இரண்டு தரவுகள்

அயோத்திதாசப் பண்டிதர் பிராமணர் எதிர்ப்புக்கு உள்ளூரிலிருந்து இரண்டு தரவுகளை எடுத்துக் கொண்டார். ஒன்று: அஷ்வகோஷர் எழுதிய 'நாரதீய புராண சங்கைத் தெளிவு' என்கிற பவுத்த ஏடு. இந்த ஏடு தரும் செய்தியிலிருந்தே அவர் வடக்கே இருந்து புரூசிகர் என்கிற நூதன சாதி இங்கு வந்ததாக கூறுகிறார். புரூசிகர் என்பதையே அவர் காலத்தில் அரசியல், பண்பாட்டு மேலாண்மையை முழுக்க ஆக்கிரமித்துக் கொண்ட பிராமணர்களாக பொருத்திக் கொண்டார். எழுத்து சார்ந்த தரவாக இருந்த போதும் இந்த ஏடு அன்றைய நவீன தமிழ் வரலாற்றைப் புலத்திற்குள் நுழையாமல் வெளியேதான் இருந்தது. இந்த ஏடு தந்த கதைதான் அயோத்திதாசப் பண்டிதருக்கு முக்கிய திறப்பாக அமைத்தது. இதன்படி பிராமணர்களை விலக்கிய பெரும் மரபு இங்கிருப்பதாக அவர் கருதினார். அது மொத்தமாகவே படர்ந்திருந்தது என்பதும் அவர் கணிப்பு.

வழக்காறுகள்

அயோத்திதாசப் பண்டிதருக்கு கிடைத்த மற்றுமொரு தரவு வழக்காறுகள். அவ்வாறு அவர் தரவாக்கிக் கொண்ட வழக்காறுகளில் இரண்டை மட்டும் இங்கு பார்க்கலாம். ஒன்று, "பார்ப்பானுக்கு மூப்பான் பறையன்; கேட்பாரில்லாமல் கீழ்ச் சாதி ஆனான்' என்கிற பழமொழி எழுத்து மரபுக்கு புறம்பாக மக்களிடம் புழங்கும் இக்கூற்றை அவர் பழமொழியாக மட்டும் பார்க்கவில்லை. மாறாக வரலாறாகப் பார்த்தார். சமூகத்தில்

நிலவிய கடந்த கால நிகழ்வை ஒரு கசடாக இப்பழமொழி தன்னுள் தக்க வைத்திருக்கிறது என்று கருதினார். இன்றைய பார்ப்பனர் தகுதியில் பறையர்கள் இருந்ததார்கள் என்பதற்கு இப்பழமொழி அவருக்கு உதவியது.

இரண்டாவதாக, பறைச்சேரிக்கு பார்ப்பனர் ஒருவர் சென்றுவிட்டால் அவரிருந்த இடத்தில் சாணிச்சட்டி போட்டு உடைத்து தீட்டு கழிக்கும் பறையர் சாதியாரின் சமூக நம்பிக்கை.

இவ்விரு குழுவினருக்குமிடையே நிலவும்தீராத முரணைக் காட்டுவதாக இதனைக் கருதினார் அயோத்திதாசப் பண்டிதர். இதுதான் அவரிடம் பூர்வ பவுத்தர்களுக்கும், பிரா மணர்களுக்கும் இடையே நடந்த மோதலாக விஸ்தரிக்கப்பட்டு இன்றைய பறையர் என்போர் தாழ்ந்த சாதியாக்கப்பட்டமைக்கான வரலாற்றுக் காரணமாக வாசிக்கப்பட்டது.

சாதி பற்றிய விளக்கங்களில் அவரின் முக்கிய பங்களிப்பு எவையெனில், அது எவ்வாறு உறுதி பெற்றது என்பதையும் அவற்றை எவ்வாறு மாற்றியமைப்பது என்பதையும் விரிவாக பேசிவந்ததுதான். இந்த வகையில் அயோத்திதாசப் பண்டிதர் சில அம்சங்களை தன்னுடைய எழுத்தில் திரும்பத் திரும்ப சொல்லி வந்தார். அவை: 1. புனைதல், 2. போலச்செய்தல், 3. இரிபுபடுத்தல், 4. திரும்பத் திரும்ப சொல்லுதல், 5. காலத்தால் பழமையாக்குதல் போன்றவையாகும்.

புனைதல்

அயோத்திதாசப் பண்டிதர் சாதியை நடைமுறை ரீதியிலோ சாஸ்திர ரீதியிலோ நியாயமானது என்று கருதவில்லை. மாறாக சாதி என்பது ஒரு பொய். மாபெரும் கற்பனை என்று கருதினார். இந்த பொய், மெய் போன்று மாற்றப்பட்ட செயற்பாட்டையும் மெய்யாகவே மாறிவிட்ட சமூக எதார்த்தத்தையும் கண்டு வியப்படைந்த அவர் இது எவ்வாறு நிகழ்ந்தது என்பதைத் தொடர்ந்து யோசித்து வந்தார். ஒரு பொய் எப்போது மெய்யாகிறது என்றால் அதற்கென்று சில நடைமுறைகளும் கால அளவும் தேவைப்படுகிறது. சாதி என்ற பொய்மைக்கு இது பொருந்தும். இது ஒரு நாளில் உறுதி பெற்ற காரியமில்லை.

இவ்விடத்தில் அயோத்திதாசப் பண்டிதர் முக்கிய நிலைப்பாடு ஒன்றை எடுக்கிறார். சாதியென்பது ஒரு கதையாடல்.அது மொழியின் வழியே கட்டப்பட்டிருக்கிறது. மொழியில்தான் எல்லாமும் இருக்கிறது என்பதுதான் அது. இங்கு எல்லாமே கதையாக உலவுகிறது. எதுவொன்றும் கதையாக

தரப்படுகிறது. கதையாகவே புரிந்துகொள்ளப்படுகிறது. சாதியும் அப்படிதான் நிலைபெற்றிருக்கிறது. கதையோடு தொன்மம் இணைகிறபோது பின்பு அதை மக்கள் நம்பவும் பின்பற்றவும் தொடங்குகின்றனர்.

புராணமும் கதையும்

அயோத்திதாசப் பண்டிதரைப் பொறுத்தவரையில் இன்றைய வரலாறு என்ற பொருளிலேயே புராணம் என்ற சொல்லைப் பயன்படுத்துகிறார். ஆனால் இங்கே புராணம் என்பது கதையாகவே இருக்கிறது. எனவே கதையை வரலாறாக பார்க்கிறார் எனில் இங்கிருக்கும் புராணங்களையெல்லாம் அப்படியே ஏற்றுக்கொள்ள முடியுமா? இதற்காக அவர் மெய், பொய் என்ற எதிர்வை கையாள்கிறார். அவருடைய எழுத்து முழுவதும் இந்த எதிர்வு செயல்படுகிறது.

கதை மற்றும் புராணம் என்பவற்றை அவர் மெய்கதை பொரய்க்கதை என்றும் மெய்புராணம் பொய்ப் புராணம் என்றும் கொள்கிறார். கதை / புராணம் / தொன்மம் என்று யாவும் பிராமணர்களுக்கு மட்டுமே சொந்தமானதல்ல. அவை எல்லா குழுவினரிடமும் இருந்தன. தங்களை இழிவுபடுத்தும் மாற்று தரப்பாரின் கதை என்பதால் கதை என்கிற நம்முடைய சுயவடிவத்தையே புறக்கணித்துவிட முடியாது. அது இங்கு இருப்பவர்களை ஏமாற்றுபவர்களாக ஆக்கிவிடும். ஏனெனில் நம்முடைய வரலாறு கதையாடல்களிலும் நம்பிக்கைகளிலும்தான் தங்கியிருக்கிறது. இப்படி கருதப்படுவதால்தான் தலித்துக்கள் உள்ளிட்ட அடித்தள சாதிகள் வரலாற்றில் எந்த பங்குமே இல்லாதவர்கள் என்று தற்காலத்தில் சொல்லப்படுகின்றனர். இது ஒரு வரலாற்று மூட நம்பிக்கை. இதற்கு அடிப்படைக் காரணம் ஐரோப்பிய சிந்தனை சட்டம்தான்.

சாதிபேதத்தை பிராமணீயம் ஒரு புராணமாக கதையாகச் சொல்ல முடியும் எனில் சாதிபேத மறுப்பை நாமும் நம்முடைய மொழியில் ஒரு புராணமாக கதையாக சொல்லமுடியும் என்பது அயோத்திதாசப் பண்டிதரின் நம்பிக்கை. அதற்கான கலாச்சார பலம் நம் மரபில் இருக்கிறது. அதைத்தான் அயோத்திதாசப் பண்டிதர் எடுத்துக் கொண்டார். இவை எல்லாம் மொழியில்தான் இருக்கிறது என்று அவர் புரிந்துகொண்டதாகக் கூறுகிறோம்.

போலச்செய்தல்

சாதியைப் பற்றி அயோத்திதாசப் பண்டிதரின் விளக்கங் களில் "போலச்செய்தல்" என்கிற கருத்து முக்கிய இடம்

பெறுகிறது. சாதிமுறை பற்றிய ஆய்வில் ‘போலச்செய்தல்” பற்றி பேசியதில் புரட்சியாளர் அம்பேத்கர் முக்கியமானவர். 1916 ஆம் ஆண்டு “இந்தியாவில் சாதிகள்” என்ற ஆய்வுக் கட்டுரையில் புரட்சியாளர் அம்பேத்கர் அதை சாதிமுறைக்கான முக்கிய அலகாக விளக்குகிறார். சமூகவியல் மற்றும் மானிடவியல் நோக்கில் இப்பிரச்சனையை அலசும் புரட்சியாளர் அம்பேத்கர் இந்தியாவில் சாதி முறை தோன்றி வளர்த்ததற்கான ஒரு காரணமாக மேலே இருக்கும் சாதியை கீழ் நிலையிலிருப்போர் பார்த்தொழுகின்றனர் என்கிற முக்கிய கருத்தை கூறுகிறார். இதைப் போலவே இந்தியாவில் நவீனத்துவத்திற்கும் சாதிக்கும் இடையேயான தொடர்பினை ஆராய்ந்த எம்.என்.ஸ்ரீநிவாஸ் தந்த சமஸ்கிருத மயமாக்கம் மேற்கத்திய மயமாக்கம் என்கிற இரண்டு கோட்பாடுகளும் இப்பின்புலத்தில் முக்கியமானதாகும். ஒடுக்கப் பட்ட சாதிகள் சமஸ்கிருதமயமாகிறார்கள் என்று கூறியதன் அடிப்படை போலச் செய்தல்தான்.

இதை அப்படியே அயோத்திதாசப் பண்டிதரின் சிந்தனைகளை நோக்கி விஸ்தரிக்கிற போது நமக்குக் கிடைப்பது தலைகீழான வேறொரு செய்தி. தங்கள் தேசத்திலிருந்து விரட்டப்பட்டு இங்கு ஓடிவந்த புரூசிகர்களுக்கு திராவிடர்களான பூர்வ பவுத்தர்கவின் பழக்க வழக்கங்கள் புதிதாக தெரிந்தன. அதன்படி முதலில் அவர்களின் மொழியைக் கற்றுக்கொண்டனர். மெல்ல மெல்ல பவுத்த யோகிகளான எதார்த்த பிராமணர்களைப் போன்று வேடமிட்டு கொண்டு நாங்களே பிராமணர்கள் என்று சொல்லத் தொடங்கினர். சிறு அரசர்களை கைவசப்படுத்தினர். இப்பொய் வேடங்களைக் கண்டு சொன்னவர்களைப் பறையர்கள் என்று இழிவுபடுத்தினர். இவ்வாறு மெல்ல மெல்ல பவுத்தர்களை போலச்செய்து அவர்களின் கோயில்களைக் கைப்பற்றினர். சிலைகளை சிதைத்தனர். உருவம் மாற்றினர். இதையெல்லாம் கண்டுபிடிக்கக்கூடாதென்று பவுத்தர்களை தீண்டாதோர் என்று கூறி கோயிலில் நுழைய மறுத்தனர் என்று அயோத்திதாசப் பண்டிதர் விளக்கம் தருகின்றார்

திரிபுபடுத்துதல்

மெய்கதை—பொய்கதை என்கிற அயோத்திதாசப் பண்டிதரின் எதிர்வை வேராகக் கொண்டு முன் நகர்ந்தால் அடுத்து “திரிபுபடுத்துதல்” என்கிற கருத்து அவரிடம் வலுவாக தொழிற்படுகிறது. இன்றைய—சமகால சமூக நிலையை அவர் அப்படியே ஒத்துக்கொள்வதில்லை. இன்றைய சமூகம் என்பது சாதிய சமூகம். சாதிய மனநோய் பிடித்த சமூகம்

எதார்த்தமான — மெய்யான சமூகமாக இருக்க முடியாது. அதாவது சாதியம் என்பது முன்பிருந்த நிலையிலிருந்து திரிந்த பிந்தைய வடிவத்தில் நிலைமாறும்.

திரும்பத் திரும்பச் சொல்லுதல்

சாதியென்பது ஒரு பொய் என்றாலும் அது மெய்யாக்கப் பட்ட விதத்தை ஆராயும் அயோத்திதாசப் பண்டிதர் திரும்பத் திரும்பச் சொல்லுதல் என்ற செயல் முறையை முக்கிய காரணமாக கண்டடைகிறார். ஒரு பொய்யை திரும்பத் திரும்பச் சொன்னால் அது மெய்யாகிவிடும் என்கிற உள்ளூர் அனுபவ மொழியே இதனை விளக்க போதுமான சான்றாகும். நூதன சாதியினரான வேத பிராமணர்கள் பல்வேறு பொய்கள் மூலம் சாதியை மெய்யாக்கினார்கள் என்கிறார் அயோத்திதாசப் பண்டிதர்.

காலத்தால் பழமையாக்குதல்

சாதி பற்றிய கதையாடலில் ஒடுக்கப்படுவோர் மீதான இழிவை காலத்தால் முன்பே தோன்றியதாகக் காட்டுவது முக்கிய செயல்பாடு என்பது அயோத்திதாசப் பண்டிதரின் அறிதலாகும். இதுவும் சமூக உளவியலில் சாதியையும் சாதி இழிவுகளையும் உறுதிப்படுத்தும் செயல் என்று கருதினார். பொய்யை வரலாற்று ரீதியாக மெய்யாக்கும் முயற்சி இது என்று கருதி அவற்றையும் தொடர்ந்து மறுத்து எழுதி வந்தார். மனிதன் தோன்றியது முதலே சாதி தோன்றியிருக்க முடியாது. அதுபோல சாதி முறை தோன்றியது முதலே அதற்கான எதிர்குரல் ஏதாவதொரு வடிவத்தில் இருந்திருக்க வேண்டும். எனவே வரலாற்றின் ஏதாவதொரு காலத்தில்தான் அது தோன்றியிருக்க வேண்டும். தோன்றிய பின்னாலும் அது ஒரேமாதிரி வளர்ந்துவிடவில்லை அதற்கு பல்வேறு பரிமாணங்கள் உண்டு. அந்த வகையில் அயோத்திதாசப் பண்டிதரின் கூற்றுக்கு முக்கிய இடமுண்டு.

இலக்கியச் சான்றுகள்

இந்தப் புரிதலில் இங்கு அயோத்திதாசப் பண்டிதர் பரிசீலிக்கும் இரண்டு குறிப்புகளைப் பார்க்கலாம். 1. சங்க இலக்கியப் பாடல் ஒன்று, 8. பெரியபுராண கதையாடல். இரண்டுமே இலக்கியத் தரவுகள்தாம். இரண்டையுமே வரலாற்றுத் தரவுகளாகக் கொள்ளும் பொதுப் போக்கு இங்கு இருக்கிறது. ஆனால் இரண்டையுமே அயோத்திதாசப் பண்டிதர் கடுமையாக மறுக்கிறார். நமக்கு கிடைக்கும்

ஆதாரங்களின்படி கி.பி. 11ஆம் நூற்றாண்டுக்குப் பிந்தைய கல்வெட்டுகளில் தான் பறை, பறையர் என்ற பெயர்கள் வருகின்றன. இக்காலத்திற்குப் பிந்தைய இலக்கியங்களில்தான் இப்பெயர் இருப்பதாக இன்றைய அதிகாரபூர்வ இலக்கிய பிரதிகள் கூறுகின்றன. காலத்தால் முன் நகர்த்திக் கூறப்படும் பக்தி இலக்கியங்களில்கூட 'புலையன்" என்ற சொல்லே பயின்றுள்ளது.

அயோத்திதாசப் பண்டிதர் புரிதலின்படி பவுத்தர்கள் மீது சாதிபேத நோக்கில் பிற்காலத்தில் சுமத்தப்பட்ட இழிபெயரே பறையன் என்பதாகும். இந்நிலையில்தான் புறநானூற்றுப் பாடலில் 'பாணன் பறையன்துடியன் கடம்பன்' என்று குறிப்பிடப்பட்டிருப்பதான கட்டுரையொன்று மதுரை செந்தமிழ் இதழில் வெளியாகியிருந்தது. இந்தப் பாடலடியை தங்கள் தமிழ்ச் சமூகத்தின் தொன்மைகுடி என்று கூறுவதற்காக எடுத்துக் கொள்வோர் பெரும்பான்மை. ஆனால் அயோத்திதாசப் பண்டிதர் அப்படி எடுத்துக்கொள்ளவில்லை. இப்பெயரை ஒத்துக் கொள்வது பறையன் என்ற பெயரை ஒத்துக் கொள்வதாகிறது. அதன் மூலம் இன்றைய இழிவையும், அதுவொரு சாதியாகவே விளங்கி வருகிறது என்பதையும் ஒத்துக்கொள்வதாகிவிடும் என்பதால் மறுத்து எழுதுகிறார். இவர்களின் இழிவை தொன்மையாக்குவதன் மூலம் இன்றைய இழிவு நிலைத்துவிடும். நல்ல நிலையில் இருந்து வீழ்த்தப்பட்டவர்கள் என்ற வரலாற்றை முன்வைக்க முடியாது, மாற்ற முடியாதது என்ற பொருளையும் பெற்றுவிடும் என்று கருதி எதிர்த்தார்.

மற்றொன்று பெரியபுராணத்தில் நந்தன் கதையை வைத்து இன்றைய சாதி இழிவு தக்கவைக்கப்படுவதாகக் கருதி அதன் காலத்தை மட்டுமல்ல கதையையே மறுத்தார். பவுத்த மன்னனாய் இருந்த நந்தனை வீழ்த்திவிட்டு அவனை மற்றுமொரு எதிர் முனைக்கு கொணர்ந்து அடிமையென்று பொய்க் கதை எழுதி பரப்பிவிட்டதாகக் கருதினார். நந்தனை மன்னனாகக் கூறும் வழக்காறுகள் தஞ்சைப் பகுதியில் இருந்தன என்பதற்குச் சான்றுகள் உண்டு. பெரிய புராணத்தை நூதன கட்டுக்கதை என்றும் அண்மையில் கட்டப்பட்டது என்று சொன்னார்.

(அது சமண நூல்கள் மீதான வாசிப்பை மறுப்பதற்காக சமண ஆச்சாரியர்களால் 63 பேர் வரலாற்றைக் கூறும் சமண புராணத்தை போலச்செய்து எழுதப்பட்டது என்பது வெளிப்படை. இதை அயோத்திதாசப் பண்டிதரின்

போலச்செய்தல் என்ற கூற்றோடு இங்கு தொடர்புபடுத்திப் பார்க்கலாம்.)

வீரமாமுனிவர் எழுதியுள்ள 'சதுரகராதியில் குறிப்பிடப் பட்டுள்ள புராணங்களின் பெயர்களில் பெரியபுராணம் பெயர் இல்லையென்றும் சதுரகராதியை 1860 ஆம் ஆண்டில் வைதீக விரும்பியான விசாக பெருமாளையரும் பிறரும் கூடி பரிசோதித்த போதும் இப்படியொரு நிலையைச் சுட்டிக் காட்டவில்லை என்றும் கூறுகிறார். இவ்வாறு பவுத்த மரபு திரிக்கப்பட்ட காலத்தையும் சாதி இழிவு கற்பிக்கப்படுவதையும் பிற்காலத்திற்குக் கொணருகிறார். காலமானது வரம்பில்லாமல் மொழியின்வழி முன் கொண்டுசெல்லப்படுவதாகக் கருதிய அவர் அவற்றை மறுத்து செயல்பட்டார்.

இங்கு சாதியும் அது பற்றிய நம்பிக்கையும் பண்பாட்டிற்குள் ஒரு மொழியாக இயங்கி வருகிறது. அதை எதிர் கொள்ளும் சாதியத்தை அம்மொழிக்குள்ளேயே நிகழ்த்தமுடியும் என்பதை நவீனத்துவத்திற்கு முந்தைய உள்ளூர் அறிவு மரபின் துணைக் கொண்டு அயோத்திதாசப் பண்டிதர் நிறுவிச் சென்றிருக்கிறார்.

மதமாற்றத்தை எதிர்த்தல்

இந்துமதக் கொள்கையில் தீவிரப் பற்றுகொண்டிருந்த அயோத்திதாசப் பண்டிதர், தமிழர்கள் கிறித்தவம், இசுலாம் மதங்களுக்கு மாறுவதைக் கண்டித்தார். கிறித்தவத்திற்கு மதம் மாறுவதை இவர் ஏற்றுக்கொள்ளாததால் கிறித்தவர்கள் இவரை எதிர்த்தனர். இசுலாமியக் கொள்கைகளை முன்வைத்து அத்வைதக் கொள்கையோடு ஒப்பிட்டு வாதம் செய்வதிலும் இவர் ஈடுபட்டிருந்தார். இதனால் இசுலாமிய மக்களின் உயிர்நாடியாக உள்ள குரான் தத்துவங்கள் பாதிக்கப்படுமோ என்று எண்ணி இசுலாமியர்களும் அயோத்திதாசப் பண்டிதரை கடுமையாக எதிர்த்தனர்.

தமிழர்கள் கிறித்தவம், இசுலாம் ஆகிய மதங்களுக்கு மாறியதற்குக் காரணம் இந்து மதத்திலிருக்கும் வர்ணாசிரம தர்மமும், தீண்டாமைக் கொடுமையும் அப்போது தலைவிரித்து ஆடியதே ஆகும். இத்தகைய சாதிக் கொடுமைகளைத் தொடர்ந்து எதிர்த்தும், பேசியும் வந்த அயோத்திதாசப் பண்டிதர் இந்து மதத்திலுள்ள சைவ, வைணவக் கோட்பாடுகளின் தவறுகளையும் சுட்டிக் காட்டத் தவறவில்லை. இந்து மதத்திலுள்ள பாகுபாடுகள் குறித்த இவரின் விமர்சனப்

பார்வையே இம்மண்ணின் பூர்விக மதமான பவுத்தம் மீண்டும் மலர்வதற்குக் காரணமாக இருந்தது. அதிலிருந்து தமிழ்ப் பவுத்தத்தைக் கட்டமைத்தார். ஒடுக்கப்பட்ட மக்களான ஆதித் தமிழர்களின் உரிமைகளை மீட்டெடுப்பதற்கான ஆயுதமாக தமிழ்ப் பவுத்தத்தை கையில் எடுத்துக் கொண்டார். பவுத்தம் பகுத்தறிவின் பாசறையாக இருந்ததால் பகுத்தறிவுக் கருத்துகளுக்கும் வினாக்களுக்கும் விடை கொடுக்கும் ஆசிரியராகத் தொடர்ந்து செயல்பட்டு வந்தார்.

பார்ப்பனீயத்தை எதிர்த்தல்

அயோத்திதாசப் பண்டிதர் தமிழகத்தில் பார்ப்பனர் அல்லாதோர் இயக்கம்" தோன்றுவதற்குக் காரணமாக இருந்தவர்களுள் மிகவும் முக்கியமானவர். எவ்வாறெனில் 'தமிழன்' இதழில் பார்ப்பனீயத்தின் சூழ்ச்சிகளையும், பிரிவினைவாதப் போக்குகளையும் தொடர்ந்து எழுதியும், பேசியும் தமிழர்களிடையே விழிப்புணர்வை ஏற்படுத்தி வந்தார். இதன் பின்னர்தான் தமிழகத்தில் சமூகச் சீர்திருத்தவாதிகள் பலர் பார்ப்பனரல்லாதோர் இயக்கத்தை முன்னெடுத்தனர். பார்ப்பனர்களின் செயல்பாடுகளைக் குறிப்பிடும்போது, நன்றாய் குளித்து மூழுகிவிட்டுக் குறுக்குப்பூச்சு, நெடுக்குப்பூச்சு, சாந்துகளை நெற்றியிலும், உடலிலும் பூசிக்கொண்டு முப்புரி நூலை முதுகிலிட்டு, கொம்பு பாத்திரங் கையிலேந்தி நாங்கள் பிராமணாள், எங்களுக்கே சகலமும் கொடுத்துக் காக்க வேண்டுமென்று வேதம் முறையிடுகின்றது. எங்களுக்குக் கொடுக்கும் தானத்தால் உங்களுக்குள்ள தனதானியம் மேலும் பெருக வாழ்வீர்களென்று சோம்பேறி வித்தையைப் பெருக்கிக் கொண்டார்கள் என்று குறிப்பிடுகின்றார் (அயோத்திதாசர் சிந்தனைகள், தொகுதி—*1:427*).

சாது ஒழிப்பும் சமூக விடுதலையும்

அயோத்திதாசப் பண்டிதர் *1891* இல் ஏற்படுத்திய திராவிட மகாசன சபையின் முதலாண்டு நிறைவுக் கூட்டம் நீலகிரியில் கூட்டப்பட்ட போது அரசுக்கு அனுப்பப்பட்ட தீர்மானங்களில் ஒன்று பறையர்களைப் 'பறையர்' என்றோ 'பஞ்சமர்' என்றோ அழைக்காமல் ஆதித் தமிழர்' அல்லது 'ஆதிதிராவிடர்' என்றுதான் அழைக்க வேண்டும் என்றார். இதன் அடிப்படையில் இன்று சில மாவட்டங்களில் ஆதிதிராவிடர்"

என்று சாதி சான்றிதழ்கள் வழங்கப்பட்டு வருகின்றன. இந்திய கிராமங்கள் சாதிய வலைப் பின்னலில் சிக்கித் தவித்துக் கொண்டிருக்கிறது. உலக அரங்கில் முதலிடத்தில் இருக்க வேண்டிய இந்தியா இன்று பின்னுக்குத் தள்ளப்பட்டுள்ளது. அனைத்து வளமும் ஒருங்கே அமையப் பெற்ற நிலப்பரப்பைக் கொண்ட இந்தியா சாதிய வேர்களை வெட்ட மறுத்து தன்னுடைய வளர்ச்சியையும் தடுத்து வருகின்றது.

இதை நியாயப்படுத்த மனுஸ்மிருதி" இந்தியர்களின் உடல், பொருள், ஆவியிலும், கருவரை முதல் கல்லறை வரையிலும் நீக்கமற நிறைந்துள்ளது. இதைத் தூக்கியெறியாத இந்தியா உலகச் சமுதாயத்தால் தூக்கி எறியப்பட்டு விடக்கூடாது என்று அத்துறையில் சமூகத் தலைவர்கள் பலர் இம்மண்ணில் போராடி வந்துள்ளனர். அந்த வரிசையில் அயோத்திதாசப் பண்டிதரின் பங்களிப்பும் குறிப்பிடத்தகுந்தது.

"பிறப்பொக்கும் எல்லா உயிர்க்கும் என்று கூறிய திருவள்ளுவர் சாதியச் சமுதாயத்தைக் கட்டுடைக்கும் வகையில் குறிப்பிடுகிறார். இவருக்கு அடுத்த படியாக அவ்வையார் "சாதி இரண்டொழிய வேறில்லை' என்று கூறி, இட்டார் பெரியோர் இடாதார் இழிகுலத்தோர் பட்டங்கில் உள்ளபடி' என்கிறார். இவர்களை தனது இலக்கிய முன்னோடியாக ஏற்றுக்கொண்ட அயோத்திதாசப் பண்டிதரும் பிறப்பின் அடிப்படையில் கடைப்பிடிக்கும் சாதிய வருணாசிரமப் பாகுபாட்டைக் கண்டித்து எழுதுகிறார். சாதிய வருணாசிரமப் பாகுபாட்டையும், சாதிய அடக்குமுறைக்கு ஆணிவேராக இருக்கும் வேதங்களைப் பற்றிப் பின்வருமாறு விமர்சனம் செய்கிறார்.

"வேதங்களும், சாஸ்திரங்களும் எதற்கு? மக்களை சீர்திருத்திச் செம்மைப்படுத்துவதற்கேயாம். அத்தகைய வேதம் என்பது சகல மக்களுக்கும் பொதுவாக இருப்பது நலமா? அல்லது சில மக்கள் அவற்றைப் பார்க்கவும் கூடாதா? கேட்கவும் கூடாதா? அந்த வேதங்களே அறிந்த கடவுளுக்கு தனது சிருஷ்டிகளாம் மக்கள் மீதும், மக்களுருவில் மாற்றமின்றி சிருஷ்டியிடத்து கொடுத்துள்ள சேதத்தைக் கூறுபோடலாமோ? அவ்வகைப் பிரித்திருப்பாராயின் அவரை ஒரு கருணைமிகுந்த கடவுள் என எண்ணலாமோ? அத்தகைய கருணையற்ற வேதத்தைப் போதிப்பவர்களுக்கும், அதனைக் கேட்பவர்களுக்கும் கருணை என்பது ஏதேனும் இருக்குமோ? கனவிலும் இருக்காது என்பதே அனுபவக் காட்சியாகும்" என்று கூறி

கடவுள் ஒருவர் இருந்தால் தனது பிள்ளைகளைப் பிரித்து வைக்கலாமா? அவ்வாறு பிரித்து வைக்கும் கடவுளுக்குக் கருணை இருக்கின்றதா? அனைத்து மக்களையும் காப்பாற்றாத கடவுளர்களால் அருளப்பட்டதாகக் கூறும் வேதங்களையும், சாஸ்திரங்களையும் ஒதுக்கி வைத்தல்தான் இந்திய மக்கள் சரடைவார்கள் என்கிறார் (தமிழன், 10.10.1912).

சமய எதிர்ப்பு

அயோத்திதாசப் பண்டிதர் இந்து சமயத்தை விமர்சனம் செய்தும் பிற சமயங்களை ஆதரித்தும் எதிர்த்தும் பல்வேறு இடங்களில் தமது கருத்துக்களைக் கூறினாலும் பவுத்தம் சிறந்தது என்று அதன் கொள்கைக் கோட்பாடுகளை மக்கள் மத்தியில் எடுத்தியம்பி சமயம் சார்ந்தவராக வாழ்ந்திருக்கின்றார். ஆனால் தந்தை பெரியார் சமயக் கருத்துக்களைப் பேசினாலும் சமயத்தின் கொள்கை கோட்பாடுகளை மூடப் பழக்க வழக்கங்களையும் வழிபாட்டு முறைகளையும் முற்றிலுமாக எதிர்த்துக் குரல் எழுப்பியவர் தந்தை பெரியார் ஆவார்.

“மனிதன் காணாத பொருளுக்குக் கடவுள் என்றும், ஈசன் என்றும் பகவான், பரமம், பிரமன் என்று பெயர்களைக் கொடுத்திருக்கிறார்கள். அன்றே காணும் பொருளுக்கே இவ்வகை பெயர்களைக் கொடுத்திருக்கின்றார்கள் என ஆராயும் போது ஏழு வகைத் தோற்றங்களுள் மனிதன் ஆறாவது தோற்றமாகிய நல்லவாய்மை, நற்கட்சி, நற்கடைபிடி, நல்லுணர்ச்சி—நல்லீகை, நன்னியதியமைந்து செயல்களுக்கு இட்ட பெயர்கள் என்று ஆய்ந்து அறியமுடியும்” என்று அயோத்திதாசப் பண்டிதர் விளக்குகின்றார். அதைப் போன்று, “மனிதச் செயலின் மகத்துவம் அறியா தோர் கடவுள் என்று ஒன்றில்லாமல் உலகம் என்ற ஒன்று தோன்றியிருக்க முடியாது. அதாவது குயவன் இல்லாமல் மண்பாண்டம் உண்டாக முடியுமா? என்பதைப் போன்றதுதான் கடவுள், குயவனுக்கு மண் காரணமாக இருப்பது போல் கடவுளுக்கு அடிப்படைக் காரணம் எதுவெனக் கண்டுகொள்ள ஆராயும் போது மனிதன்தான் தனக்கு மீறிய ஒரு சக்தியைக் கடவுள் என நம்பி வணங்கி வருகின்றான்” என்பது அயோத்திதாசப் பண்டிதரின் கருத்தாகும்.

கடவுளைப் பற்றி அறியும்போது, “நூற்களை நோக்கினும் நுட்பமறியாது, ஆகாயத்தில் அகோர பசி உண்டோ இல்லையோ என உசாவுவது போல நிர்மலம் உண்டா? இல்லையா?

நிற்குணம் உண்டா இல்லையா? என உசாவுவோர்க்கு (ஆய்பவருக்கு) மாமாற்றம் மவுனமேயாம்" என அயோத்திதாசப் பண்டிதர் மவுனமே கடவுள் என்று கூறுகின்றார். அதாவது இல்லாத ஒன்றை நாம் தேடுங்கால் கிடைக்கவில்லையெனில் தமக்குக் கிடைப்பது வெறுமை என்னும் மவுனம் என்று விளக்குகின்றார். எனவே அயோத்திதாசப் பண்டிதர், "கடவுள் எனும் பொருள் அறிந்தோன் நீதியினாலும், நெறியினாலும் வாய்மையினாலும் அதனை விளக்குவான். கடவுளென்னும் பொருள் அறியாதோன் கடவுள் எங்கும் நிறைந்திருக்கின்றான்; அவனுக்கு எல்லாம் தெரியும் எனத் தம்பட்டமடிப்பான். ஆனால் அன்னியனுடையப் பொருளை அபகரிக்குங் காலத்தும், அன்னியன் மனைவியை இச்சிக்கும் காலத்தும் அன்னியனை வஞ்சிக்கும் காலத்தும் எங்கும் நிறைந்த கடவுள் எல்லாம் அறியும் கடவுள் பார்ப்பானென்னுஞ் சிந்தனாச் செயலண்டோ."

குருக்கள் மதக்கடைகளைப் பரப்பித் தத்தம் மதமே மதம். தத்தம் சமயமே சமயம் என்று பொய்யான கட்டுக்கதைகளைப் பரப்பி வருகின்றனர். இதற்கு ஆதாரம் எனப் புராணக் கட்டுக் கதைகளைக் கூறி மக்களை மதம் என்ற பானைக்குள் போட்டு அடைத்து வைத்திருப்பதாக விமர்சனம் செய்கின்றார் அயோத்திதாசப் பண்டிதர்.

கி.பி. 1881 ஆம் ஆண்டு காலனிய ஆட்சியாளர்கள் மக்கள் தொகைக் கணக்கிடும் பணியை மேற்கொண்டனர். இதன் மூலம் சமய அடையாளங்களைப் பதிவுசெய்யும் வேலையும் இணைந்திருந்தது. பவுத்தம், சமணம், சீக்கியம், கிறித்துவம், இசுலாம் போன்ற செவ்வியல் சமய அடையாளத்தைச் சாராத பெருவாரியான மக்களுக்கு எந்தச் சமய அடையாளத்தை வழங்குவது என்ற குழப்பம் ஏற்பட்டது. இத்தருணத்தில் ஆங்கில அதிகாரிகளுக்கு இணக்கமாக இருந்த உயர்சாதியினர் மேற்கூறிய பெருந்திரளான மக்களை "இந்துக்கள்" என்று அடையாளப்படுத்தும்படி ஆலோசனை வழங்கினர். அதன் அடிப்படையில் இம்மக்களும் இந்துக்கள் என்று குறிப்பிடும்படி கணக்கெடுப்பாளர்களுக்கு அறிவுறுத்தினர்.

மக்கள்தொகைக் கணக்கெடுப்பின் மூலமாக தாழ்த்தப் பட்டவர் மறைமுகமாக மதமாற்றம் செய்யப்பட்டதை அறிந்த அயோத்திதாசப் பண்டிதர்தமது எதிர்ப்புணர்வை வன்மையாகவே வெளிப்படுத்தினார்.

“இந்து என்ற பிராமணிய அடையாளத்தைப் பெரும் பான்மையோரின் அடையாளமாக மாற்றுவதன் மூலம் மத அடிப்படைவாசுகளுக்கு எத்தனை வசதியான களத்தை ஏற்படுத்தித் தருகிறோம் என்ற உள்ளுணர்வு எவருக்கும் இல்லை. தங்களது கட்சிக்குப் பக்தர்களின் எண்ணிக்கை அதிகரிப்பது குறித்து பிராமணர்களுக்கு மகிழ்ச்சியாகவே இருந்தது எனக் கூறிய அயோத்திதாசப் பண்டிதர், இந்திய தேசத்திலுள்ள பழங்குடியின மக்களும் இந்துக்கள் அல்ல. எனவே அவர்கள் ஆதித் தமிழர்கள்” என்றே கணக்கெடுப்பில் பதிவு செய்ய வேண்டும்” என வலியுறுத்தினார்.

இந்து மதம் என்ற பெயரில் மனிதர்களுக்கு இழைக்கப்பட்ட கொடுமைகளையும் அயோத்திதாசப் பண்டிதர் விளக்கியுள்ளார். மனிதர்களுக்குள் பாகுபாடுகள், சாதிய வேறுபாடுகள், பண்பாடு, கலாச்சாரம், அடிமையான வாழ்வியல் முறை, தெய்வ வழிபாட்டுக்கு மறுத்தல், தெருவில் நடக்க மறுப்பு, கல்வி மறுப்பு ஆகியவற்றையும் சமயக் கோட்பாடு என்ற பெயரில் மனுதரும சாத்திரத்தின் பிரிவு முறைகளையும் கண்டு அயோத்திதாசப் பண்டிதர் இந்து மதத்தை எதிர்த்தார்.

மேற்கண்டவாறு கடவுள், சமயம் குறித்துப் பேசினாலும் பவுத்தம் சிறந்தது என்றும், பவுத்த மார்க்கங்களைக் கடைப்பிடித்து வாழ்ந்தால் வாழ்வு வளப்படும் என்று கருதிவந்த அயோத்திதாசப் பண்டிதர் பவுத்த நெறிகளையும் கோட்பாடுகளையும் மக்களுக்கு எடுத்துரைப்பதுட்ன் நில்லாமல் கடைப்பிடித்து தம் வாழ் நாளையே பவுத்தத்திற்கு அர்ப்பணித்தார்.

இதிகாச எதிர்ப்பு

புராணங்கள், இதிகாசங்கள் குறித்து அயோத்திதாசப் பண்டிதர், “ரிசிகளில் பெரியவரான நாரதர், மும்மூர்த்திகளில் ஒருவரான விஷ்ணுவைக் (ஆணும் ஆணும்) கூடிப் பெற்றெடுத்த குழந்தைகள் தாம் இன்றைய 60 தமிழ் வருடங்கள் என்பவை. இதற்கு பகவதம் புராணம், இதிகாசம் ஆகியவைகளில் ஆதாரம் உண்டு என்பது மிகப் பெரிய முட்டாள்தனம்” என்று கூறுகிறார். புத்தர் காலத்தில் வேதத்திற்கும் சாத்திரத்திற்கும் பார்ப்பானுக்கும் மரியாதையில்லாமல் போய்விட்டது. இவர்கள் மீண்டும் எப்படித் திரும்பினார்கள் என்பதுதான் படிப்படியாகப் பத்து அவதாரக் கதைகளாக வந்துள்ளன. அவை,

கலைக்கோட்டுமுனி மானுக்கும்

ஜம்புகர் நரிக்கும்

கவுதமர் மாட்டுக்கும்

மாண்டவியர் தவளைக்கும்

காங்கேயர் கழுதைக்கும்

கணநாதர் கோட்டானுக்கும்

சனகர் நாய்க்கும்

சுகர் கிளிக்கும்

ஜாம்பவந்தர் கரடிக்கும்

அசுவத்தாமா குதிரைக்கும்

பிறந்தார்கள் என்று புராணங்களில் எழுதி வைத்துக் கொண்டு இருக்கின்றனர்.

இவர்கள்தான் நம் வாழ்வுக்கும் நடப்புக்கும் ஒழுக்க முறைகளைக் கற்றுத்தரும் தெய்வங்கள் என்று கூறப்படுகிறது. இக்கொள்கைகளின் அடிப்படையில் இதே கருத்தை தந்தை பெரியாரும் பின்பற்றினார்.

புராணங்கள், இதிகாசங்கள் குறித்து “அவதாரக் கதையில் சொல்லப்படும் அவதாரங்களின் மீன் அவதாரத்தைப் பார்ப்போம். ஒரு அரசன் வேதத்தை திருட்டிக் கொண்டு போய் கடலில் ஒளித்து வைத்துவிட்டானாம். அதை மீட்பதற்காகக் கடவுள் மச்ச அவதாரம் எடுத்துப் போய் மீட்டு வந்தார் என்பது கதை. இதை எங்காவது நம்ப முடியுமா? முதலில் எவனும் வேதத்தைத் திருட முடியாது. அது ஒலி வடிவில் உள்ளதாகும். அப்படியே போனாலும் இன்னொரு தடவை வேதத்தை ஓதி எழுதிக் கொண்டிருக்கலாம். உண்மையில் என்ன நடந்திருக்கும் என்றால் அந்த அரசன் எவனும் தன் நாட்டில் வேதம் ஓதக் கூடாது என்று கூறியிருப்பான். எனவே பார்ப்பனர்கள் அவனை ஒழித்து விட்டார்கள்” என்று தந்தை பெரியார் தனது குடியரசு” இதழ்வழி எடுத்தியம்புகின்றார்.

இராமாயணம் திராவிட மக்களை இழிவுசெய்து ஆரியர்களைத் தெய்வங்கள் ஆக்கியதைத் தவிர வேறு அதில் என்ன இருக்கிறது? பல ஆயிரக்கணக்கான ஆண்டுகளுக்கு முன்னால் இருந்தே பார்ப்பனர் பார்ப்பனரல்லாதார். சண்டை இருந்திருக்கிறது.

“இராமாயணம்—வால்மீகி என்கிற ஒருவால் ஆரியர்களை அயோக்கியர்கள், ஒழுக்கமற்றவர்கள், தீய காரியங்களைச் செய்வதற்கும் பயப்படாத வஞ்சகர்கள் என்பதைக் காட்டவும் திராவிடர்களை மெத்த நாகரிகமுள்ள மேம்மக்கள், சூது வாது அறியாத பரிசுத்தமானவர்கள், வீரர்கள் என்பதைக் காட்டவும் சித்திரிக்கப்பட்ட ஒரு கதைத் தொகுப்பாகும்” என்று தந்தை பெரியார் எடுத்தியம்புகிறார்.

இராமாயணம் எழுதியவனுடைய நோக்கம் சீதையைக் குற்றமற்றவளாகக் கற்புடையவளாகச் சித்தரிக்க வேண்டும் என்கின்ற எண்ணம். சீதைக்குக் கற்புத் தன்மை கொடுக்கக்கூடாது என்று கருதியே ஒவ்வொரு இடத்திலும் குற்றம் சாட்டி வந்திருக்கிறார்கள். திருமணம் ஆன உடனே பரதனுடைய அதிருப்தியைப் பெற்றுவிட்டாள். ராமனும் சீதையை நீ பரதனால் போற்றத்தக்கவள் அல்ல என்று சொன்னான். புருசனுடைய சந்தேகத்திற்கு ஆளானவளாகவே இருந்திருக்கிறாள். சீதை லட்சுமணனால் கெட்ட நடத்தை உள்ளவள் என்று சொல்லப்படுகின்றாள். இராவணன் சீதையைக் கலவிக்கு அழைக்கும்போது சீதைகண்ணை மூடிக் கொண்டு விட்டாள். கல்யாணத்தின்போது பார்ப்பான் மந்திரம் கூறுகிறானே, என்ன பொருள் தெரியுமா?

“சீதை திரவப்பதை மற்ற பத்தினிகள், இவர்கள் போல் நீங்களும் இருக்க வேண்டும் என்கிறான். சீதை யாரு, ஒழுக்கங் கெட்டவள், இராவணனால் கர்ப்பமுற்றவள். திரவ்பதை 5 பேருக்குப் பெண்டாட்டியாயிருந்தாள். அய்ந்தும் போதாமல் ஆறாவதாக கர்ணன் மேலும் ஆசைப்பட்டவள்.”

இராமாயணம் எந்தவொரு சரித்திரச் சம்பந்தமானதோ நடந்த நடப்புகளைக் கொண்டதோ ஆன கதையல்ல என்பதோடு பெரும் கற்பனைச் சித்திரமாகும். அதுவும் காட்டுமிராண்டிக் காலத்திய உணர்ச்சியையும் அக்கால ஆரியப் பண்பாடு பழக்க வழக்கம் முதலிய அவர்களது அன்றைய கலாச்சாரத்தையும் அடிப்படையாகக் கொண்ட கற்பனை இலக்கியமாகும் எனத் தந்தை பெரியார் கூறுகிறார்.

கட்டுக்கதைகள்

முருகனைப் பற்றி அயோத்திதாசர் பண்டிதரின் சிந்தனைகள் வரலாற்று நோக்கிலும் மானிடவியல் நோக்கிலும் அமைகின்றது. முருகனைக் குறிஞ்சி நிலத்தின் அரசனாகவே அறிமுகப்படுத்துகின்றார். குறிஞ்சி நிலப்பகுதியான பூங்குறிஞ்சி,

‘ஆவினங்குடி எனும் பெயர்களால் அழைக்கப்பட்ட பழனி மலையை ஆண்டுவந்த முருகன் என்னும் அரசனுக்கும் கங்கை என்னும் அரசிக்கும் மகனாகத் தோன்றியவன் முருகன். இவன் விசாக நட்சத்திரத்தில் பிறந்தவன் ஆவான். இவன் தன் இளமைப் பருவத்தில் சரவண சங்கத்தில் தங்கியிருந்து கலைநூல்கள் பல கற்றுத் தேர்ந்தான். பின்பு இளமை வயது வந்தவுடன் தெய்வானை என்ற இளவரசியை மணந்து இல்வாழ்க்கை வாழ்கிறான். அவ்வேளையில் வள்ளியைக் காண்கிறான். அவள் மேல் மையல் கொண்டு அவளை அடையும் பொருட்டு வணிகனாக மாற்றங் கொண்டு அவளை மணம் செய்கிறான். இவ்வாறு முருகனின் வரலாற்றைத் தொகுத்துரைக்கிறார் அயோத்திதாசப் பண்டிதர்.

பிராமணர், சத்ரியர், வைசியர், சூத்திரன் என நால்வருணப் பாகுபாட்டினை நயவஞ்சகமாகச் சொன்னதோடு குலத்துக்கொரு தோற்ற வரலாற்றைக் குறிப்பிட்டுச் சொன்ன மனுவின் தர்மத்தில் பஞ்சமர்க்கு இடமில்லை.

மதுரை நிஜ நாடக இயக்கம் தயாரித்து நிகழ்த்திய மு.இராமசாமியின் கலகக்காரர் தோழர் பெரியார்‘ நாடகத்தில் ஒரு காட்சி...

பொதுக்கூட்டத்தை முடித்துக்கொண்டு தந்தை பெரியார் மாட்டு வண்டியில் பயணிக்கிறார்... வண்டியை ஓட்டிய தோழர் அய்யா... மனுதர்மத்துல பார்ப்பான் பிரம்மாவின் தலையிலிருந்தும், சத்திரியன் பிரம்மாவின் தோளிலிருந்தும் வைசியன் பிரம்மாவின் தொடையிலிருந்தும், சூத்திரன் பிரம்மாவின் காலிலிருந்தும் பொறந்ததாகச் சொல்லப் படுறாங்களே. அதுல பஞ்சமர்கள் எங்கேயிருந்து பொறந்தாங்கன்னு எதுவுமே சொல்லலையே அய்யா? என்று கேட்க அவன் ஒருத்தன்தான் ஒழுங்கா அவுங்க அப்பா அம்மாவுக்குப் பொறந்திருப்பான்னு நினைக்கிறேன் என்று பதிலளிப்பார் தந்தை பெரியார்.

தந்தை பெரியாரின் கருத்துப்படி அறிவியல் முறைப்படி அப்பா அம்மாவுக்குப் பிறந்த பஞ்சமர்களைத் தீண்டத் தகாதவர்களாக்கியது இந்துத்துவம்.

முகத்திலே பிறப்பதும் உண்டோ முட்டாளே

தோளில் பிறப்பதும் உண்டோ தொழும்பனே

இடையில் பிறப்பதும் உண்டோ எருமையே

காலில் பிறப்பதும் உண்டோ கழுதையே

நான்முகன் என்பான் உளானோ நாயே

புளுகடா புகன்றவை எலாம் போக்கிரியே

என்று கடுமையான சொற்களால் பாவேந்தர் பாரதிதாசனும் சாடியிருக்கிறார்.

சாதி ஒழிப்பே-மக்கள்

விடுதலை!

என்று எழுச்சித் தமிழர் அறிஞர் தொல். திருமாவளவன் அவர்கள் தனது அரசியல் பயணத்தில் அயோத்திதாசப் பண்டிதரையும், புரட்சியாளர் அம்பேத்கரையும், தந்தை பெரியாரையும் முன்நிறுத்தி சாதி ஒழிப்பிற்காக தொடர்ந்து பேசியும், எழுதியும் வருகிறார்.

5. தமிழகத்தில் பவுத்தம்

பத்தொன்பதாம் நூற்றாண்டின் இறுதியிலும் 20ஆம் நூற்றாண்டின் தொடக்கத்திலும் தோன்றிய சமூகச் சீர்திருத்தவாதிகளுள் புரட்சியாளர்களுள் பகுத்தறிவு சிந்தனையாளர்களுள் அயோத்தியதாசப் பண்டிதர் தனித் தன்மை வாய்ந்தவர். சாதி பேதம் உள்ளோர், நூதன சாதியோர், வேஷப் பிராமணர் என்று பிராமணர்களையும், பிராமண மதமான வைதீக மதத்தையும், பிராமணர்களின் மேலாண்மையின் கீழ் இயங்கியதும் வைதீக மதத்தையும், வைக மதத்தின் பரிணாம வளர்ச்சியுமான இந்து மதத்தையும் பல்வேறு வகைகளில் பகடி செய்தவர் அயோத்திதாசப் பண்டிதர். இங்கு அவரது பவுத்த மறுமலர்ச்சி சிந்தனையையும், செயலையும் காணலாம்.

புத்த தன்மம் என்பதை அயோத்திதாசப் பண்டிதர் ‘நீர் மார்க்க வழி” என்றும், அதன் போதகர்களை ‘நிதிமார்க்க வழிகாட்டிகள்” என்றும் சிறப்பித்துப் பேசுகிறார் என்பதிலிருந்து வழக்கொழிந்து போன ஒரு சமய வழிபட்ட நீதிநெறி மார்க்கத்தை “மீட்டுருவாக்கம்” செய்து அதனை சமுதாயத்தின் வேர்க்கால் மட்டங்களில் வலுப்படுத்த முயல்வது என்ற அர்த்தத்தில் அணுகுவதே சரியாக இருக்கும்.

பவுத்த தோற்றம்

கி.மு. மூன்றாம் நூற்றாண்டிலேயே புத்தமதம் தமிழ் நாட்டிற்கு வந்துவிட்டது. புத்த மதத்தைத் தமிழகத்துக்கு கொண்டு வந்தவர் அசோக மன்னரும் அவரது உறவினருமான மகேந்திரரும் அவரைச் சேர்ந்த பிக்குகளுமாவர் என்று குறிப்பிடுகிறார் மயிலை சீனி.வேங்கடசாமி. இவர் தமது வரையறைக்கு அசோகர் காலக் கல்வெட்டுச் சாசனங்களையும் கடைச் சங்க காலத்து பவுத்த இலக்கிய நூலான மணிமேகலை, சிலப்பதிகாரம், மதுரைக்காஞ்சி ஆகியவற்றையும் பிற புறச் சான்றுகளையும் ஆதாரமாகக் காட்டியுள்ளார். மேலும்

தமிழகத்தில் கிடைக்கப்பெறும் கல்வெட்டுகள் பிராமி எழுத்துகளாலானவை. பிராமி எழூத்தானது பவுத்தர்களின் கொடை! பவுத்தரான அசோகச் சக்கரவர்த்தி காலத்து பிராமி எழுத்துருவிலிருந்தே தமிழ், நாகரி, தெலுங்கு, மலையாளம் முதலிய எழுத்து வடிவங்கள் தோன்றின. இப்போது வழக்கத்திலிருக்கும் கிரந்தத் தமிழ் என்றழைக்கப்படும் தமிழ் எழுத்து வடிவமும் பிராமி எழுத்தின் வழித் தோன்றலேயாகும் என்று வரையறுத்துக் கூறியுள்ளனர் வரலாற்றாசிரியர்கள். வட இந்தியப் பகுதியிலிருந்து பவுத்தம் தமிழகம் வந்த காலம், தமிழ் எழுத்து, இலக்கியம், வரலாறு என்பவற்றைக் கூர்ந்து நோக்கும்போது பவுத்தத்துக்கும் தமிழகத்துக்கும் இருந்து வந்துள்ள நீண்ட நெடுங்கால உறவை நம்மால் புரிந்து கொள்ள முடிகிறது.

இவ்வாறாக பவுத்தம், தமிழ்மொழி, இலக்கியம், இலக்கணம், கலாச்சாரம், பண்பாடு நாகரிகங்களுடன் இரத்தமும் சதையுமாய்க் கலந்து விட்டதாகக் கண்ட அயோத்திதாசப் பண்டிதர் அதை இங்கு வளர்த்தெடுக்க விரும்பிய செயல்பாட்டையும், தலித்துக்களுக்கும் பவுத்தத்துக்குமான பூர்வகாலத் தொடர்புகளையும் விளக்கி தலித்துகளுக்கான மதமாக அதனை மீட்டுருவாக்கம் செய்ய முனைந்துள்ளதைக் கண்ட தற்கால தலித் /தலித் அல்லாத அறிவு ஜீவிகள் அயோத்திதாசப் பண்டிதரின் பவுத்தத்தை" தமிழ் பவுத்தம்" என்று அடையாளப் படுத்துகின்றனர். பத்தொன்பதாம் நூற்றாண்டு பின் பாதியிலும் இருபதாம் நூற்றாண்டின் முற்பகுதியிலும் செயல்பட்ட சமூக அரசியல் சீர்திருத்த இயக்கங்களுக்கும் நவீன பவுத்தத்திற்குமான உறவினை அறிய முயன்றால் இவைப் புலப்படும்.

பவுத்த மத தத்துவம்

பேதைமை செய்கை உணர்வே அருவுறு

வாயில் ஊறே நுகர்வே வேட்கை

பற்றே பவமே தோற்றம் வினைப்பயன்

இற்றென வகுத்த இயல் பீராறும்

பிறந் தோர் அறியில் பெரும்பேறு அறிகுவர்

அறியார் ஆயின் ஆழ்நர கறிகுவர் (மணி.)

பவுத்த மதத் தத்துவம் பன்னிரெண்டு நிதாங்களை உடையது

(நிதாகம் — காரணம்) பன்னிரண்டு நிதானங்களைத் தமிழில் பன்னிரு சார்பு என்பர். அவை 1. அவிஜ்ஜை, 2. ஸங்க்காரம், 3.விஞ்ஞானம், 4. நாமரூபம், க.ஸளாயதனா, 6. பஸ்ஸ, 7. வேதனா, 8. தண்ஹா, 9. உபாதானம், 10. பவம், 11. ஜாதி, 12. ஜராமரணம். பாலி மொழிப் பெயர்களாகிய இவற்றைச் சீத்தலைச்சாத்தனார் தமது மணிமேகலை என்னும் நூலில் கீழ்க்கண்டவாறு தமிழ்ப் பெயரால் கூறுகிறார். 1. பேதைமை, 24. செய்கை, 4. உணர்வு, 4.அருவுரு, 5. வாயில், 6. ஊறு, 7. நுகர்வு, 8. வேட்கை, 9. பற்று, 10. பவம், 11.தோற்றம், 12. வினைப்பயன். இப்பன்னிரு சார்புகளின் தன்மைகளைச் சாத்தனார் மணிமேகலை 30ஆம் காதையில் விளக்கியுள்ளார்.

இச்சார்புகளினாலே பிறப்பு இறப்பு உண்டாகின்றன. சார்புகளை அறுத்தால் பிறப்பு, இறப்பு நீங்கி நிர்வாண மோட்சம் எனப்படும் வீடுபேற்றினை அடையலாம்.

இவற்றைப் பாலி மொழியில் உள்ள பிடக நூல்களில் கூறியுள்ளபடியே சாத்தனார் மொழிபெயர்த்துக் கூறியுள்ளார். விநயபிடகத்தின் மகாவர்க்கம் என்னும் பிரிவில் முதல் காண்டத்தில் கீழ்க்கண்டபடி கூறப்பட்டுள்ளது.

திரிபிடக வாக்கியத்தைச் சொல்லுக்குச் சொல் மொழி பெயர்த்து சாத்தனார் மணிமேகலையில் கூறியுள்ளார்.

பேதைமை சார்வாச் செய்கையாகும்

செய்கை சார்வா உணர்ச்சி யாகும்

உணர்ச்சி சார்வா அருவுரு வாகும்

அருவுரு சார்பா வாவிலாகும்

வாயில் சார்வா ஊறாகும்மே

ஊற சார்ந்து நுகர்ச்சி யாகும்

நுகர்ச்சி சார்ந்து வேட்கை யாகும்

வேட்கை சார்ந்து பற்றா கும்மே

பற்றிற் றோன்றும் கருமத் தொகுதி

கருமத் தொகுதி காரணமாக

வருமே ஏனை வழிமுறைத் தோற்றம்

தோற்றஞ் சார்பின் மூப்புப்பிணி சாக்காடு

அவலம் அரற்றுக் கவலைகை யாறெனத்

தவலில் துன்பந் தலைவரும் என்ப

இவ்வாறு துன்பத்திற்கு (பிறப்பு) காரணமான பனிரெண்டு சார்புகளையும் கூறியுள்ளார்.

தமிழகத்தில் பவுத்தம்

கி.மு. மூன்றாம் நூற்றாண்டில் கவுதம புத்தரால் வட இந்தியாவில் தோன்றிய பவுத்தம் தென் இந்தியாவில் உள்ள தமிழ்நாட்டில் எப்போது வந்தது? இந்த மதத்தை முதன்முதல் இங்குக் கொண்டு வந்தவர் யார்? இவற்றைப் பற்றி இனி காணலாம்.

கடைச்சங்கக் காலத்திற்குப் பின்னர்தான். அதாவது கி.பி. மூன்றாம் நூற்றாண்டுக்குப் பிறகுதான், பவுத்த மதம் தமிழ் நாட்டில் வந்திருக்கக்கூடும் என்று சிலர்கருதுகின்றனர். இவ்வாறு இவர்கள் கருதுவதற்கு காரணம் யாதெனில், கடைச்சங்க நூல்களில் பவுத்த மதத்தைப் பற்றிக் கூறப்படாதது தான். ஆனால் இவர்கள் கருத்துத் தவறெனத் தெரிகின்றது. பவுத்த மதத்தைப் பற்றிய குறிப்புகள் கடைச்சங்கத் தொகை நூல்களுட் காணப்படவில்லையாயினும் அச்சங்க காலத்து நூல்களில் காணப்படுகின்றன.

அதாவது கடைச் சங்க காலத்து நூல்களாகிய மணிமேகலை, சிலப்பதிகாரம், மதுரைக்காஞ்சி என்னும் நூல்களில் இந்த மதத்தைப் பற்றிக் கூறப்பட்டுள்ளன. அன்று பவுத்தப் புலவர்கள் இயற்றிய செய்யுள்கள் கடைச்சங்கத் தொகை நூல்களுள் காணப்படுகின்றன. மணிமேகலை என்னும் பவுத்த காவியத்தை இயற்றிய கூலவாணிகர் சீத்தலைச் சாத்தனார் அருளிச் செய்த செய்யுள் அகநானூறு, புறநானூறு, நற்றிணை, குறுந்தொகை என்னும் நூல்களுள் தெரிவிக்கப்பட்டுள்ளன. இளம்போதியார் என்பவரும் கடைச்சங்க காலத்திலிருந்த பவுத்தப் புலவர். இவரது பெயரே இவர் பவுத்தர் என்பதைத் தெரிவிக்கின்றது (போதி —அரசமரம். அரச மரத்தின் கீழே புத்தர் ஞானம் பெற்றபடியால், பவுத்தர் அரச மரத்தைத் தொழுவது வழக்கம்). இந்த இளம் போதியார் இயற்றிய செய்யுள் ஒன்று நற்றிணை என்னும் கடைச்சங்கத் தொகை நூலில் 78 ஆம் பாட்டாகத் தொகுக்கப்பட்டிருக்கின்றது. ஆகவே, கடைச்சங்க நூல்களில் பவுத்தப் புலவர்களின் செய்யுள்கள் தொகுக்கப்பட்டிருக்கின்ற படியினால், அச்சங்க காலத்திற்குப் பிறகுதான் பவுத்தம் தமிழ்நாடு வந்திருக்கக்கூடும்

என்பது தவறாகின்றது. கடைச்சங்க காலத்திலேயே அதாவது கி.பி. முதலாவது அல்லது இரண்டாவது நூற்றாண்டிலேயே பவுத்தம் தமிழ்நாட்டில் இருந்தது என்பது நன்கு விளங்குகிறது. ஆயினும், பவுத்தம் தமிழ்நாட்டிற்கு முதலில் எப்போது வந்தது என்னும் கேள்விக்கு விடையன்று.

இக்கேள்விக்கு விடை தமிழ் நூல்களில் காணக் கிடைக்க வில்லை. ஆகையால், புறச்சான்றுகளைக் கொண்டு ஆராய்வோம். நற்காலமாக, அசோக சக்கரவர்த்தி மவுரிய மன்னர்களுள் தலைசிறநதவர் கி.மு. மூன்றாம் நூற்றாண்டில் (கி.மு. 273 முதல் 238 வரையில்) இந்தியாவைத் தவிர ஏனைய நாடு முழுவதையும் ஒரு குடையின் கீழ்வைத்த ஒப்பற்ற மன்னர். இவர் பவுத்த மதத்தை மேற்கொண்டு, இந்தியா முழுவதையும் அதற்கப்பாற்பட்ட தேசங்களிலும் பவுத்த மதத்தைப் பரவச் செய்தார். இவர் பாரத நாட்டில் வெவ்வேறு இடங்களில் எழுதுவித்துள்ள கல்வெட்டுச் சாசனங்களில் இரண்டு தமது ஆராய்ச்சிக்கு உதவி செய்கின்றன.

அயோத்திதாசப் பண்டிதர் பவுத்தம் தழுவுதல்

அயோத்திதாசப் பண்டிதர் அவர்கள் 1890களிலேயே புத்த மதத்தின் அடிப்படைக் கோட்பாடுகளை ஓலைச் சுவடிகளிலிருந்த “நாரதீய புராண சங்கைத் தெளிவு” என்னும் அசுவகோசரின் படைப்பின் மூலம் கற்றுத் தெளிந்திருந்தார். அவருக்கு அப்போதிலிருந்தே புத்த மார்க்கத்தின்மீது மிகுந்த ஆன்மிக ஈடுபாடு உண்டாயிற்று. 1893—94களில் ரிஜிஸ்டிரர் ஜெனரல் சீனிவாச இராக ஐயங்கார் என்பவர் நாற்பதாண்டு கால அறிக்கை (forty years report) என்னும் அறிக்கையைத் தயாரித்து அரசாங்கத்துக்கு அனுப்பி வைத்துள்ளார். அவ்வறிக்கையில் ஏழை தாழ்த்தப்பட்ட பிள்ளைகளுக்கென நிறுவப்பட்டிருந்த இலவசப் பள்ளிகளின் நிலைகுறித்தும் குறிப்புகள் எழுதி அனுப்பிருப்பார் போல் தெரிகிறது. அத்துடன், அவ்வறிக்கையில் பறையர்கள் முன்னேற்றம் காண்பதற்கு அவர்கள் இசுலாமியர்களாகவோ அல்லது கிறித்தவர்களாகவோ மதம் மாறிச் சென்றுவிட வேண்டும் என்று குறிப்பிட்டு அனுப்பியிருக்கிறார் என்பதை அறிந்து அவரது குறிப்புகளுக்கு வன்மையான எதிர்ப்பைத் தெரிவித்துள்ளார் அயோத்திதாசப் பண்டிதர். மேலும் இப்படிப் பேசுவதற்குப் பதிலாக தாழ்த்தப்பட்ட மக்கள் நசுக்குண்டு கிடப்பதற்கான காரணங்களைக் கண்டறிந்து முதலில் அவற்றைச் சீர்திருத்த முன்வரவேண்டும் என்பதாக சீனிவாசராகவ ஐயங்காருக்கு “an argument against converstion" என்ற தலைப்பின்கீழ் விரிவானதொரு மடலைத் தயாரித்து அனுப்பி வைத்துள்ளார்.

"கிறித்தவர்கள் தங்களது ஆலயங்களில் பறையர்களுக்கென்று தனி இருக்கைகள் ஏற்படுத்தியிருப்பதாகவும் எனவே அவர்களுள்ளும் சாதி வேறுபாடு எண்ணம் குடிகொண்டிருப்பதால் தாழ்த்தப்பட்டவர்கள் கிறித்தவர்களாக மதம் மாறுவதால் ஒரு பயனும் விளையாது" என்றும் அவ்வறிக்கையில் குறிப்பிட்டிருந்தார்.

இசுலாமியர்கள் ஏற்கனவே கல்வி உள்ளிட்ட பலவற்றில் பின்தங்கியிருக்கிற நிலையில் அவர்களே அரசாங்கத்தின் கருணையை எதிர்பார்த்துக் காத்துக் கொண்டிருக்கிற நிலையில் "தாழ்த்தப்பட்டவர்கள் முஸ்லீம்களாக மாறிவிடுவதாலும் ஆகப்போவது ஒன்றுமில்லை என்பதைத் தானும் தாழ்த்தப்பட்ட சமூகத்தைச் சார்ந்தவன் என்கிற நிலையிலிருந்து உணர்ந்து சொல்கிறேன்" என்றும் மேற்படி மடலில் குறிப்பிட்டுள்ளார். அயோத்திதாசப் பண்டிதர் 1870களிலேயே அத்வைதானந்தா சபா என்னும் அமைப்பை நிறுவி பாதிரியார்கள் தலித் மக்களைக் கிறித்தவர்களாக மாற்றும் செயலை அவ்வமைப்பின் சார்பாகக் கண்டனம் செய்தவர் என்பது இங்கு கவனத்தில் கொள்ளத்தக்கது.

புத்த தன்ம மார்க்கம்

1890களுக்குப் பிறகு துக்க நிவாரண மார்க்கம் என்று அவரால் பேசப்பட்ட பவுத்தின்பால் ஆர்வம் கொண்டு செயல்படலானார் அயோத்திதாசப் பண்டிதர். "உலகெங்கும் சாதி வித்தியாச மென்னும் மடமையில்லாமல் சொற்ப தேசமாகிய தென் இந்தியாவில் அனந்த சாதிகள் ஏற்பட்டிருக்கக் காரணம் என்ன என்றால் புத்த மதத்தைச் சார்ந்த சாக்கைய குலத்தோரைப் பறையர் என்று கடைச்சாதியாக ஏற்படுத்தி புத்த மதத்தைத் தலையெடுக்காமல் செய்வதற்கும் புருாக தேசத்தோர் தங்களை பிராமணர் பிராமணரென்று உயர்த்திக் கொண்டு தங்கள் சீவனத்திற்கு ஏற்படுத்திக் கொண்ட மதங்களை விருத்தி செய்வதற்கேயாம்" என்பதாக சாதியம் தோற்றம் பெற்றது குறித்த அவரது விமர்சனம் அமைந்தது. இந்து மதம் தாழ்த்தப்பட்ட மக்களைப் பொது வெளிகளில் புழங்குவதற்கும்கூட அனுமதியாமல் தீண்டத்தகாதவர்கள் என்று ஒதுக்கியதும், நிலமற்ற ஏழைகளாக்கிப் பொருளாதார ரீதியாகச் சுரண்டியதும், இழிவான சாதியரென்று சமூக

ரீதியாக ஒடுக்கியது ஒன்றும் தற்செயலாக நிகழ்ந்த காரியமல்ல. திட்டமிட்ட செயல்கள் என்பதாக இருந்தது என்பது அவரது வாதம். இதுமாதிரியான புரிதல்களின் அடிப்படையில்தான் தன் மதத்தவர் என்று சொல்லிக் கொண்டே மனிதத் தன்மையற்ற முறையில் தலித்துகளைத் தீண்டாமையின் பேரால் ஒடுக்குகிற இந்து மதத்தைவிட்டு வெளியேறி யாவரையும் தம் சகோதரர்களாக நினைக்கும் சாதி பேதமற்ற புத்த தன்ம மார்க்கத்தைத் தழுவுவது என்றும் முடிவெடுத்தார்.

பவுத்தம் தழுவுவது தொடர்பாக 1898 ஆம் ஆண்டு கர்னல் ஹெச்.எஸ். ஆல்காட் அவர்களைச் சந்தித்தார் அயோத்திதாசப் பண்டிதர். சென்னை தியாசபிகல் சொசைட்டியின் தலைவரான ஹெச்.எஸ்.ஆல்காட் 1880 ஆம் ஆண்டு இலங்கை பவுத்தரான குணநாதா என்பவரது உதவியுடன் இலங்கை சென்று தர்மபாலா என்பவர் மூலம் பஞ்சம் பெற்றவர். ஆல்காட் புத்த மதத்தின் தத்துவங்கள் மீது மிகுந்த ஈடுபாடு கொண்டவராக இருந்ததை அறிந்து அவரைச் சந்தித்து தமது மக்கள் பூர்வகாலத்தில் பவுத்தர்களாக இருந்தனர் என்றும் பின்பு வேஷப் பிராமணர்களால் பறையர்கள் என்று தாழ்த்தப்பட்டார்கள் என்று விளக்கியதுடன் அசுவகோசரின் 570 பாக்களைக் கொண்ட "நாரதீய புராண சங்கைத் தெளிவு' என்னும் ஓலைச்சுவடி இதற்கு ஆதாரமாக விளங்குகிறது என்றும் எடுத்துரைத்தார். சிலப்பதிகாரம், மணிமேகலை, குண்டலகேசி உள்ளிட்ட ஐம்பெருங் காப்பியங்களிலும்,பன்னிரண்டு நிகண்டுகளிலும், அகத்தியர், புலிப்பாணி, தன்வந்திரி முனிவர், போகர் ஆகியோரின் மருத்துவ நூல்களிலும் பவுத்தம் இங்கு செல்வாக்குடன் இருந்ததற்கான தகவல்கள் புதைந்திருப்பதாகவும் விளக்கியுள்ளார்.

ஒரிஜினல் திராவிடர்களான தமது தாழ்த்தப்பட்ட மக்கள் தங்களது பூர்வீக மதமான பவுத்தத்தைத் தழுவ இருப்பதாகவும் இதற்கு உதவுமாறும் கேட்டுக் கொண்டார். ஆல்காட் உதவ முன்வந்ததுடன் அயோத்திதாசப் பண்டிதரையும் அவருடன் பி.கிருஷ்ணசாமி என்பவரையும் அழைத்துக் கொண்டு இலங்கைக்குச் சென்றார். கொழும்பில் உள்ள மலிகானந்தா விகாரில் ஏராளமாய்க் கூடியிருந்த பிரதிநிதிகள் முன்பாக நடந்த பவுத்த நிகழ்வில் தலைமை குருக்களான சுமங்களா மஹாநாயக மற்றும் தர்மபாலா ஆகியோர் மூலம் பஞ் சசீலம் பெற்று முறைப்படி பவுத்தம் தழுவினார். பவுத்தம் ஏற்று சென்னை திரும்பிய அயோத்திதாசப் பண்டிதர் 1898

ஆம் ஆண்டிலேயே தமது ஆதரவாளர்களுடன் இணைந்து முழுவீச்சில் பவுத்தப் பணிகளைத் தமிழகத்தில் துவங்கினார்.

சாக்கிய பவுத்த சங்கம்

அயோத்திதாசப் பண்டிதர் இலங்கையிலிருந்து திரும்பியதும் சென்னை இராயப்பேட்டையைத் தலைமை இடமாகக் கொண்டு "சாக்கிய பவுத்த சங்கம்" நிறுவினார். பத்மாசன நிலையில் கண்களை மூடியவாறு தியானம் புரியும், சாந்த சொரூபமாய்க் காட்சிதரும் புத்தர் என்னும் சித்தார்த்த கோதமரை நாமறிவோம். "புத்தருக்கும் முன்பாக இருபத்துநான்கு புத்தர்கள் தோன்றி மறைந்துள்ளனர் என்று சொல்லப்படுகிற நிலையில் அவர்களுள் சாக்கிய வம்சாவழி வந்த புத்தரே ஆதி புத்தராவார்' என்பதை அறிவிக்கும் பொருட்டுத் தாம் நிறுவிய பவுத்த சங்கத்திற்கு "சாக்கிய பவுத்த சங்கம்" என்று பெயரிட்டதாக அறிவித்தார். சென்னை சாக்கிய பவுத்த சங்கம் என்ற பெயருடன் இயங்கிய இச்சங்கம் பின்பு "தென்னிந்திய சாக்கிய பவுத்த சங்கம்" என்று பெயர் மாற்றம் செய்யப்பட்டது. "நூதனமாகத் தோன்றியுள்ள பல மதங்களைத் தாவித்தாவிப் பிடித்து சம்பாதிக்கும் பொருளைபொய்க் குருக்களுக்கு அளித்து பஞ்சபாதகத்திற்கு உள்ளாவதுடன் நூதன சாதி பேதங்களை ஏற்படுத்திக் கொண்டுள்ள சத்துருக்களால் நிலைகுலைந்து பாழ்பட்டு வருகின்றபடியால் இவர்களது பூர்வ சரித்திரங்களையும், நீதிநெறி ஒழுக்கங்களையும் நன்கு விளக்கித் தெளிவுபெறச் செய்து அங்கங்கு சங்கங்கள் நிலைபெற்றவுடன் கல்விச் சாலைகளையும், கைத்தொழிற்சாலைகளையும், விவசாயத்தையும், வியாபாரச் சாலைகளையும் ஏற்படுத்தி சகல விருத்தியிலும் முன்னேறச் செய்வதுடன் விவேச விருத்திப் பெற்றோர் சங்கத்து சமண முனிவர்களிடம் பொன்னாடை பெற்று கரபோலேந்தி இராகத்துவேஷ மோகங்களை அகற்றி அன்பு, ஈகை, சாந்தத்தைப் பெருக்கி என்றும் அழியா நித்யானந்த நிலையாம் நிருவாணத்தைப் பெறுவதற்கேயாம்" என்று தாம் நிறுவிய சங்கத்தின் நோக்கங்களாக அறிவித்தார்.

சங்கத்தின் பொதுச் செயலாளராக அயோத்திதாசப் பண்டிதர் பொறுப்பு வகிக்க காரியதரிசிகளாக புத்த தன்மம் போதிக்கத்தக்க ஒரு சபாநாயகரும், உதவி சபாநாயகரும் பொக்கிஷாதிபர் (சொத்து பாதுகாவலர்) ஒருவரும் இவர்கள் கீழ் பன்னிரண்டு அங்கத்தினர் என்றவாறு நிர்வாகச் செயல்பாட்டாளர்களைக் கொண்டு சங்கம்" கட்டமைக்கப்பட்டது. இவ்வகைப் பொறுப்புகளை

வசிப்பவர்கள் சத்திய தன்மம் அறிந்திருக்க வேண்டும் என்பது கட்டாயமாக்கப்பட்டிருக்க பஞ்சசீலம் பெற்றவர் மட்டுமே சங்கத்தின் உறுப்பினரா வதற்குத் தகுதி படைத்தவர் ஆகிறார் என்ற கட்டுப்பாடு விதிக்கப்பட்டிருந்தது. சங்கத்தின் வரவு/செலவு செய்யும் விவரம்/மட விஷயங்கள் யாவும் வரையறுக்கப்பட்டிருந்த சங்க விதிகளுக்கு உட்பட்டு நடந்தாக வேண்டும் என்றும் அறிவுறுத்தப்பட்டிருந்தது. “சங்கமானது தன்மத்தையே ஆதாரமாகக் கொண்டு சீர்திருத்தத்தை நாடியுள்ளதால் சங்கத்தவர் ஒவ்வொருவரும் அந்தந்த கிராமங்களுக்குச் சென்ற நீதிநெறிகளைப் போதித்து சன்மார்க்கத்தில் நிலைபெறச் செய்யல் வேண்டும்” என்பதாக சங்கத்தின் செயல்கள் திட்டமிடப்பட்டிருந்தன. மேலும் “மக்களுள் ஏழைகளாயினும், கனவான் ஆயினும், பிணியாளனாயினும், சுகதேசியாயினும், கற்றவன் ஆயினும், கல்லாதவனாயினும் இத்தன்மம் பொதுவாதலில் யாதொரு பேதமுமின்றி சகலருக்கும் பொதுவாகப் போதித்தல்வேண்டும்” என்றும் சங்கப் போதகர்களுக்கு அறிவுரை வழங்கப்பட்டிருந்தது. சாக்கிய பவுத்த சங்க வளாகத்தில் வாரந்தோறும் பவுத்த சொற்பொழிவுகள் நடத்துதல், பஞ்சசீலம் என்பதற்கான விளக்கங்கள் அளித்தல் என்றும் பல்வேறு பவுத்த நிகழ்ச்சிகள் நடைபெற்றுள்ளன. சாக்கிய பவுத்த சங்க வளாகத்தில் புத்தர் பெருமானின் பிறந்த நாளாகக் கருதப்படும் விசாக பவுர்ணமி நாள் பவுத்த விழாநாளாகக் கொண்டாடப்பட்டது. பவுத்த செயல்பாட்டாளர்களின் மையமாக சென்னை சாக்கிய பவுத்த சங்கம் விளங்கியுள்ளது என்பது இங்கு குறிப்பிடத்தகுந்தது. சென்னையில் நிறுவப்பட்ட சாக்கிய பவுத்த சங்கம் தனது தளைகளை வேறு பல இடங்களிலும் தொடங்கிக் கொண்டது. கோலார் தங்கவயல் பகுதியான மாரிக்குப்பம், பெங்களூர், வடஆற்காடு மாவட்டம் திருப்பத்தூர், செவுந்திரபாத், பர்மா, இரங்கூன், தென் ஆப்ரிக்காவில் நெடால், டர்பன் ஆகிய பகுதிகளில் இதன் கிளைகள் துவக்கப்பட்டன. சங்கத்தின் செயற்பாடுகள் சிறப்பாகவும் தனித்தன்மை வாய்ந்தும் காணப்பட்டுள்ளது.

மாரிக்குப்பம் கிளையின் தலைவராக எம்.ஓய்.எம். முருகேசர் என்பவரும் செயலாளராக திரு.சி.குருசாமி உபாசகர் அவர்களும் செயல்பட்டுள்ளனர். இவர்களுடன் அய்யாக்கண்ணு புலவர், பெரியசாமி புலவர், ஜி.அப்பாதுரையார் போன்றோரும் கோலார் பவுத்த சங்கத்தின் அங்கத்தினர்களாக இருந்து செயலாற்றியுள்ளனர். அயோத்திதாசப் பண்டிதரின்

வழிகாட்டுதல் படி கோலார் மாரிக்குப்பத்தில் இயங்கிய சாக்கிய பவுத்த சங்கத்தின் சார்பாக "சொற்பொழிவுகளும், விவாத அரங்குகளும் நடத்தப்பட்டன. இதழ்கள், நூல்கள் அடங்கிய வாசகசாலை மற்றும் இலவச பள்ளிகள் ஏற்படுத்தப்பட்டன. இங்கு சாதிபேதம் மறுப்பு, கடவுள் மற்றும் புராணங்கள் மீதான விமர்சனங்கள், பவுத்த பிரசாரங்கள் ஆகியவை மேற்கொள்ளப் பட்டன" என்று "புத்தர் அருள் அறம்" என்னும் ஜி.அப்பாதுரையாரின் தொகுப்பு நூலுக்கான பதிப்புரையில் குறிப்பிடுகிறார் பவுத்த சிந்தனையாளர் ஸ்டாலின் ராஜாங்கம். "மாரிக்குப்பம் சங்கத்திற்கென ஒரு நூலகம் இருந்தது. இங்கே பவுத்த நூல்கள், அயல்நாட்டு பத்திரிகைகள், ஓலைச்சுவடிகள் முதலானவை திரட்டப்பட்டுப் பாதுகாக்கப்பட்டன. இது ஒரு பவுத்த ஆய்வு மையமாகியது. வருடாந்திர நாட்களில் விரிவுரைகள் நிகழ்த்தப்பட்டன. சங்கத்தின் தலைமையில் பவுர்ணமி நாட்கள் கொண்டாடப்பட்டன. சங்கராந்தி புத்தரின் நிருவாண நாளாகவும் பொங்கல் பண்டிகை புத்த பண்டிகையாகவும் அனுசரிக்கப்பட்டன. திருக்குறள், தம்மபதம் ஓதி அவற்றின் பேரில் சத்தியம் செய்து, தாலி கட்டி சீர்திருத்தத் திருமணங்கள் சங்கத்தில் நடத்தி வைக்கப்பட்டன" என்னும் குறிப்புகளை பேராசிரியர் ராஜ்கௌதமன் தமது அயோத்திதாசர் ஆய்வுகளில் பதிவு செய்திருக்கிறார்.

"பவுத்த சங்கத்தின் செயல்பாடுகள்"

கோலார்—மாரிக்குப்பம் களைச் சங்கத்தின் சார்பாக சி.லிங்கையா என்பவர் பாலி மொழி கற்றுத் தேர்ந்து புத்த பிக்கு ஆவதற்காக இலங்கைக்கு அனுப்பப்பட்டுள்ளார். மலிகானந்த வித்யோதயா கல்லூரிக்கு லிங்கையா அனுப்பப்பட்ட இந்நிகழ்வைப் பல நூற்றாண்டுகளுக்குப் பின்பு பவுத்த சமய நோக்கத்துக்காக இலங்கைக்குப் பயணப்பட்ட ஒரு வரலாற்று நிகழ்வு எனப் பெருமைபடக் குறிப்பிடுகிறார் அயோத்திதாசப் பண்டிதர். ஹாலந்து, புத்தகயா என உலகின் பல்வேறு பகுதிகளிலிருந்தும், இந்தியப் பகுதிகளிலிருந்தும் 260க்கும் மேற்பட்ட பவுத்த பிக்குகள் வருகைபுரிந்து சிறப்பித்துள்ளனர் என்கிற அளவுக்கு பவுத்த சமயப் பணிகளாற்றிய கோலார் தங்கவயல் மாரிக்குப்பம் சாக்கிய பவுத்த சங்கக் களையானது புகழ்பெற்று விளங்கியிருக்கிறது. அதன்படி இலங்கையில் பழமையானது என்று சொல்லப்படும் தேரவாத புத்த மதம் இன்று வரை நடைமுறையில் இருந்துவருதாகச் சொல்லப்படுகிறது. இந்நிலையில் இலங்கைக்குச் சென்று

பவுத்தம் தழுவிய அயோத்திதாசப் பண்டிதர் தேரவாத மதப்பிரிவு கோட்பாடுகளின் அடிப்படையிலோ அல்லது புதுப்பிக்கப்பட்ட மதப் பிரிவாகக் கருதப்படும் மகாயானப் பிரிவு கோட்பாடுகளின் அடிப்படையிலோ, பிற உட்பிரிவுகளின் அடிப்படையிலோ பவுத்தத்தை இங்கு கட்டமைக்கவில்லை. தமிழகத்தில் கட்டியெழுப்ப முயன்ற பவுத்தத்தின் நோக்கங்கள் எவ்வகையில் மற்றவற்றினின்று வேறுபடுகிறது என்பதற்குக் கீழ்வரும் அவரது வார்த்தைகளே சாட்சியமாக விளங்குகின்றன. "நமது சங்கத்தின் கருத்தோவென்னில் பொய்யாகிய சாதிக் கட்டுப்பாடுகளைக் கனவிலும் தம்பப்படாது. அதை அனுசரித்து ஒற்றுமெய்க்கேட்டை உண்டு செய்து கொள்ளப்படாதென்பது துணிபு." "நம்முடைய சங்கத்தின் சத்திய தன்ம போதமோவென்னில், ஒவ்வொரு மனிதனும் நீதிநெறி வாய்மெயில் நிலைத்து மெய்ப் பொருளுணர்ந்து தீவினைகளை ஒழித்துப் பிறவியின் துக்கத்தை ஜெயிக்க வேண்டும் என்பது கருத்தும் சத்திய சத்தன்முமாகும்" என்று சொல்லும் அயோத்தி தாசப் பண்டிதர் தாம் கட்டமைக்க விரும்பிய சமயம் மக்களை ஒரு சமுதாயமாக ஒன்றுபடவிடாமல் பிளவுபடுத்தும் சாதியத்தை விரும்பாத, புத்த தன்ம அறங்களின் வழிகாட்டுதல்களுக்கு உட்பட்டு இயங்குவதாக இருக்க வேண்டுமென விளக்குகிறார். அதன் அடிப்படையில்தான் சமகாலத்தில் இயங்கிய 'மகாபோதி பவுத்தம்" குறித்து அச்சங்கம் சாதி பேத ஒழிப்புக்கு முக்கியத்துவம் வழங்காமல் தாழ்த்தப்பட்ட மக்களுக்கு புத்த தன்மம் போதிக்கப் போகிறோம் என்று மேட்டுக் குடித்தனப் பண்புகளுடன் தாழ்த்தப்பட்ட மக்களை அணுகுவதாகவும் மெய்ப்பொருள், மறுபிறவி என்பவற்றைக் குறித்த அவர்களது விளக்கம் தன்ம விசயத்திற்கு நேர் விரோதமாக உள்ளது என்றும் விமர்சனம் செய்தார்.

ஆதி புத்தா

அயோத்திதாசப் பண்டிதர் இத்தகையதொரு பவுத்த தன்மத்தைத் தமிழகத்தில் நிலைபெறச் செய்வதற்கான அறிவு வளத்தினைத் தமிழ் இலக்கியங்கள் பவுத்தப் பெரியோர்களின் சிந்தனைகளிலிருந்தே பெற்றுக் கொண்டார். தமிழகத்தில் ஒருகாலத்தில் அரசு மதமாக இருந்த பவுத்தம் மக்கள் செல்வாக்குப் பெற்று விளங்கிய வரலாற்றையும், சமத்துவ சித்தாந்தம் கொண்டு அறம், சீலம், ஒழுக்கம் என்னும் உயரிய நெறிகளின் அடிப்படையில்

அமைந்த தன்ம காலத்து சாதியபேதமற்ற வாழ்வியலையும் இலக்கியங்கள், பவுத்தப் பெரியோர்களின் சிந்தனைகள் வழியாகவே அறிந்துகொண்டார். அக்காலத்தில்இன்று தாழ்த்தப்பட்டவர்கள் என்று அழைக்கப்படும் மக்கள் பவுத்தச் சிந்தனைகளை மக்களுக்கு அளிக்கும் அந்தணர்களாக இருந்தனர். புருசீகர்கள் மிலேச்சர்கள் என்று அழைக்கப்படும் வேஷப் பிராமணர்கள் தங்களை பவுத்த அரஹத்துக்களாக அறிவித்துக் கொண்டு சிற்றரசர்களையும், குடிமக்களையும் தன் வயப்படுத்திக்கொள்ள அணுகியபோது அவர்கள் பொய்யர்கள் வேஷப் பிராமணர்கள் புத்த தன்மத்தை அழிக்க வந்தவர்கள் நூதன சாதி கொள்கைகளைக் கொண்டவர்கள் என்று மக்களைத் தெளிவுபடுத்த நியமிக்கப்பட்ட அறிவார்ந்த பிரிவினர், அவ்வேஷப் பிராமணர்களின் சூழ்ச்சியால் தாழ்த்தப்பட்டவர்கள் அவர் மேற்படி இலக்கியங்கள் பவுத்தப் பெரியோர்களிடம் இருந்தே பெற்றுக் கொண்டார்.

சமண - பவுத்த இலக்கியங்கள்

நற்றிணை தொகுப்பு நூல் ஆசிரியர்களுள் ஒருவரான இளம் போதியார், மணிமேகலைக்கு பஞ்சசீலம் வழங்கிய அறவண அடிகள், கோவலனுக்கும் அவனது காமக்கிழத்தி மாதவிக்கும் பிறந்து பவுத்த பிக்குணியான மணிமேகலை, மணிமேகலை என்னும் காப்பியம் படைத்தவரான சீத்தலைச் சாத்தனார், சோழ நாட்டில் மகாயான பவுத்தராக வாழ்ந்த சங்கமித்திரர், புத்தத்த மகாதேரர், புத்தமித்திரர், சீனதேசம் சென்று பவுத்தம் போதித்த போதிதருமர், திக்நாதர், தருமபாலர், சாரிபுத்திரர், வச்சிரபோதி, பெருந்தேவனார் உள்ளிட்ட பல்வேறு தமிழ்ப் பவுத்தப் பெரியோர்களின் சிந்தனைகள், செயல்பாடுகள் வழியாக அயோத்திதாசப் பண்டிதர் புத்த மதத்தின் வரலாற்றையும் அறங்களையும் உள்வாங்கிக் கொண்டதுடன் சிலப்பதிகாரம், மணிமேகலை, வீரசோழியம், குண்டலகேசி, சித்தாந்தத்தொகை, திருப்பதிகம், விம்பசாரர் கதை போன்ற சமண பவுத்த இலக்கியங்கள் திருக்குறள், ஆத்திசூடி, பன்னிரண்டு நிகண்டுகள், சிவவாக்கியம் சித்தர் பாடல்கள் என்னும் தமிழ் இலக்கிய நூல்களும் அயோத்திதாசப் பண்டிதரின் அறிவெழுச்சிக்குத் துணை நின்றுள்ளன. பெரும் தமிழறிஞராய்த் திகழ்ந்த அயோத்திதாசப் பண்டிதர் தமிழ் இலக்கியங்கள், தமிழ்ப் பெரியோர்கள் மூலம் பவுத்த அறநெறிகளை ஏற்றுத் தமிழ்க் கலாச்சாரம் பண்பாடுகளில் வாழ்ந்து கொண்டிருக்கும் பவுத்தத்தை மீட்டெடுத்துத் தமிழ்ப்

பகுதிகளுக்கு ஏற்றவகையில், தமிழ்த் தன்மையுடன், சாதி மனோபாவத்தை விட்டொழித்த புதியதொரு பவுத்த தன்ம சமுதாயமாக உருவாக்கம் செய்வதற்குத் தாம் பரிநிருவாணம் அடைந்த கடைசித் தருணம் வரைக்கும் பாடுபட்டுள்ளார்.

மத மோதல்கள்

புத்த மதம், ஜைன மதம், ஆசீவக மதம், வைதீக மதம், ஸ்மார்த்தம் சைவம் வைணவப் பிரிவுகளை உட்கொண்டு உருவான இந்து மதம் என்னும் இம்மதங்கள் யாவும் இந்தியாவில் தோன்றும் ஒவ்வொரு காலக்கட்டத்தில் ஒரு மதம் என்று அரசர்களிடமும் மக்களிடமும் செல்வாக்குப் பெற்று நிலைத்திருந்தன. நாளடைவில் இம்மதங்கள் தங்களுக்குள் சித்தாந்த ரீதியான மோதல்களில் ஈடுபட்டன. இவ்வகையில் பவுத்தத்திற்கும் சமணத்திற்கும் இடையில் கி.பி. ஆறாம் நூற்றாண்டுகளில் மூண்ட மோதல்களில் சமண மதம் வென்றதாக சமய வரலாற்றுக் குறிப்புகள் தெரிவிக்கின்றன. மேலும், இந்தியாவில் பவுத்தம் வீழ்ந்ததற்கு அம்மதம் ஹீனயானம்/ மகாயானம் என்று பிளவுண்டதுவும் இப்பிரிவுகளின்று சிராவகயாணம் மத்திரயானம் எனும் உட்பிரிவுகள் தோன்றியதுவும் காரணங்கள் என்றும் சொல்லப்படுகிறது. பவுத்தத்தின் வீழ்ச்சிக்குப் பின் சமண மதம் இங்கு செல்வாக்குப் பெற்று விளங்கியுள்ளது. இந்து மதம் தனது எழுச்சிக்குப் பெரும் சவாலாக விளங்கிய பவுத்த சமண சமயங்களுடன் பல நூற்றாண்டுகள் சமய சமர்கள் புரிந்தும் பெரும் தோல்வியையே கண்டுவந்துள்ளது. பிற்காலங்களில் அச்சமயங்களின் உயரிய கோட்பாடுகள் சிலவற்றை சுவீகாரம் செய்துகொண்ட பின்புதான் (உதாரணத்துக்கு, புத்தரை விஷ்ணுவின் அவதாரங்களுள் ஒன்று என்றது; புத்த மதத்தின் கொல்லாமை கொள்கை அடிப்படையில் யாகங்களில் உயிர்ப் பலியிடுதலைக் கைவிட்டது போன்றவை) இந்து மதத்தின் எழுச்சி இங்கு சாத்தியமானது. பக்தி இலக்கிய பக்தி இயக்கக் காலங்களில் மாணிக்கவாசகர், சுந்தரர், ஞானசம்பந்தர், திருமங்கையாழ்வார். போன்றோரின் வழிகாட்டுதலில் சைவம் வைணவம் ஒருங்கிணைந்த இந்து மதம் தோற்றம் கொண்டது. நால் வருணம் சாதிகள் என்பதன் பேரால் மக்களைச் சிறுசிறு குழுக்களாகப் பிரித்து, ஒரு குழுவுடன் மற்ற குழு கலந்துவிடாதபடி ஒரு சமூக உளவியலை உருவாக்க, பிராமணர்கள் மேலாதிக்கம் பெறுவதற்கு ஏற்ற வகையில் விதிகளை வடிவமைத்துக் கொண்டு எழுச்சிபெற்ற இந்து மதம்,

தனக்குச் சவாலாக இருந்துவந்த பவுத்த சமண மதங்களை அழித்தொழிப்பதற்கு அனல்வாதம் புனல்வாதம் என்னும் வாதங்களை அமைத்து அவற்றில் தானே வென்றதாகவும் அறிவித்துக் கொண்டது. இவ்வாதங்களில் ஈடுபட்ட பின்பு அரிய பல பவுத்த சமண இலக்கியங்களைத் தீயிலிட்டுக் கொளுத்தியும் அச்சமயங்களின் துறவிகளைக் கழுமரத்தில் ஏற்றிக் கொன்றும் அதாவது ஈவு இரக்கமற்ற முறையிலான வன்முறைகளின் முனையில் தன்னை நிறுவிக் கொண்டது இந்து மதம். இவ்வாறான சமயப் போர்களில் சிக்கிக் குற்றுயிரும் கொலையுருமாய் இருந்த பவுத்தமும் சமணமும் பதினான்காம் நூற்றாண்டுக்குப் பின் தமிழகத்தில் முற்றிலும் அழிந்துபோனதாக வரலாற்றின் பக்கங்கள் நிரப்பப்பட்டுள்ளன. ஆனால் அயோத்திதாசப் பண்டிதர் இவ்வரலாற்று முடிவுகளுடன் உடன்பட்டு ஏற்றுக்கொள்ள மறுப்பதுடன் வேறு வகையான ஒப்புக்கொள்ளத்தக்க முடிவுகளை நமக்களிக்கிறார்.

பராயா சாதியோர் என்று அயோத்திதாசரால் அழைக்கப் படும் பிராமணர்களின் சூழ்ச்சிகளால், இந்து மதம் கட்டவிழ்த்து விட்ட வன்முறைகளால் பவுத்த மதம் இங்கு வீழ்ந்தது என்பதை “பராயா சாதியோர் வந்து குடியேறி புத்த தன்மத்தை நிலை குலையச் செய்து மதுக்கடைகளைப் பரவச் செய்தனர்” என்றார் அயோத்திதாசப் பண்டிதர். ஆனால் இவர்களனுபவத்திலும் செய்கைகளினாலும் புத்தமதஸ்தர்களாகவே உள்ளனர் என்றார். அதாவது, பவுத்தம் முற்றிலும் இங்கு அழிந்துபோகவில்லை என்பதை “ஈதன்றி பவுத்தர்கள் அழிந்துவிட்டார்கள், ஊரை விட்டோடிவிட்டார்கள் என்று எண்ணற்க, யாவர் வீட்டில் இலக்கிய நூற்கள், இலக்கண நூற்கள், வைத்திய நூற்கள், ஜோதிட நூற்கள், கணித நூற்கள் இருக்கின்றதோ அங்கங்கு பவுத்தர்களே தங்கி இருக்கின்றார்கள் என்றெண்ணவும், பவுத்தர்கள் யாப்பிலக்கணங்கொண்டு வெண்பா விருத்தம், அகவற்பா மற்றும் பாடல்கள் பாடும் வித்துவான்கள் நாவிற்கும் பவுத்தர்களே அமுதாட்டி வருகின்றார்கள். ஆதலின் பவுத்தர்களை அழித்து விட்டார்கள் என்பதும் அழிந்தார்களென்பதும் பொய், பொய் முக்காலும் பொய்யென்று அறிந்து கொள்ளுவீராக” என்றதுடன் அயோத்திதாசப் பண்டிதரின் இக்கூற்று இலக்கிய வடிவங்களிலும் சிறு தெய்வ வழிபாடுகள், கதையாடல்கள், பழமொழிகள், வழக்காறுகள் போன்ற மக்களின் கலாச்சாரப் பண்பாட்டுக் கூறுகளிலும் வாழ்ந்து கொண்டிருக்கிறது என்பதை நிரூபிக்கிறது. தமிழ் மக்களிடமும், தாழ்த்தப்பட்ட மக்களிடமும் நடைமுறையில்

இருந்து வரும் சிறுதெய்வ வழிபாட்டு முறைகள், சாங்கிய சடங்குகள், பெயர் சூட்டல்கள், வைத்திய முறைகள், இலக்கியங்கள் வழியாக புத்த தன்மத்தின் இருப்பைக் கண்டார்அயோத்திதாசப் பண்டிதர். "நிகண்டில் கூறியிருக்கும் புத்தருக்குரிய பெயர்களில் முத்தனே முநிகருத்தன் முக்குடச் செல்வன் முன்னோன் என்று கூறியுள்ளபடிக்கு இவர்களுக்குள் நாளது வரையில் முத்தன், முனியன், கருப்பன், செல்லன் என்னும் பெயர்களால் அழைத்துக் கொள்ளுவார்களல்லாது வேறு மதத்தாருடைய பெயர்களை விசேஷமாக வழங்க மாட்டார்கள் என்பதன் மூலம் பெயர்கள் வழியாக புத்தத்தின் இருப்பை நமக்கு உணர்த்துகிறார். "போதி நிழற்பொருந்தித் தோன்றும் நாதன்பாத நவைகெட வேத்தலென்று" என்னும் மணிமேகலை பாடலை எடுத்துக்காட்டி அரச மரத்தடியில் செங்கல்லை நட்டு முனியாண்டவன் பூசை செய்வதாகவும், திருமணங்களில் அரசாணிக்கால் (அரச மரமே போதிமரம் என்று பவுத்தர்களால் வழிபாட்டுக்குரிய புனித மரமாகப் போற்றப்படுகிறது என்பதை நாமறிவோம்) நட்டு இன்று வரை புத்தர் சாட்சியாக விவாகங்கள் நடந்து வருவதும் புத்த தன்மக் கோட்பாடுகளின் இருத்தலுக்கான சான்றுகளாக முன்வைக்கின்றார்.

பவுத்த பண்டிகைகள்

போதி (போகி) பண்டிகை புத்தர் பரிநிருவாணம் அடைந்த நாளின் நினைவு நாள் அனுசரிப்பு என்றவர் பெரும் பொங்கல் நாளை புத்தரான இந்திரரை பூசிக்கும் நாள் என்றார். புத்தர் போதி மரத்தின்கீழ் ஞானம் பெற்றது போல், அம்பிகாதேவி என்னும் பிக்குணி வேம்பு மரத்தடியில் அமர்ந்து பவுத்த அறங்களை போதித்தவள், அவளே நாளடைவில் அம்பாள் என்றும் அம்பிகை என்றும் மாறினாள் என்றார். எள் என்னும் தானியத்திலிருந்து நெய் என்னும் எண்ணெய் கிடைக்கும் என்பதைக் கண்டுபிடித்த நாளைக் கொண்டாடும் விதமாக உருவான பண்டிகையே "தீபாவளிப் பண்டிகை" என்றார். மலாடபுரம் என்னும் ஊரில் புத்த தன்மத்தைத் தழுவிநின்ற சங்கத்தார் பேராமணக்கு சித்தா மணக் கென்றும் வித்துக்களிலிருந்து நெய்யெடுத்து தீபச்சுடர் ஏற்றிய நாளைக் 'கார்த்திகை தீபம்' என்று கொண்டாடியதுவே கார்த்திகை தீபம் என்றானது என்றார். முருகக் கடவுள் குறிஞ்சிநில அரச புத்திரனின் மகன் என்று புத்த தன்ம காலத்துக் கடவுளாக முருகக் கடவுள் மேல் பூசப்பட்டுள்ள இந்துமதச்

சாயத்தைக் கழுவிடவும் முயற்சிக்கிறார். இவ்வாறாக இந்து மதத்தின் கடவுள்களாக, இந்துமதப் பண்டிகைகளாக இன்று கொண்டாடப்படும் யாவும் புத்த தன்ம காலத்தில் தோற்றம் கொண்டு நடைமுறையில் பவுத்த பண்டிகை இருந்தவை என்பதற்கு மணிமேகலை, சிலப்பதிகாரம், வீரசோழியம், சூளாமணி, பதார்த்த சிந்தாமணி, பின்கலை நிகண்டு, பெருந்திரட்டு, சீவகசிந்தாமணி, ஞான வெட்டி போன்ற தமிழ் இலக்கிய நூல்களில் உள்ள குறிப்புகளை ஆதாரமாகவும் அயோத்திதாசப் பண்டிதர் எடுத்து வைக்கிறார்.

"அயோத்திதாசப் பண்டிதர் பவுத்தப் பகுத்தறிவாளர்"

இந்துமத நம்பிக்கைகள், வழிபாட்டு முறைகள், இந்துக் கடவுள்கள், இந்துமதக் கலாச்சார பண்பாடுகள் யாவும் மரபான பவுத்தத்திலிருந்து பிராமணர்களால் எடுக்கப்பட்டு, பிராமணியம் தனது சுயநலத்துக்கும் மேலாதிக்கம் பெறுவதற்கும் பயன்படும் வகையில் அக்கொள்கைகளைத் தரித்து அமைத்துக் கொண்டது என்னும் இரகசியத்தைப் பண்டைய தமிழ் இலக்கியங்களின் துணையுடன் போட்டுடைக்கும் அயோத்திதாசப் பண்டிதரின் செயல் போற்றத்தகுந்தது. அவர் பூர்வ பவுத்ததின் பெருமைகளைப் பேசிக் கொண்டே அதன் நிழலில் சாதி சமயமற்ற சமுதாய உருவாக்கத்தைக் கட்டமைக்கப் பாடுபட்ட பவுத்தப் பகுத்தறிவாளர் என்பதைப் புரிந்துகொள்ள வேண்டும். புத்தரின் பிறவித் துன்பங்களுக்குக் காரணம் என்று சொல்லப் படுவனவற்றுள் புத்தரது அன்பு, அறம், சீலம், பகுத்தறிவு, சமத்துவம் ஆகிய கோட்பாடுகளுள் தலித் மக்களின் விடுதலைக்கான வாய்ப்புகள் இருப்பதைக் கண்டறிந்த அயோத்திதாசப் பண்டிதர் பவுத்த மறுமலர்ச்சியாளராக எழுந்தார். அவர் மரபான பவுத்தத்தை அப்படியே இங்கு பொறுத்துவதற்கு முயற்சித்திருப்பாரேயானால் அது இந்து மதத்தினின்று எவ்வளவுதான் மாறுபட்டதாக இருந்தாலும் பழமைவாதம் என்னும் அடைப்புக்குள் முடங்கியிருக்கக்கூடும். அப்படி இல்லாமல் பிராமணியம்/இந்து மதம் ஆகியவற்றின் கிடுக்கிப் பிடிகளிலிருந்து ஒடுக்கப்பட்ட மக்களை விடுவிக்கும் இயக்கமாகப் புதிய வகையில் பவுத்தத்தை இங்கு கட்டமைக்க முனைந்தார் என்பதாலேயே அயோத்திதாசப் பண்டிதரை பவுத்தப் பகுத்தறிவாளர் என்று முன்னிறுத்துகிறோம். மனிதன் தனது துன்பங்களுக்கான காரணங்களை அறிந்துணர்ந்து அத்துன்பங்களிலிருந்து விடுபடுவதற்கான வழியையும் அவனே கண்டறிய வேண்டும். யாரொருவனும் இன்னொருவனைப்

பரிசுத்தம் செய்ய இயலாது என்கிறார் புத்தர். புத்தரின் இச்சிந்தனையை தலித் மக்கள் விடுதலை விசயத்திற்குப் பொருத்தி ஓரளவு வெற்றியும் கண்டார் அயோத்திதாசப் பண்டிதர்.

"நமது குலகுருவாகிய ஒப்பில்லா அப்பன் சாக்கைய முனிவர்களின் ஞானத்தைக் கண்டடைவதற்கு மடாலங்களும் அவருடைய போதனைகளாய்ப் பிரசங்கித்து வருவதற்குக் கூடங்களும் கட்டுவிதது Buddhist temple என்றும் நமது குலத்தவருக்குள் நடக்கும் விவாகங்களைக் குறிப்பிட்டு Buddhist Register என்றும் Buddhist burial (இடுகாடு), Buddhist medical-hall, Buddhist College (உயர் கல்வி கற்பதற்கும் அயல்நாடுகளில் உள்ள நமது குலத்தார் இங்கு மருத்துவம்—பொறியியல் கல்வி பயில இங்கு வரும்போது அவர்கள் தங்குவதற்கும்), Buddhist young menAssociation (நமது இளைஞர்கள் ஆங்கிலம் கற்பதற்கும், விளையாட்டுகள் கற்றுத் தேர்வதற்கும் (Buddhist BirthdayAnniversary) (புத்தர் பிறந்த நாளைக் கொண்டாடுவதற்கும்), Buddhist Charity fund என்பது போன்ற அமைப்புகளைத் தோற்றுவித்து நமது குலத்தவர்களின் ஒற்றுமைக்கும் உயர்வுக்கும் உதவ விருப்பமுள்ளவர்கள் முன்வர வேண்டும் என்று 1899களிலேயே அயோத்திதாசப் பண்டிதர் சாக்கிய பவுத்த சங்கத்தோர்க்கு விடுத்துள்ள வேண்டுகோளிலிருந்து அவர் கட்டமைத்த பவுத்தம் நவீனமானது, அவர்கட்டமைக்க விரும்பிய பவுத்தம் வெறும் சமய அடிப்படையிலானது மட்டுமல்ல, சமுதாய முன்னேற்றத்தை, சமுதாயச் சீர்திருத்தத்தை மையமாகவும் கொண்டது என்பது விளங்குகிறது.

அயோத்திதாசப் பண்டிதரும் புரட்சியாளர் அம்பேத்கரும்

கி.மு. ஆறாம் நூற்றாண்டு மத்திய காலங்களில் தோன்றி ஆறு ஆண்டுகளில் தியான வலிமை மூலம் போதி மரத்தின்கீழ் பெற்ற ஞானத்தால் புத்தர் அருவிய புத்த தம்மமானது சமூகம் அர்த்தப் படுத்திக் கொண்டுள்ள மதம் என்னும் வகைப் பாட்டுக்குள் அடங்காமல் அறிவு, அன்பு, அறம், சீலம், நீதிநெறி போதிக்கும் மென்மையானதொரு மார்க்கமாகத் தனித்து நிற்கிறது. கடவுள், ஆன்மா, மறு பிறப்பு விதி ஆகியவற்றைக் குறித்துப் பிற மதங்களால் கற்பிக்கப்பட்டுள்ள மூட நம்பிக்கைகளை மறுதலித்து எழுந்த பகுத்தறிவுவாத மையமாகவே பவுத்த சமயம் விளங்குகிறது. மதங்களின் வரலாறு என்பது வன்முறைகள் மூலம் சிந்தப்பட்ட இரத்தப் பெருக்கின் மீது தம்மை நிறுவிக் கொண்ட வரலாறாகவே

இருந்துவந்துள்ள நிலையில் புத்தமதமானது உலகின் மற்றெந்த மதங்களினின்றும் வேறுபட்டு வன்முறைக்கு அப்பாற்பட்ட அறநெறியை அகிம்சையை போதிக்கும் நீதிநெறி மார்க்கமாக விளங்குகிறது.

பறையர்களைச் சாதி பேதமற்ற திராவிடர்கள் என்றழைத்த அயோத்திதாசப் பண்டிதர் அவர்களைப் பூர்வ பவுத்தர்கள் என்றும் அடையாளம் கண்டார். பவுத்தம், பிராமணர்களின் இருப்புக்குச் சவாலாய் இருந்தது என்பதாலும் அப்பவுத்தத்தைக் கைகளில் ஏந்திப் பாதுகாத்து வந்தவர்கள் பறையர்கள் என்பதாலும் அவர்கள் மீது பகைமை பாராட்டிய பிராமணியம் பெரும் சூழ்ச்சிகள் வகுத்துப் பறையர்களைத் தீண்டப்படாதவர்களாக ஆக்கியது என்றார். புரட்சியாளர் அம்பேத்கரும்கூட மகர்கள் நாக வம்சத்தைச் சேர்ந்தவர்கள் ஆவர். பிராமணியத்துக்கும் பவுத்தத்துக்குமான போட்டியில் பவுத்தம் தோற்கடிக்கப்பட்டு நாகர்கள் தாழ்த்தப்பட்டவர்கள் என்ற நிலைக்கு ஆளாக்கப் பட்டனர் என்று குறிப்பிட்டதை இங்கு நினைவு கூர்வதும் சரியாக இருக்கும். கி.பி. இரண்டாம் நூற்றாண்டுகளில் பிராமணியம் வென்று மேலாதிக்கம் பெற்றதுடன் தீண்டாமையும் தோற்றம் கொண்டதாக வரலாற்றுச் சான்றாதாரங்களுடன் நிறுவும் அயோத்திதாசப் பண்டிதரும், புரட்சியாளர் அம்பேத்கரும் இவ்வகையில் வழக்கொழிந்துபோன பவுத்தம் மீட்டுருவாக்கம் செய்யப்பட வேண்டும் என்று செயல்பட்டனர்.

முன்னொரு காலத்தில் தாழ்த்தப்பட்டவர்களின் மதமாக பவுத்தம் இருந்தது என்னும் ஒற்றைக் காரணத்தை முன்வைத்து விட்டு ஏதோ பிதுரார்ஜித உரிமையுணர்வோடு மட்டுமே அயோத்திதாசப் பண்டிதரும் புரட்சியாளர் அம்பேத்கரும் பவுத்த மதத்தின் மீட்டுருவாக்கம் கோரினர் என்றுநினைப்பதுவும் அறிவாகாது. மாறாக, அயோத்திதாசப் பண்டிதரும் புரட்சியாளர் அம்பேத்கரும் பவுத்தத்தின் சத்தரும பஞ்சசீல எண்வழிக் கோட்பாடுகளும் சிந்தனைகளும் புத்த பகவானால் பகுத்தறிவு அடிப்படையில் வடிவமைக்கப்பட்டவை என்பதாலும் பவுத்தம் அடிப்படையி—லேயே சாதி மறுப்புக் கொள்கையுடையது என்பதாலும் யாவரையும் சமமாக பாவிப்பது சமத்துவக் கண்கொண்டு அணுகுவது என்பன போன்றவை பவுத்தத்தின் அடிநாதமாக விளங்குகின்றன என்றுணர்ந்ததாலுமே அச்சமயத்தால் ஈர்க்கப்பட்டனர் என்பதுவே சரி. அயோத்திதாசப் பண்டிதர்,

புரட்சியாளர் அம்பேத்கர் ஆகிய இவ்விருவரும் இந்தியச் சமுதாயத்தில் நிலவும் பிராமணிய மேலாதிக்கத்தையும் இந்து மதத்தின் சாதிய ஏற்றத்தாழ்வுகளையும், சமய அங்கீகாரத்தோடு எதிர்கொள்வதற்கான வாய்ப்புகள் பவுத்தத்திற்குள் அமைத்திருப்பதாக நம்பினர். "வாழ்நிலை மற்றும் இருத்தலியல் தேவைகளுக்கு அனுசரணையான கருத்துகளை பவுத்தத்திலிருந்து மறுவிளக்கம் செய்யும் முயற்சியும் முக்கியத்துவம் பெற்றது. இம்முயற்சிகளில் ஒன்றாக அயோத்திதாசப் பண்டிதரின் பவுத்தம் அமைந்தது. பிராமணியத்துக்கு மாற்றாக, எதிர் மதமாக, சாதி பேதமற்ற அற நெறியாக ஒரு பவுத்த மதத்தை சரித்திரத்தையும் புனைவையும் கலந்து கட்டி எழுப்பினார்" என்னும் ராஜ்கௌதமன் கூற்றில் மாற்றியமைக்கப்பட்ட ஒரு பவுத்தத்தை அயோத்திதாசப் பண்டிதர் இங்கு கட்டியெழுப்ப முயன்றார் என்னும் பொருள் உள்ளடங்கியிருக்கிறது.

"இந்துக்களென்போர் சாதி பேதமென்னுங் கொடுஞ் செயலையே பீடமாகக் கொண்டொழுகுகிறவர்கள், பவுத்தர்களோ சாதிபேதமென்னுங் கொடுஞ்செயல் அற்று அன்பையே பீடமாகக் கொண்டொழுகிறவர்கள்" என்று இந்து மதத்தையும் பவுத்தத்தையும் கோட்பாட்டு அடிப்படையில் வேறுபடுத்திக் காட்டுகிறார் அயோத்திதாசப் பண்டிதர். பிற மதங்கள் கடவுள், ஆன்மா, மறுபிறப்புப் பற்றி அலட்டிக் கொண்டிருக்க "புத்த மதம், அறிவு, அன்பு, சமத்துவம் என்பவற்றை போதிக்கிறது". ஒரு மனிதன் மகிழ்வான வாழ்க்கையை அடைவதற்கு இம்மூன்று கோட்பாடுகளும் அவசியமாகின்றன என்கிற வகையில் இவை என்னைப் பெரிதும் கவர்ந்தன என்று புரட்சியாளர் அம்பேத்கர் கூறுகிறார்.

இந்து மதமும் பவுத்தமும்

சமத்துவம், சகோதரத்துவம், சுதந்திரம் என்னும் உயரிய நோக்கங்களாலான, ஒரு சாதி மறுப்பு சமயமாக விளங்கிறது என்பதாலேயே சாதி பேத மதமான இந்து மதத்தினின்று வேறுபட்டுத் தனித்து நிற்கிறது புத்த மதம். பிளவுவாத, பிரிவினை வாதச் சித்தாந்தமாக பிராமணியத்தால் வடிவமைக்கப்பட்ட இந்து மதமும் அதன் கோட்பாடுகளும் வேறு வகையில் புத்தமதக் கொள்கைகளிலிருந்து வேறுபட்டு நிற்கின்றன என்பதை அயோத்திதாசப் பண்டிதரின் மொழியாக்கத்திலேயே காணலாம். இந்துக்கள் என்போர் அவரவர்கள் ஏற்படுத்திக் கொண்டுள்ள தேவதைகளைத்

தொழுது அவர்களுக்குப் பூசை, நெய்வேத்தியஞ் செய்து வந்தால் மோட்சமும் சுகமும் உண்டென்பார்கள். பவுத்தர்களோ சன்மார்க்க அடிப்படையில் சீலத்தைப் பின்பற்றி ஒழுக்கத்தில் நிலைப்போர்க்கு முத்திய சுகமுண்டென்பார்கள். இந்துக்கள் என்போர் அவர்கள் ஏற்படுத்திக் கொண்டுள்ள வேதத்தை நம்புவதுடன் சாதியாசாரம் சமயாசாரத்தில் நிலைத்திருக்க வேண்டும் என்பார்கள். பவுத்தர்களோ தங்களது பவுத்த போதாகமத்தின்படி பாவச் செயல்களை அகற்றி, நன்மெய்க் கடைப்பிடித்து இதய சுத்தி உடையவர்களாகி சருவ சீவர்கள் மீதும் அன்பு பாராட்ட வேண்டும் என்பார்கள்.

இந்துக்கள் என்போர்களுக்குத் தங்கள் சாதி ஆசாரங்களுக்குத் தக்க சாதிப் பெயரும் தொடர் மொழியும் இருப்பதுடன் நெற்றியிலும் கழுத்திலும் சமய சின்னங்களாகும் விபூதி, திருமண், உருத்திராட்சம் முதலியன இருத்தல் வேண்டும்.

பவுத்தர்களோ சகல மக்களையும் சோதிரரென பாவித்து சகலரும் ஒற்றுமையின் வாழ்க்கைப் பெற விரும்புதலும், பஞ்ச பாதகங்களை அகற்றி வாழ்தலே பவுத்த சின்னமென்று எண்ணி பஞ்சசீலத்தையே தியானமாகக் கொண்டு அம்மேறை நடப்பார்கள்.

இந்து மதம் கடவுள், மோட்சம், சொர்க்கம் என்னும் மூட நம்பிக்கைகளைக் கண்மூடிக்கொண்டு பின்பற்றும் மதமாக இருக்கிறது. சாதியப் பிரிவினைகளைத் தனது பிரதானக் கோட்பாடாகக் கொண்டிருக்கிறது.

மத அடையாளங்களை நெற்றியிலும் கழுத்திலும் சுமந்துகொண்டு திரியும் ஒரு பிற்போக்கு மதமாக உள்ளது என்பதை விளக்குகின்றன. மேற்காணும் அயோத்திதாசப் பண்டிதரின் குறிப்புகள் அதே சமயம் மனிதர்களை சதுர்வர்ணங்கள், சாதிகள் என்று பிளவுபடுத்தும் இந்து மத நம்பிக்கைகளுக்கு நேர் விரோதமான சகோதரத்துவ அடிப்படையில் அன்பின் வழிபட்ட மக்கள் ஒற்றுமையை போதிக்கிறது புத்த தம்மம் என்பதையும் குறிப்பிட்டுக் காட்டுகிறார் அயோத்திதாசப் பண்டிதர்.

தீண்டப்படாதவர்கள் பவுத்தம் விரும்புவதற்கான காரணங்களை எடுத்துக்காட்டிய புரட்சியாளர் அம்பேத்கர் 1956 மே24 இல் பம்பாய் நரே பூங்காவில் நடைபெற்ற மாபெரும் கூட்டத்தில் நிகழ்த்திய சொற்பொழிவின் போது புத்த மதம் இந்து மதத்தினின்று பகுத்தறிவுவாத அடிப்படையில்

மேம்பட்டது என்பதற்கு ஆதாரமாகக் கீழ்வரும் வாதங்களை முன்னிறுத்தினார்.

அவை:

இந்து மதம் கடவுள் இருக்கிறார் என்று நம்புகிறது. புத்த மதத்துக்குக் கடவுள் இல்லை.

இந்து மதம் ஆன்மா என்று ஒன்று இருக்கிறது என்று நம்புகிறது. புத்த மத சித்தாந்தத்தின்படி ஆன்மா இல்லை.

இந்து மதம் சதுர் வர்ணத்தையும் சாதி அமைப்பு முறையையும் ஏற்றுக் கொள்கிறது. ஆனால் புத்த மதத்தில் சதுர்வர்ணத்துக்கும் சாதி அமைப்பு முறைக்கும் இடமில்லை என்று புரட்சியாளர் அம்பேத்கர் இந்து மதத்தினின்று பவுத்தத்தை வேறுபடுத்திக் காட்டி அதன் முற்போக்கு சித்தாந்தத்தை 1956களில் விளக்கியது போலவே அயோத்திதாசப் பண்டிதர் 1910களிலேயே விளக்கமளித்துள்ளார். வகுப்புவாரி பிரதிநிதித்துவம் கோரியது, அரசியல், கல்வி, வேலைவாய்ப்பு ஆகியவற்றில் இடஒதுக்கீடு வேண்டியது, கல்வி பெறுவதற்கு சிறப்புச் சலுகைகள், பொதுச் சொத்துகளில் தமக்கான பங்கு, பொது இடங்களில் ஒடுக்கப்பட்ட மக்கள் புழங்குவதற்கான சிவில் உரிமைகள் கோருதல் என்று தலித் மக்கள் முன்னேற்றத்துக்காக சிந்தித்ததிலும் ஒடுக்கப்பட்டவர் களுக்கான அரசியல், சமூகநல அமைப்புகள் தோற்றுவித்து மக்களைத் திரட்டிப் போராட்டங்கள் நடத்தியதிலும் சாதி ஒழிப்புப் போராளியாக எழுச்சி பெற்றதிலும் புரட்சியாளர் அம்பேத்கருக்கு முன்னோடியாகத் திகழ்கிறார் அயோத்திதாசப் பண்டிதர். அதேவேளையில் ஒடுக்கப்பட்ட மக்கள் இந்து மதத்தின் சாதிய ஒடுக்குமுறைகளிலிருந்து விடுதலை அடைவதற்கான வாய்ப்புகள் நிறைந்துள்ள ஒரு மார்க்கமாக பவுத்தத்தைத் தேர்வு செய்ததிலும் அயோத்திதாசப் பண்டிதர் புரட்சியாளர் அம்பேத்கருக்கு முன்னோடியாகவே இருந்துள்ளார்.

புதிய மாற்றியமைக்கப்பட்ட பவுத்தம்

புத்தமதத்தின் சகோதரத்துவம் குறித்துக் கீழ்வருமாறு எடுத்துரைக்கிறார்அயோத்திதாசப் பண்டிதர். "புத்த மதத்தில் சாதி பேதமில்லாதிருக்க வேண்டுமென்று போதித்துள்ள கட்டளையைப் படிக்குப் பலவகை கால்வாய்களில் ஓடிவரும் அசுத்த சலங்களெல்லாம் சமுத்திரத்தில் விழுந்து சுத்தமடைவது போல் பிராமணன் என்பவன் வந்தாலும், நாயுடு என்பவன் வந்தாலும் முதலி என்பவன் வந்தாலும் அவர்களை வேறுசாதி

என்று வித்தியாசம் பாராமலும் சத்துருக்களென்று சங்கைக் கொள்ளாமலும் தன்னவர்களைப்போல ஆதரித்து சுத்த இதய முண்டாகச் செய்வார்களே அல்லது இன்னசாதி இனிய சாதி என்று புறங்கூறித் தள்ளமாட்டார்கள்." பவுத்தத்தின் சகோதரத்துவ, சமத்துவ சிறப்புகளை மேற்கண்ட வகையில் புரிந்துகொண்ட அயோத்திதாசப் பண்டிதர் தமிழகத்தில் கட்டி எழுப்பிய தமிழ்ப் பவுத்தத்தை பகுத்தறிவாத பவுத்தம் என்று சொல்லாம்.

"வழக்கமான பவுத்த வரலாற்றிலிருந்து விலகி அயோத்திதாசப் பண்டிதர் பழந்தமிழ் இலக்கியங்கள், நிகண்டுகள், பவுத்த சமய நூல்கள், செவிவழிக் கதைகள், பழமொழிகள் ஆகியவற்றை மறுவாசிப்பு செய்து பவுத்த தன்மத்தில் வாழ்ந்து, வீழ்ந்த பறையரின் பூர்வமதமாக, பாதிக்கப்பட்டோரின் மதமாகக் கட்டி எழுப்ப முயன்றார். இது அவரது தனித்தன்மை" எனும் ராஜ் கௌதமன் அவர்களது கூற்று.

பகவன் புத்தர் இறந்து நூற்றுப்பத்தாண்டுகள் கழிந்த பின் புத்த மதத்தில் நுழைந்துவிட்ட புதிய பழக்கவழக்கங்களை மறுக்கும் பொருட்டு 700 பிக்குகள் கொண்டு மாநாடு கூடியது என்று சொல்லப்படுகிறது. அதன்பின் புத்தமதம் ஹீனயானம், மகாயானம் என்று இரண்டு பிரிவுகளாக உடைந்ததாகவும் மரபான பவுத்தத்தைப் பின்பற்றியவர்கள் "ஹீனயான பவுத்தர்கள்" என்று அழைக்கப்பட்டதாகவும் சொல்லப்படுகிறது. மகாயான பவுத்தம் புத்தரைக் கடவுள் நிலைக்குக் கொண்டு சென்றது. கடவுள், ஆன்மா, மறுபிறப்புக் கொள்கைகள் மீது நம்பிக்கை கொண்டு செயல்பட்டது. சாதி மறுப்பை வற்புறுத்தவில்லை என்றும் சொல்லப்படுகிறது. "இலங்கைத் தீவிலே, கி.மு. மூன்றாம் நூற்றாண்டு முதல் நாளது வரையில் பழைய தேரவாத பவுத்தம் நிலைபெற்றுள்ளது. இத்தீவிலேயும் கி.மு. முதல் நூற்றாண்டிலே புதிய கொள்கைகள் பவுத்த மதத்தில் புகத் தொடங்கின" என்கிறார் மயிலை சீனி.வேங்கடசாமி. பவுத்தம் மற்றும் இலங்கை பவுத்த வரலாற்றுப் பின்னணி இவ்வாறிருக்க 1898 இல் கர்னல் ஆல்காட் துரையுடன் இலங்கை சென்று பவுத்தம் தழுவிய அயோத்திதாசப் பண்டிதர் இலங்கை பவுத்தத்திலிருந்து மாற்றிய அமைக்கப்பட்ட புதிய பவுத்தத்தைத் தமிழகத்தில் நிறுவ முயன்றிருக்கிறார்.

"அயோத்திதாசப் பண்டிதரின் பவுத்தம் தனித்தன்மை மிக்கது. இலங்கை சென்று பவுத்தம் தழுவித் திரும்பிய அவர்

ஈழ பவுத்த சாயலைப் பின்பற்றாமல் முற்றிலும் புதிய வழியைத் தேர்வு செய்தார். தமிழ் மரபிலிருந்து பவுத்த விளக்கங்களை வழங்கிய அயோத்திதாசப் பண்டிதர் சமயம் என்பதற்குத் தேவையான கதையாடல்களை மறுகண்டுபிடிப்பு செய்தார். சென்னையில் தலைமை சாக்கியப் பவுத்த சங்கத்தை அமைத்து அதன் கதிளைகளையும் அமைக்கத் தொடங்கினார். பவுத்தத்தை இந்துக்கள் அல்லாத பஞ்சமர்களுக்கான நிரந்தர சமயமாக நிறுவன ரீதியில் நிறுவிட அவர் ஓயாமல் உழைத்தார். வழிபாட்டு மையம், வழிபாட்டு முறைகள், பிறப்பு, இறப்பு, திருமணச் சடங்குகள், பள்ளிகள், சுடுகாடு, தனியான சமய நூல் என்று அவர் அதற்கான வழிமுறைகளை அந்த கிளைகளில் செயல்படுத்தினார். இந்த வழிமுறைகளை அவர் மரபான பவுத்தத்திலிருந்து எடுக்கவில்லை. ஏற்கனவே தமிழகத்தில் புழக்கத்திலிருந்ததை எடுக்கவில்லை. ஏற்கனவே தமிழகத்தில் புழக்கத்திலிருந்த பண்பாட்டு அம்சங்களிலிருந்து எடுத்துப் புனரமைத்தார்" எனும் ஸ்டாலின் ராஜாங்கம் அவர்களது கூற்று அயோத்திதாசப் பண்டிதர் இங்கு மாற்றியமைக்கப்பட்ட பவுத்தத்தை நிறுவ முயன்றார் என்னும் கருத்துக்கு ஆதாரமாக நிற்கிறது. அயோத்திதாசப் பண்டிதரின் பவுத்தம் தனிப்பட்டது என்பதை நிறுவுவதற்கு அவரது காலத்தில் சென்னையில் இயங்கிய மகாபோதி சங்கத்துடன் அவருக்கு இருந்த முரண்பாட்டையும் சான்றாகக் கொள்ளலாம்.

இலங்கை தர்மபாலா முயற்சியால் சென்னையில் துவக்கப்பட்ட மகாபோதி சங்கம் சாதி மறுப்புக் கொள்கையற்றது என்று கடுமையான விமர்சனங்களை முன்வைத்துள்ளார் அயோத்திதாசப் பண்டிதர். அச்சங்கத்தின் பிற்போக்கு கோட்பாடுகளைக் கண்டித்து விட்டு அயோத்திதாசப் பண்டிதரின் சமகாலத்து பவுத்தச் சிந்தனையாளராக, செயற்பாட்டாளராக விளங்கிய லட்சுமி நரசு' அவர்களும் மகாபோதி சங்கத்திலிருந்து வெளியேறினார். மகாபோதி சங்கத்தை நூதன பவுத்தம் என்று விமர்சனம் செய்த அயோத்திதாசப் பண்டிதர் "இந்துக்களின் செய்கையை விடாதவர்களும் சாதிபேதத்தை உடையவர்களுமாகிய இருவர் வெளி தோன்றி யாங்கள் பவுத்தர்களாகி விட்டோம்; மற்றவர்களையும் பவுத்தர்களாக்க வந்துள்ளோம் என்று இரண்டு பவுத்த சங்கங்களை ஏற்படுத்திக் கொண்டு அக்கூட்டங்களில் தங்கள் சாதி சம்பந்தப்பட்ட ஒருவரேனுமின்றி சாதிபேதம் இல்லாமல் சேரிகளில் வாழ்ந்திருந்தவர்களையே அதில் அங்கங்களாகச் சேர்த்துக் கொண்டு நூதன பவுத்தம்

பிரசங்கித்து வருகிறார்கள்" என்றார். புத்த பகவானின் சிலைகளை சங்கங்களில் வைக்கக் கூடாது, மறுபிறவி என்பதும் கிடையாது, கன்மமும் கிடையாது. மனிதன் எப்போது மரித்து விடுகிறானோ அதுதான் அவனுக்கு முடிவு. மற்றோர் சுகம் யாதும் கிடையாது என புத்த தன்மத்திற்கு எதிரிடையாய் புத்த தன்மமாம் நூதன பவுத்தம் போதிக்கின்றார்கள். அதனால் புத்த தன்மமே மாறுபடுவதுடன் அதனைக் கேட்போர்கள் மனிதன் மரிப்பதே முடிவாதலின் மனம் போனவாறு கொலை செய்தல் பாபமென்மை, குடித்து சுகத்தால் பாபமென்னை, அன்னியன் தாரத்தை இச்சித்தால் பாபமென்னை, அன்னியன் பொருளை அபகரித்தால் பாபமென்னை, பொய் சொன்னால் பாபமென்னை என்னும் உற்சாகம் உண்டாகி தானுங் கெடுவதுடன் தன்னை அடுத்தோரையும் கெடுத்து தேசத்தையும் சீரழித்து இராஜ விசுவாசத்தையும் கெடுப்பதற்கு தடையிராது" என்றார். மேலோட்டமாய்ப் பார்ப்பதற்கு மகா போதி சங்கம்" சிலை வணக்கம் கூடாது என்றும் மறுபிறவி, கன்மம் கிடையாது என்றும் சொல்வது முற்போக்கான சிந்தனை அடிப்படையிலானது என்பது மாதிரியான தோற்றம் தரக்கூடும். ஆனால் அது சாதி மறுப்புச் சிந்தனையை மையமாகக் கொண்டு செயல்படாத இயக்கமாக இருந்ததால் அதனை அலட்சியப்படுத்தியிருக்கிறார் அயோத்திதாசப் பண்டிதர்.

"அயோத்திதாசப் பண்டிதரின் பகுத்தறிவு சிந்தனைகள்"

முகம்மது நபி, இயேசுநாதர் போன்றவர்கள்போல் புத்தர் கடவுளின்தூதராக பூமியில் அவதரித்தவர் இல்லை. அவர்தம்மைக் கடவுள் என்று எங்கும் சொல்லிக் கொள்ளவுமில்லை. அவர் மனிதராகப் பிறந்து, மனிதராக வளர்ந்து ஞானம் பெற்று புத்தர் என்ற மெய்ஞான நிலையை அடைந்தவர். ஞானம் அடைந்தால் சாதாரண மனிதரும் புத்தர் என்ற நிலையை அடையலாம் என்பது பவுத்த தருமத்தின் சிறப்பு அம்சங்களுள் ஒன்றாகும். புத்தர் போதித்த தருமத்தை மதம் சமயம் என்றழைப்பதைக் காட்டிலும் அறநெறி, வாழ்க்கை முறை, மார்க்கம், தருமம் என்று குறிப்பிடுவதே சரியாகும். தனது சீடர் ஆநந்தரைப் பார்த்து "ஆநந்தா உங்களுக்கு நீங்களே விளக்காய் இருங்கள்" என்றதன் மூலம் மனிதன் தன் விடுதலையைத் தானே கண்டடைந்தாக வேண்டுமே தவிர வேறு ஒருவர் மூலம் தனது மீட்சியைப் பெற முடியாது என்றார் புத்தர். மனிதன் தன் துக்கங்களை உணர்ந்து, துக்க

நிவாரணம் பெற்று துக்க நிவாரண மார்க்கம் கண்டடைந்து மகிழ்வான வாழ்க்கையைப் பெற வேண்டும் என்பதுவே பவுத்த தருமத்தின் குறிக்கோள்.

இந்த உலகத்தைக் கடவுள் படைத்தார். எங்கெங்கும் நீக்கமற நிறைந்து காணப்படுகிறார் கடவுள்; காலங்கள் கடந்து, என்றென்றைக்கும் நீடித்து நிலைப்பவர் கடவுள்; சர்வ வல்லமையும் கொண்ட கடவுளால் முடியாதது என்று ஒன்றுமில்லை என்றெல்லாம் சனாதனவாதிகளின் பழமை வாதத்தால், ஆன்மிகத்தால் முன்னிறுத்தப்படும் கடவுளை புத்தமதம் ஏற்பதில்லை. கடவுள் மறுப்புச் சிந்தனையை பகுத்தறிவுவாத, பொருள்முதல்வாதச் சிந்தனை என்று மார்க்சிய, பெரியாரிய அறிவுஜீவிகளால் வரையறுக்கப்பட்டுள்ள நிலையில் கடவுளை, சாதியை மறுக்கும் பவுத்தம் அறிவியல் பூர்வமான மதம் என்று சொல்லப்படுகிறது. புத்தரின் போதனைகவில் மேற்கண்ட நவீனப் போக்குகள் நிறைந்து காணப்படுவதை அறிந்து, அம்மதத்தில் பிராமணிய/இந்துமதப் பிற்போக்குத் தனங்களுக்கு எதிராக உள்ள சிந்தனைகளைக் இரசித்துக் கொண்டுதான் அதன்பால் மிகுந்த ஆர்வம் கொண்ட அயோத்திதாசப் பண்டிதர் "கடவுள் என்னும் சொல்லின் பொருள் பயன்" என்பதாகும் என்றார். "இதியங் கடவுளை யருமறை பயந்தனை/ போதியங்கிழவனை பூமிசை யொதுங்கினை" என்னும் சூளா மணி இலக்கிய வரிகளை எடுத்துக் காட்டி "இல்லந்துறந்து கடவுளானானனென்னும் மொழியின் ஆதரவால் நன்மெய்க் கடைபிடித்த மகா ஞானிகள் ஒவ்வொருவருக்கும் கடவுள் என்னும் பெயர் பொருந்தி நிற்கிறது" என்று கடவுள் பற்றி மற்ற பிற மதங்களின் கதையாடல்களைப் புரட்டிப் போடுகிறார் அயோத்திதாசப் பண்டிதர்.

"ஓர் கடவுளில்லாமல் உலகம் உண்டாச்சுதா? குயவன் இல்லாமல் பாண்டம் உண்டாச்சுதா? என வினவுவதும் உண்டு. அங்ஙனம் வினவுவோர் குயவனுக்கு மண் காரணமாயிருந்தது போல் கடவுளுக்குக் காரணம் (அதாவது பிரபஞ்சத்தையும் உலகத்தையும் உயிர்களையும் கடவுள் படைத்தார் என்றால் கடவுளை யார் படைத்தார்? என்னும் கேள்வியாகும் இது) எதுவெனக் கண்டறிவாரேல் சுருட்டிகள் உண்டா இல்லையா என்பது செவ்வனே விளங்கும். அல்லது கடவுள் என்னும் மொழிக்கும் சிருட்டிகள் என்னும் மொழிக்கும் பொருள் பொருந்துமா என உசாவுவரேல் பொருந்தாது பொருந்தா

தென்பதும் சிறந்து விளங்கும்” என்று கடவுள் நம்பிக்கை மீது விவாதம் தொடுக்கும் அயோத்திதாசப் பண்டிதர் “கடவுள் என்னும் பொருளறிந்தோன் நீதியினாலும் நெறியினாலும் வாய்மையினாலும் அதனை விளக்குவான். கடவுள் என்னும் பொருளறியாதோன் கடவுள் எங்கும் நிறைந்திருக்கின்றான். அவனுக்கு எல்லாம் தெரியும் என்று தம்பட்டமடிப்பான். ஆனால் அன்னியனுடைய பொருளை அபகரிக்கும் காலத்தும், அன்னியன் மனைவியை இச்சிக்குங் காலத்தும், அன்னியனை வஞ்சிக்குங் காலத்தும் எங்கும் நிறைந்த கடவுள் எல்லாமறியுங் கடவுள் பார்ப்பானென்னு சிந்தனாச் செயலுண்டோ இல்லை” எனும் அயோத்திதாசப் பண்டிதர் மனிதன் கடவுள் நம்பிக்கையைத் தனது சுயநலத்துக்குப் பயன்படுத்தவதையும் கடவுள் ஒருவர் இருந்தால் இதையெல்லாம் பொறுத்துக் கொண்டு சும்மா இருக்கமாட்டார் அல்லவா? என்ற தொனியிலும் பேசிக் கடவுள் பற்றிய மூடநம்பிக்கையை அம்பலப்படுத்துகிறார்.

கடவுள் என்னும் சொல்லுக்கு நன்மை என்று பொருள் வழங்கியவர்களும் பவுத்தர்களே என்றும் ஆதி புத்தரின் ஆயிரக்கணக்கான பெயர்களுள் கடவுள் என்ற பெயரும் ஒன்றாகும் என்றும் “ஆனால் கடவுளென்னும் ஓர் உருவம் கட்டைத்தடி போல் சட்டதிட்டமாக்க உட்கார்ந்து கொண்டு உலகத்தை சிருஷ்டிப்பவர் ஒருவர் இருக்கின்றார் என்னில் அதனை ஏற்றுக் கொள்ள மாட்டார்கள்” பவுத்தர்கள் என்றும் தமது கடவுள் மறுப்புக் கொள்கையைத் தெளிவுபட எடுத்துரைக்கிறார் அயோத்திதாசப் பண்டிதர்.

“மாற்றமே உலகின் நியதி. எல்லாப் பொருள்களும் உயிர்களுக்கு அந்த விதிக்கு உட்பட்டு மாறிக்கொண்டே இருக்கின்றன. எனவே உலகச் சம்பவங்களின் பிரவாகமாக இடையீடில்லாத நிகழ்ச்சிகள் தொடர்ச்சியாகவே இருந்து வருகின்றது” என்பதுவே பவுத்த தருமத்தின் உலக இயக்கத்தினைப் பற்றிய கோட்பாடு என்று பா.ராமஸ்வாமி சொல்வதுபோல, சமூக விஞ்ஞானம் எனப்படும் மார்க்சியம் தோன்றும் முன்பே அதன் புகழ் வாய்ந்த வாக்கியமான ‘மாறுதல் என்பது ஒன்றே மாறாதது’ என்னும் சொல்லைப் பிரயோகித்து அதற்கான விளக்கங்களை முன்வைத்திருக்கிறது பவுத்தம். உலக இயக்கம் என்பது இயற்கையின் விதிகளுக்கு உட்பட்டதுவே தவிர எவ்வகையிலும் கடவுள் என்னும்

இல்லாத ஒன்றுடன் சம்பந்தப்பட்டது அல்ல என்ற அறிவியல் பூர்வமான விளக்கத்தை பவுத்தத்தில் காணமுடிகிறது.

"மதங்களால் உருவான ஆன்மா"

ஆன்மா என்பது மனிதனுக்குள் குடிகொண்டிருக்கும் ஓர் அரூபம் என்கிறது ஆன்மிகம். பிறக்கும்போதே உடலுடன் ஒட்டிப் பிறந்துவிடும். ஆன்மா இறக்கும்போது உடலைவிட்டு நீங்கி விடுகிறது. ஆன்மா அழிவற்றது; என்றென்றும் மாறாதது. ஆன்மாவை ஐம்புலன்களால் உணரமுடியாது என்றெல்லாம் ஆன்மா குறித்த நம்பிக்கைகள் மதங்களால் உருவாக்கப் பட்டுள்ளன. இத்தகைய பிற்போக்குக் கருத்துகளின்/மூட நம்பிக்கைகளின் பிறப்பிடமாகக் காப்பாளனாக விளங்குகிறது. இந்து மதம் என்பது நாமறிந்ததே. ஆன்மா பற்றிய மேற்படி கருத்துகளை மறுக்கிற பவுத்தம் மனித வாழ்வு என்பது) பஞ்சஸ்கந்தங்களின் (உருவம், உணர்வு, அறிவு, கருத்து, நிலைமை) வினையாற்றல் என்கிறது. ஒருவன் இறந்த பிறகும் ஆன்மா என்ற ரூபத்தில் வாழ்ந்து கொண்டிருக்கிறான் என்ற ஆன்மிகவாதத்தை விஞ்ஞான அறிவுக்குப் புறம்பானது என்று அதனை அலட்சியப்படுத்துகிறது பவுத்தம்.

"ஆன்மமென்னும் மொழி மகடபாஷையின் உற்பவமேயாம். ஆன்ம—மென்பதின் பொருள் புருஷனென் (உடல்) எனப்படும். பஞ்சஸ்கந்தங்கள் சரிவர அமைந்து மானிடனெனப் பாடியாடி உலாவும் புருஷ வடிவிற்கு ஆன்மனென்றும் ஆத்துமனென்றும் வழங்கலாயினர்" என்கிறார் அயோத்திதாசப் பண்டிதர்.

"ஆன்மா பற்றிய பவுத்த விளக்கத்தைத் தொடர்ந்து தொடர்ச்சியான மாற்றம், மாற்றங்களுக்கிடையே தொடர்ச்சி, காரண காரிய இயைபு ஆகியவை குறித்த விளக்கங்களை அறிந்து கொண்டால் பிறப்பு—இறப்பு என்ற மாற்றங்களுக்கு இடையே தொடர்கின்ற வினை வினைப்பயன் என்ற காரண இயைபினைப் பற்றிப் புரிந்து கொள்ளலாம். இதனை அறிவியல்பூர்வமாக லட்சுமி நரசு விளக்குகிறார்" என்றும், "நிலையாமை என்ற பவுத்தக் கருத்தினை லட்சுமிநரசு பவுதீக அறிவியல் துணையோடு விளக்க முற்படுகிறார். அகண்ட பிரபஞ்சத்தில் எதுவும் நிலைத்ததன்று எல்லாவித இருத்தல்களும் ஓர் இடைவிடாத சுழற்சியே— தொடர்ச்சியான ஓட்டமே. எதுவும் அதுவாக என்றும் இருப்பதில்லை. மாறுவது என்பது விதி விலக்கன்று. அதுவே விதி. இதனை பவுதீகத்தின் அடிப்படையாகக் கொண்டு லட்சுமி நரசு நிறுவ முயலுகிறார்"

என்றும் ராஜ்கௌதமன் அயோத்திதாசப் பண்டிதரின் சமகாலத்து பவுத்தச் சிந்தனையாளர் லட்சுமி நரசுவின் ஆன்மா பற்றிய பவுத்த நோக்கிலான அணுகுமுறையை விளக்குகிறார்.

"அகம் அல்லது ஆன்மா என்றென்றும் நிலையாய் உள்ளதென்னும் நம்பிக்கையானது தவறான எண்ணங்களுள் பெருந்தவறானதென்றும், எல்லா பிரமைகளுள்ளும் இது மிகவும் வஞ்சிக்கத்தக்கதென்றும் அறிந்தொழுக வேண்டும். அப்பிரமையை உடையவர்கள் துக்க சாகரத்தினின்று கரையேற மாட்டார்களென்று சத்தருமம் போதிக்கின்றது." புத்தர் அருள் அறம் என்ற நூலில் ஆன்மா குறித்து இவ்வாறு பகிவிட்டிருக்கிறார் ஜி.அப்பாதுரையார்.

ஜி.அப்பாதுரையார் அயோத்திதாசப் பண்டிதரின் நேரடி சீடராக இருந்தவர் என்பதும் கோலார் தங்கவயல் தென்னிந்திய சாக்கிய பவுத்த சங்கத்தின் உப தலைவராக இருந்து பணியாற்றியவர் என்பதும் குறிப்பிடத்தக்கது. ஆன்மா பற்றிய லட்சுமி நரசு ஜி.அப்பாதுரையாரின் மேற்காணும் முற்போக்குக் கருத்துகள் யாவும் அயோத்திதாசப் பண்டிதரது பகுத்தறிவாத பவுத்தச் சிந்தனைகளின் பிரதிபலிப்புகள் எனலாம்.

"பவுத்தத்தின் பார்வையில் மறுபிறப்பு, முத்து, மோட்சம்"

மறுபிறப்பு, கர்மவினை, முக்தி, மோட்சம் என்பவை சம்பந்தமாக உலகின் பல்வேறு மதங்களும், வேதங்களும் இந்து மதமும் ஏற்படுத்தி வைத்துள்ள புரிதல்களை நிராகரிக்கிறது பவுத்தம். மனிதன் செய்த பாவ புண்ணியங்களுக்கேற்ப மனிதனாகவோ விலங்காகவோ அல்லது பிற உயிரினங்களாகவோ மறுபிறப்பு எடுக்கின்றான் என்பது இந்து மதம் உள்ளிட்ட பிற மதங்களின் நம்பிக்கை. இந்துமத நம்பிக்கையின் படி அவரவரின் கர்ம பலன்களுக்கு ஏற்ப மறுபிறப்பின் தன்மை அமைகிறது. ஆனால் பவுத்தம் மனிதனின் எண்ணங்கள், காரியங்களினால் விளையும் பலன்களையே அவனது மறுபிறப்பாகக் கொள்கிறது. அவனது செய்வினைகள் தன்மீதும் தன்னைச் சார்ந்தவர்கள் மீதும் ஏற்படுத்தும் தொடர் விளைவுகளை மறுபிறப்பு என்கிறது பவுத்தம்.

தனது பேராசையால் ஒருவனைக் கெடுத்து துன்பப்படுத்திய தீவினையானது இவனை விடாது துன்பப் படுத்துவதற்குப் பின் தொடர்ந்தே நிற்குமென்று கூறியுள்ள கட்டளையாம் விதியை உணராது செய்த தீவினையின் பலனை அனுபவிக்குங்கால் என்

தலைவிதி, நான் முன்செய்த தீவினை என்று கட்டளை விதிக்கு மீறி நடந்த செயலை ஓதி துதிக்கின்றான். ஆதி கட்டளையை மீறாமலும் தீவினைக்கு உட்படாமலும் இருப்பானாயின் அதன் சுக விருத்தியால் என் தலைவிதி என்னும் சொல் நீங்கி பூர்வ புண்ணியமென்று கொண்டாடுவான்." அயோத்திதாசப் பண்டிதரின் இக்கூற்றில் உள்ளீடாகப் படிந்துள்ள மறுபிறப்பு, விதிப்பயன் என்பது பற்றிய கண்ணோட்டம் பிற மதங்களின் நம்பிக்கைகளினின்று மாறுபட்டது.

"இறப்பு என்பது மனம், உடல் ஆகியவற்றின் கலைவு. ஆயினும் இறந்த மனிதன் தனது வினைகளில் தொடர்ந்து வாழுகிறான். வினைகள் அவனது குழந்தைகள் போன்றவை. அவனது சித்தத்திற்கு அப்பாலிருந்து அவை வாழ்கின்றன. எங்கெல்லாம் ஒருவனின் எண்ணங்களும், பேச்சுகளும், செயல்களும் பிறருடைய மனங்களில் தம்மையே பதிவு செய்கின்றனவோ அங்கெல்லாம் அவன் மறுபிறவி எடுக்கிறான். மறு அவதாரம் செய்கிறான். ஒருவனுடைய வினைகள் அவனுக்கு முன்னின்று தொடர்ந்து வந்து அவன் வாழும் சமூகத்தில் பிறரிடம், அவனது சந்ததிகளவிடம் சேகரமாகின்றன. மறுபிறவி எடுத்துத் தொடர்ந்து சென்றுகொண்டே இருக்கின்றது." மறுமலர்ச்சி பவுத்த சிந்தனையாளர் லட்சுமி நரசு' அவர்களது மறுபிறவி பற்றிய இக்கூற்றைத் தனது அயோத்திதாசர் ஆய்வுகள் என்ற நூலில் ராஜ்கௌதமன் எடுத்துக்காட்டுகிறார்.

இந்திய வேதங்களும் இந்து மதத்தின் புராணங்களும், முக்தி என்பதை பவுத்தம் பரிநிருவாணம் என்கிறது. இந்து மதத்தின் வரையறைப்படி முக்தி என்பது, விகார உணர்ச்சிகளிலிருந்து விடுதலை, பரம்பொருளோடு ஐக்கியம் என்பதாகிறது எனும் பா.ராமஸ்வாமி சுவர்க்கமும் நகரமும் எங்கோ இருப்பதாகவும் ஒவ்வொருவரும் இறந்தபிறகு அவற்றில் ஒன்றை அடைவர் என்றும் கூறாமல் இந்தப் பிறவியிலேயே இங்கேயே நிருவாணம் அடைய முடியும் என்று பவுத்த தருமம் கூறுகின்றது. ஆசா பாசங்கள் யாவும் அகன்று நான் என்ற ஆணவம் அறவே அழிந்து மன விகாரங்கள் அனைத்தும் ஒடுங்கி சகல உயிர்களிடத்திலும் கருணை பெருக, அவற்றிற்கு அப்பால் பாவ புண்ணியங்கள் பற்றிய கருத்தும் அவிந்து சித்தத்தில் தன் சிந்தனையே இல்லாத சாந்தி நிலையே நிருவாணம் எனலாம்.

உடலோடு இருக்கும்போதே இந்த நிலையை அடைவார்கள். பின்னாலும் உயிர் வாழ்ந்திருத்தல் கூடும். அதற்குக் காரணம் முந்திய வினைப் பயனில் எஞ்சியுள்ள பகுதியே என்று

இந்துத்வா முக்தி நிலைக்கான விளக்கங்களிலிருந்து மாறுபட்டு இயக்க இயல் கண்ணோட்டத்துடன் பரிநிருவாணம் என்பதை பவுத்தம் அணுகுவதாக பா.ராமஸ்வாமி விளக்கமவிக்கிறார்.

அதித்யம், அதாத்துமம் என்பதுவே பவுத்த தத்துவத்தின் மையக்கரு. அனுபவம், அநுமானம் என்பதுவே மனிதனின் அறிவுக்கு ஆதாரம் என்பதை அநித்யம்—அநாத்துமம் என்று சொல்லப்படுகிறது. உலக இயற்கைக்கும் மானுடத் தன்மைக்கும் மீறியதாக எந்தவொரு செயலையும் பண்பையும் காண்பதில்லை பவுத்தம். பிற மதங்கள் கடவுள், புனர்ஜன்மம் என்பது குறித்தெல்லாம் பிற்போக்கான கதைகள் புனைந்து மக்களது மனங்களில் வேரூன்றச் செய்தன. அத்தகைய மூடநம்பிக்கை மூட்டைகளைத் தத்துவ விளக்கங்களால் அவிழ்த்துக்கொட்டி அம்பலப்படுத்திவிட்டு இயற்கை விதிகளைச் சார்ந்தது மனிதனின் வாழ்வு என்பதை நிரூபித்தது என்பதாலேயே பவுத்தம் பகுத்தறிவை மையமாகக் கொண்டது என்று சொல்லப்படுகிறது. விஞ்ஞானத் தொழில்நுட்பம் வளர்வதற்கும் மார்க்சியம் தோன்றியதற்கும் ஈராயிரமாண்டுகளுக்கு முன்பே இயக்கவியல், பொருள்முதல்வாதச் சிந்தனையாளராகத் தோன்றியவராக புத்தர் இருக்கிறார் என்பதையே இதுவரைக்கும் நாம் கண்ட விவாதங்கள் எடுத்துரைக்கின்றன.

பவுத்த மீட்டுருவாக்கம்

சத்தருமக் கொள்கையின்படி காமம், வெகுளி, மயக்கம் என்னும் முக்குற்றங்களிலிருந்து விடுபட்டு, பஞ்சசலம் ஏற்று, எண் வழிகளைப் பின்பற்றி, பற்று எனும் அவாவை விட்டொழித்து, பிறவித் துன்பங்களிலிருந்து விடுதலை பெற்ற மகிழ்வான வாழ்வை அடையுமாறு போதிக்கிறது பவுத்தம். இவ்வகையில் அயோத்திதாசப் பண்டிதரின் பவுத்தத்தைப் பகுத்தறிவு வாத பவுத்தம், மாற்றியமைக்கப்பட்ட பவுத்தம், அறிவுவழி பவுத்தம், மறுமலர்ச்சி பவுத்தம், சாதி விடுதலை பவுத்தம் என்றெல்லாம் பேசுகிறோம் நாம்.

தமிழகத்தில் மட்டுமல்லாமல் இந்தியா வெங்கும் வழக்கொழிந்துபோன பழங்காலத்து மதம் என்று பவுத்த மதம் மதிப்பிடப்படுகிறது. ஆனால் அயோத்திதாசப் பண்டிதர் தமிழ் மக்களின் வாழ்வியல் அம்சங்களில், வழிபாட்டு முறைகளில் கலாச்சார, பண்பாடு நிகழ்வுகளில் பவுத்தம் வாழ்ந்து கொண்டு இருப்பதாகக் கருதினார். அப்பவுத்தம் முழுவதுமாக மீட்கப் பட்டு தமிழ்ச் சமூகத்தில் நிறுவப்படுவதன் மூலம்

பிராமணிய மேலாதிக்கத்துக்கும் இந்து மதத்தின் சாதியக் கெடுபிடிகளுக்கும் ஒரு முடிவுகட்டிவிடமுடியும் என்றும் திடமாக நம்பி அவ்வழியில் செயலாற்றினார். சாதியத்துக்கும் தீண்டாமைக்கும் காரணமான வேர்களைக் கண்டறிந்து அவற்றைக் களைவதன் மூலம் திட்டவட்டமானதொரு சாதியற்ற, சமத்துவ சமுதாயத்தைப் படைப்பது என்ற செயல் தந்திரம் அயோத்திதாசப் பண்டிதரின் பவுத்த மீட்டுருவாக்கக் கோட்பாட்டின் உள்ளீடாகும். இதுபோன்ற ஆழமான புரிதல்களிலிருந்துதான் தாழ்த்தப்பட்ட மக்களுக்கு பவுத்தம் என்ற மதத்தின் தேவையை அறிமுகப்படுத்தினார் அயோத்திதாசப் பண்டிதர்.

மதமாற்றம் என்பதை சமூக அணுகுமுறை, ஆன்மிக அணுகுமுறை என்னும் இரண்டு அம்சங்களில் அணுகவேண்டும் என்றார் புரட்சியாளர் அம்பேத்கர். புரட்சியாளர் அம்பேத்கருக்கு அரை நூற்றாண்டுக்கு முன்பே மேற்படி அம்சங்களின் அடிப்படையில் தாழ்த்தப்பட்ட மக்களுக்கான மதமாக பவுத்தத்தை அணுகியிருக்கிறார் அயோத்திதாசப் பண்டிதர். இந்து மதத்தின் சாதிய, தீண்டாமைக் கொடுமைகளுக்கு எதிரான அவரது குரலை சமூக அணுகுமுறை சம்பந்தப்பட்டது என்றும் புத்தரின் கோட்பாடுகள், போதனைகளைப் பின்பற்றி பவுத்த அமைப்புகள் நிறுவி பவுத்த மீட்டுருவாக்கம் சார்ந்து செயலாற்றியதை ஆன்மிக சம்பந்தப்பட்டதாகவும் கொள்ளலாம்.

மதமாற்றம்

“சந்தர்ப்பக்கேடாக நான் இந்துவாகப் பிறந்துவிட்டேன். ஓர் இந்துவாகப் பிறந்துவிட்ட நான் இறக்கும்போது இந்துவாக இறக்க மாட்டேன்” என்று புரட்சியாளர் அம்பேத்கர் இந்து மதத்தை விட்டு வெளியேறி பவுத்தம் தழுவுமாறு தாழ்த்தப்பட்ட மக்களுக்கு அழைப்பு விடுத்தார். முழுமனித வாழ்வைப் பெறவும், சமூக விடுதலையும், சமத்துவம் அடையவும், சமமாக நடத்தப்படவும் சமவாய்ப்பு வழங்கப்படவும் முன்வருவதுமான ஒரு மதத்துக்கு மாறுங்கள் என்று கேட்டுக்கொண்ட புரட்சியாளர் அம்பேத்கர் “மதமாற்றம் என்பது நம்மைப் பொறுத்தமட்டில் நம் சமுதாயத்தின் வளமான எதிர்காலத்தை நிர்ணயிப்பதாய் இருப்பதால் மத மாற்றத்தை நான் பெரிதும் விரும்புகிறேன்” என்றார். மதமாற்றம் குறித்து அயோத்திதாசப் பண்டிதர் தமது தனிச்சிறப்பான சொல்லாக்கங்கள் மூலம் வழங்கியுள்ள பவுத்த சமய சித்தாந்தக் கதையாடல்கள்,

புரட்சியாளர் அம்பேத்கர் மதமாற்றம் குறித்து முன்வைத்துள்ள கதையாடல்களோடு பல்வேறு இடங்களில் ஒருங்கிணைந்து நிற்பதை இவ்விருவரையும் ஆழ்ந்து வாசிப்பதிலிருந்து அறிந்துணரலாம்.

அயோத்திதாசப் பண்டிதரும் புரட்சியாளர் அம்பேத்கரும் மதம் மக்களுக்கு அவசியம் என்ற கண்டறிதல்கவிலிருந்து பவுத்த சமயத்தைத் தலித் மக்களுக்கு வழங்கினர். மக்களுக்கான மதத்தின் தேவையை "மனிதனுக்கு மதம் அவசியம் என்பது வெறும் மத விளக்கத்தால் மட்டுமல்ல, மக்கள் சமுதாயத்தைச் செயலாட்சிக்கு உட்படுத்தவும் விதிமுறைகளின் மூலம் கட்டுப்படுத்தவுமான பின்னணியை உடையதாகும்" என்றார் புரட்சியாளர் அம்பேத்கர். அதே சமயத்தில் மதம் என்னும் சமூக நிறுவனமானது சமூக மேம்பாட்டுக்கும் தனி மனிதனின் மகிழ்வான வாழ்வுக்கும் வாய்ப்புகளை வழங்குவதாகவும் இருக்க வேண்டும் என்றார். பண்டைய காலந்தொட்டு நாளது வரைக்கும் சமய சித்தாந்தச் செயல்பாடுகளுக்குப் பழகியே பரிணாமம் அடைந்துள்ள இந்தியச் சமுதாயத்தின் சிக்கல்களை புத்த மதம் என்னும் அறிவுவாத சமயத்தின் அங்கீகாரத்துடன் எதிர்கொண்டு சரிக்கட்டுவது என்னும் செயல்கிட்டம் அயோத்திதாசப் பண்டிதருடையது. இதன் அடிப்படையில் ஏற்கனவே பவுத்தத்திற்குள் நுழைந்து படிந்து விட்டிருந்த குறைந்தபட்ச மூடநம்பிக்கைகளையும் பிற்போக்குத் தனங்களையும் உதறிவிட்டுச் சாதி பேதங்களைப் புறக்கணிக்கும் பகுத்தறிவுவாத பவுத்தத்தைத் தாழ்த்தப்பட்ட மக்களுக்கும் தமிழ்ச் சமூகத்துக்கும் வழங்கினார் அயோத்திதாசப் பண்டிதர்.

அயோத்திதாசப் பண்டிதர் தமது வாழ்நாள் முழுவதையும் ஒடுக்கப்பட்ட மக்களின் வாழ்க்கைத் தரத்தை மேம்படுத்தவும் அடிமைத் தனத்தை அகற்றவும் பாடுபட்டுள்ளார். ஆனால் இவரின் வரலாறு தமிழகத்தில் மறைக்கப்பட்டுக் கீழ்நிலைக்குத் தள்ளப்பட்டது, சில ஆண்டுகளுக்கு முன்புதான் வெளிக்கொண்டு வரப்பட்டது.

அயோத்திதாசப் பண்டிதர் புத்த சமயத்தைத் தழுவியவர் தமிழகத்தில் புத்த சமயம் உழைக்கும் மக்கள் சார்ந்து தமிழ் பவுத்தமாக கடைப்பிடிக்கப்பட்டது என்பதை பல்வேறு சான்றுகள் வழி நிறுவினார். இன்றைய இந்து சமய விழாக்களாகக் கொண்டாடப்படும் தீபாவளி, கார்த்திகை தீபம், போகி, பொங்கல் பண்டிகை போன்றவற்றைப் பூர்வ பவுத்த அடிப்படையில் அயோத்திதாசப் பண்டிதர் விளக்கியுள்ளார்.

சாதி, சமய, மதங்கள் கொண்டுள்ள மூட நம்பிக்கைகளை கூர்மையான வரலாற்றுப் பார்வையில் எடுத்துக்காட்டி விளக்கங்கள் அளித்து விமர்சனம் செய்துள்ளார். பார்ப்பனர் பற்றிய கருத்துக்களில் இந்திய அளவில் புரட்சியாளர் அம்பேத்கருக்கும் தமிழர் அளவில் தந்தை பெரியாருக்கும் முன்னோடியாகச் செயல்பட்டவர்.

ஆணாதிக்கச் சிந்தனையால் இச்சமூகத்தில் தொடர்ந்து ஒடுக்கப்பட்டு, நசுக்கப்பட்டு கொடுமைப்படுத்தப்பட்டு வருகின்ற பெண்களின் விடுதலை குறித்துப் புதிய சிந்தனைகளை வெளிப்படுத்தினார்.

அயோத்திதாசப் பண்டிதர் தாழ்த்தப்பட்ட மக்களைக் கொண்டு "திராவிட மகா ஜன சபை" உருவாக்கி அதன் மூலம் ஆதிதிராவிடர்களின் பிரச்சனைகளை ஆங்கில அரசிடம் எடுத்துக் கூறினார். சமூகத்தில் நடைபெற்ற சாதியக் கொடுமைகளையும் அடக்குமுறைகளையும் தன்னுடைய பகுத்தறிவுச் சிந்தனையால் தடுத்து நிறுத்தினார். பூர்வகுடிகளான திராவிட மக்களை அடிமைப்படுத்தும் காரணியான இந்துமதக் கொள்கையை எதிர்த்து பவுத்த மதக் கொள்கைக்கு மக்களைத் தழுவச் செய்தார். அயோத்திதாசப் பண்டிதர் எந்தவொரு இலக்கியமாக இருப்பினும் அதனைத் தன்னுடைய பவுத்த சமயத்தின் அடிப்படையிலேயே இலக்கிய நயத்தோடு எழுதிவந்தார்.

அயோத்திதாசப் பண்டிதரின் இதழ்ப்பணி என்பது வரலாற்றில் இன்றும் பாதுகாக்கப்பட்ட பொக்கிஷமாக 'தமிழன்' இதழ் பணி அமைந்திருந்தது. பத்திரிக்கை நடத்துபவர்கள் இன்னும் அதன் கொள்கைகளை கடைப்பிடித்து வருகின்றனர்.

அயோத்திதாசப் பண்டிதரின் மொழிப் பற்றிய சிந்தனைகள் எழுத்துச் சீர்திருத்தம் வரலாற்றுச் சிறப்புமிக்க வகையில் எடுத்தாளப்பட்டது. எழுத்துச் சீர்திருத்தம் தந்தை பெரியார் கொண்டு வருவதற்கு அயோத்திதாசப் பண்டிதரின் எழுத்துப் பணியே காரணமாக அமைந்தது என்று கூறலாம்.

தமிழகத்தில் பகுத்தறிவு சிந்தனையாளரான அயோத்திதாசப் பண்டிதரின் சிந்தனைகள் தனித்துவம் வாய்ந்தவையாகும். தமிழகத்தில் இன்று பேசப்படுகிற திராவிடக் கருத்தியல், பகுத்தறிவு, சுயமரியாதைச் சிந்தனை, மூடநம்பிக்கை, பெண் விடுதலை, சாதிமறுப்பு, இந்துமத மறுப்பு, பவுத்த மார்க்கம் ஏற்பு, இட ஒதுக்கீடு, தமிழ்த் தேசியம், இந்தி மொழி எதிர்ப்பு,

எழுத்துச் சீர்திருத்தம், சாதி, மொழி, இனம் கடந்த மனிதநேயம், சமத்துவம், சகோதரத்துவம் போன்ற பல்வேறு சீர்திருத்தக் கருத்தியல்களுக்கு முன்னோடியாக அயோத்திதாசப் பண்டிதர் விளங்கினார். அவர் முன்னெடுத்த கருத்தியல், பகுத்தறிவுப் பார்வையோடு தமிழகத்தில் இவருக்கு முன் வெகுஜனமக்கள் இயக்கமாகவோ அல்லது விடுதலைக் கருத்தியலாகவோ யாராலும் முன்னெடுக்கப் படவில்லை. இத்தகைய பன்முகச் சிந்தனைக் கொண்ட அயோத்திதாசப் பண்டிதரை பகுத்தறிவுச் சிந்தனையாளர் எனலாம். இன்றைய நவீன தமிழகம் பல்வேறு துறைகளிலும் வளர்ச்சிபெற்று மனிதப் பண்பாட்டு நிலைகளிலும் முன்னேறி வாகைச்சூடுவதற்கு இவரது சிந்தனையும், பேச்சும், எழுதும், களப்பணியும், கடின உழைப்பும் மிக முக்கிய காரணங்களாக அமைந்துள்ளது என்று கூறலாம்.

தமிழ் இலக்கிய, இலக்கணங்களை ஆழமாக கற்றுணர்ந்த தமிழ்ப் பண்டிதராக திகழ்ந்த இவர் பழந்தமிழ் இலக்கியங்களைப் பவுத்தத்தின் வழியே புரிந்து கொண்டார். தமது 'தமிழன்' இதழில் நூற்றிற்கும் மேற்பட்ட இலக்கண இலக்கியங்களிலிருந்து மேற்கோள்களைப் பயன்படுத்தியுள்ளார். இந்தப் பன்முகப் பார்வையோடே திருக்குறளுக்கும் அவ்வையாரின் ஆத்திச்சூடி, கொன்றைவேந்தன் போன்ற நூல்களுக்கும் உரை எழுதினார்.

அயோத்திதாசப் பண்டிதர் பண்பாட்டுப் புரட்சிக்குத் "தமிழன்" இதழைப் பயன்படுத்திக் கொண்டது போல் அரசியல் விடுதலைக்கு திராவிட மகாஜன சபையையும் அதன் பின்னர் பவுத்தச் சங்கங்களையும் தலைமை தாங்கி நடத்திச் சமூக மாற்றத்தை ஏற்படுத்தினார்.

அயோத்திதாசப் பண்டிதர் ஒரு நூற்றாண்டிற்கு முன்னர் சாதிமத ஒழிப்பிற்கு அவர் முன் வைத்த பவுத்தத்திற்கு மாறும் விடுதலை அரசியல் தத்துவத்தை இந்திய அளவில் புரட்சியாளர் அம்பேத்கர் பின்பற்றினார். அவரைத் தொடர்ந்து இன்றைய ஒடுக்கப்பட்ட தாழ்த்தப்பட்ட அமைப்புகளும் மக்களும் நாங்கள் இந்துக்கள் அல்ல. பூர்வ பவுத்தர்கள் என்ற விடுதலை முழக்கத்தோடு அவர்களுக்கான விடுதலை அரசியலை அறைகூவல் விடுத்து பின்பற்றுவதற்கு அயோத்திதாசப் பண்டிதரே முன்னோடியாக திகழ்கிறார்.

அயோத்திதாசப் பண்டிதரின் சிந்தனைகளை திட்ட மிட்டே தமிழகம் இருட்டடிப்புச் செய்துள்ளது. அல்லது கள

வாடியுள்ளது எனலாம். இதற்கு இந்தியாவில் நிலவும் சாதி அமைப்பே காரணமாகும். இவரைப் போன்ற ஒடுக்கப்பட்ட, தாழ்த்தப்பட்ட தலைவர்களையும், சிந்தனையாளர்களையும், இலக்கிய வாதிகளையும் எழுத்தாளர்களையும் இருட்டடிப்புச் செய்வதைப் பார்ப்பனிய சக்திகள் ஒரு மரபாகவே இன்று வரையில் கடைப்பிடித்து வருகின்றனர். ஒடுக்கப்பட்டோர் மத்தியில் இப்படி சிந்தனையாளர்களாக வெளிவருவது என்பது ஆதிக்கச் சக்திகளின் வாழ்வியலுக்குச் சவாலாக இருப்பதே இந்த இருட்டடிப்பிற்குக் காரணமாகும். எவ்வாறெனில் அயோத்திதாசப் பண்டிதரின் தமிழன்" இதழ்களின் தொகுப்புகள் அயோத்திதாசர் சிந்தனைகள் என்று மூன்று தொகுதிகளாக வெளிவந்தவுடன் தமிழகப் புலவர்கள் அரசியல்வாதிகள், ஆன்மிகவாதிகள், அறிவுஜீவிகள் மத்தியில் ஏற்படுத்தியிருக்கும் கலக்கத்தையும், தாக்கத்தையும், மனப் புழுக்கத்தையும் தமிழ்த் தேசிய, திராவிட இயக்கச் சிந்தனை யாளர்களின் முகம் வெளுத்திருப்பதையும் தற்போது காணலாம். அயோத்திதாசப் பண்டிதர் காலத்தில் வெளிவந்த பல்வேறு இதழ்களின் பெயர்கள் சமஸ்கிருதத்திலும், ஆங்கிலத்திலும், இந்தியிலும் இருந்த போது 'ஒரு பைசாத் தமிழன்' என்றும், பின்னர் 'தமிழன்' என்றும் தமது இதழுக்குப் பெயர் சூட்டி, தமிழகத்தில் தமிழ்த் தேசிய சிந்தனையை முதன்முதலில் துவக்கி வைத்துள்ளார் என்பது குறிப்பிடத்தக்கது.

அரசால் ஒடுக்கப்பட்டோருக்காக ஆரம்பிக்கப்படும் பள்ளிகளுக்குப் பெயர் சூட்டும்போது அவர்களின் சாதியை அடையாளப்படுத்தாமல் சாதி பேதமற்றோர் இலவசக் கலாசாலை என்ற பெயரையை அப்பள்ளிகளுக்கு சூட்டவேண்டும் என்றார். ஆனால் ஒடுக்கப்பட்டோருக்கு எதிரான சிந்தனை கொண்டவர்களின் ஆலோசனையினால் "பஞ்சமர் கலாசாலை" என்று அப்பள்ளிகளுக்குப் பெயர் சூட்டினர். அதன் தொடர்ச்சியாக சுதந்திரம் அடைந்த பின்னர் இந்திய அரசு அப்பெயர்களின் மாற்று வடிவமான ஆதிதிராவிடர் நலப் பள்ளிகள்" என்று அப்பள்ளிகளுக்கு பெயர் சூட்டியது. அயோத்திதாசப் பண்டிதரின் கூற்றை அப்போதைய ஆட்சியாளர்களும் ஏற்றுக் கொண்டிருந்ததால் "ஆதிதிராவிடர் நலப் பளளிகள்" என்று அப்பள்ளிகளுக்குப் பெயரிடாமலும் சாதிய அடையாளத்தைப் பள்ளிகளுக்குப் பூசாமல் அனைத்துப் பள்ளிகளுக்கும் "அரசுப் பள்ளிகள்' என்ற பொதுப்பெயரே வழங்கப்பட்டிருக்கும்.

மதிய உணவுத் திட்டம்

அயோத்திதாசப் பண்டிதர் மாணவர்களுக்கு பள்ளியில் மதிய உணவு அளிக்க வேண்டும் என்று கர்னல் ஆல்காட் அவர்களிடம் வலியுறுத்தினார். பள்ளிக்கு வரும் குழந்தைகளுக்கு மதிய உணவு வழங்கினால் பள்ளியில் இடைநிற்றல் குறையும் என்றார். ஏனென்றால் பிள்ளைகளின் பெற்றோர்கள் வறுமையில் வாழ்ந்து வருகின்றார்கள். அதனால் அவர்களின் வறுமை பிள்ளைகளுக்கு வந்துவிடக்கூடாது என்று எண்ணி ஒரு நூற்றாண்டுக்கு முன்பு மதிய உணவுத்திட்டம் கொண்டுவர பாடுபட்டவர். இதன்படியே காமராசர் மதிய உணவுத் திட்டத்தையும்", எம்.ஜி.இராமச்சந்திரன் சத்துணவுத் திட்டத்தையும்' கொண்டு வந்தனர் என்று கருதலாம்.

பெண் கல்வி

சங்க காலத்திற்குப் பின்னர் பெண்கள் கல்வி கற்பதற்கு இந்தியத் துணைக்கண்டத்தில் பல்வேறு தடைகள் இருந்தன. இதற்கு மூடநம்பிக்கையும் அச்சமூட்டும் கட்டுக்கதைகளும் முக்கியப் பங்காற்றின. பெண் கல்விக்காகவும் பெண் விடுதலைக்காவும், பெண்ணுரிமைக்காகவும் தொடர்ந்து எழுதியும் பேசியும் வந்த அயோத்திதாசப் பண்டிதர் ஆண்கள் ஒழுக்கமாக இருக்க வேண்டும் என்றால் பெண்கள் கல்வி கற்க வேண்டும் என்றார். பெண்கள் கல்வியறிவு பெறவேண்டுமானால் அவர்கள் ஆண் சமுதாயத்தால் கற்பிக்கப்பட்ட அழகுசார் சிந்தனைகளிலிருந்து வெளியேற வேண்டும். பெண்கள் வாழ்நாள் முழுவதையும் பக்தியின் போர்வையில் முடக்கி வைக்கப் படுகின்றனர். ஆண்களின் நலனுக்காகவே பெண்களை இப்படி மயக்கமூட்டி வைத்திருக்கிறார்கள். இதையுணர்ந்து பெண்கள் அதிலிருந்து விடுபடவேண்டும் என்ற சிந்தனையை முன்வைத்தார். இக்கருத்தை பின்னர் தந்தை பெரியாரும் பேசி வந்தார்.

ஒடுக்கப்பட்டோரின் தலைவர்கள் சாதியொழிப்பும் சமய எதிர்ப்பும் இந்துத்துவ எதிர்ப்பும் மட்டுமே பேசத் தெரிந்தவர்கள். அவர்கள் ஒட்டுமொத்த இந்தியாவின் நலன் குறித்துச் சிந்திப்பதில்லை என்ற தவறான வாதம் இருக்கின்றது. இதை முறியடிக்கும்வகையில் அயோத்திதாசப் பண்டிதர் தேசஒற்றுமை, சமூகச் சீர்திருத்தக் கருத்துக்கள் அனைவருக்குமான இலவசக் கல்வி, முற்போக்குச் சிந்தனை, பவுத்தம் நிறைந்த வாழ்விற்கான வழிமுறைகள்

இந்தியா விடுதலை அடைய முன்வைத்த ஆலோசனைகள், அனைவருக்கும் சமூகநீதி, தமிழ் இலக்கிய, இலக்கணச் சிந்தனைகள் முதலான கருத்துக்களைத் “தமிழன்” இதழில் தன்னுடைய வாழ்நாள் முழுவதும் எழுதிவந்தார். இதன் மூலம் ஒடுக்கப்பட்டோரின் விடுதலைக்காக பேசியவர்களும் போராடியவர்களும் தங்களுக்காக மட்டுமல்லாமல், ஒட்டு மொத்த மானுடத்தின் விடுதலைக்காகவே போராடி வந்துள்ளார் என்பதை அறியமுடிகிறது.

பயன்பட்ட நூல்கள்

- அம்பேத்கர் பிரியன், பகுத்தறிவுப் பாட்டன் பண்டிதமணி க.அயோத்திதாசர் வாழ்க்கை வரலாறு, சென்னை.
- அலாய்சியஸ், ஞான. அயோத்திதாசர் சிந்தனைகள், தொகுதிகள்
- *1, 2, 3,* நாட்டார் வழக்காற்றியல் ஆய்வு மையம், தூய சவேரியார் தன்னாட்சிக் கல்லூரி, பாளையங்கோட்டை. *1999.*
- அயோத்திதாசப் பண்டிதர், புத்தரது ஆதிவேதம், தமிழ்க்குடி அரசு பதிப்பகம், சென்னை, *2010.*
- அயோத்திதாசப் பண்டிதர், அயோத்திதாசரின் ஆய்வுகள், தொகுதிகள் *1, 2,* தமிழ்முடி அரசு பதிபபகம், சென்னை. *2010*
- அயோத்திதாசப் பண்டிதர், புத்தரது ஆதி வேதம், தமிழ்க்குடி அரசுப் பதிப்பகம், சென்னை, *2010.*
- அன்பு பொன்னோவியம், அயோத்திதாசர் சிந்தனைகள், தொகுதி— *1,* தலித் சாகித்ய அகாடமி, சென்னை, *1999.*
- அன்பு பொன்னோவியம், மக்களுக்கு உழைத்த பெருமக்கள், சித்தார்த்தா பதிப்பகம், சென்னை—*2007.*
- அன்பு பொன்னோவியம், பழங்குடி பகுத்தறிவாளர்கள், சித்தார்த்தா பதிப்பகம், சென்னை, *2011.*
- அன்பு பொன்னோவியம், உணவில் ஒளிந்திருக்கும் சாதி, சித்தார்த்தா பதிப்பகம், சென்னை.
- கவுதமகன்னா, க.அயோத்திதாசர், சாகித்திய அகாதெமி பதிப்பகம், புதுதில்லி.
- தங்கவேலு,கோ., தமிழன் அயோத்திதாசப் பண்டிதர், நளினி பதிப்பகம், சென்னை, *1991.*
- தங்கராசு,பெ., கோ.கேசவன், சாதி ஒழிப்பில் பெரியார்— அம்பேத்கர், பஃறுளி பதிப்பகம், சென்னை, *1990.*
- தருமராஜன், டி., நான் பூர்வ பௌத்தன், தூய சவேரியார் தன்னாட்சிக் கல்லூரி, பாளையங்கோட்டை, *2008.*
- பாரிசெழியன், அயோத்திதாசர் அறிமுகம், அயோத்திதாசர் ஆய்வு நடுவம், மதுரை.

- மார்க்ஸ், சாதி தோற்றம் வளர்ச்சி ஒழிப்பு, பஃறுளி பதுப்பகம், சென்னை, *1990.*
- மார்க்ஸ்,, பொ.வேல்சாமி, விளிம்புநிலை ஆய்வுகளும் தமிழ்க் கதையாடல்களும், புலம்வெளியீடு, சென்னை, *2010.*
- ரவிக்குமார் (தொ.ஆ.), தீண்டாமையின் வரலாறு, கரிசல் பதிப்பகம், சென்னை.
- ராமஸ்வாமி, ப., பௌத்த தருமம், சந்தியா பதிப்பகம், சென்னை.
- ராஜ் கௌதமன், க.அயோத்திதாசர் ஆய்வுகள், காலச்சுவடு பதிப்பகம், நாகர்கோயில், *2004.*
- ராஜ்கௌதமன், தலித்திய விமர்சனக் கட்டுரைகள், காலச்சுவடு பதிப்பகம், நாகர்கோயில், *2003.*
- ராஜ் கௌதமன், விளிம்புநிலை மக்களின் போராட்டங்கள், காலச்சுவடு பதிப்பகம், நாகர்கோயில், *2016.*
- வெங்கடாசலம், வெ., அயோத்திதாசரின் சமூகச் சிந்தனைகளும் செயல்களும், புலம் பதிப்பகம், சென்னை, *2015.*
- ஸ்டாலின் ராஜாங்கம், அயோத்திதாசர் : வாழும் பௌத்தம்,
- காலச்சுவடு பதிப்பகம், நாகர்கோயில்.

அறம்
பதிப்பகம்

வெளியீடுகள்

சுற்றுச்சூழல்

நடுங்கும் நிலம் நடுங்கா மனம் - மா.அமரேசன்	130
கண்ணுக்குப் புலப்படாத தண்ணீரும் புலப்படும் உண்மைகளும் - மா.அமரேசன்	50
சுற்றுச்சூழலும் சாதியப் புனிதமும் - மா.அமரேசன்	100
சுற்றுச்சூழலும் புத்த சமயமும் - மா.அமரேசன்	அச்சில்

கட்டுரைகள்

சேரி ரெண்டுபட்டால் - மா. அமரேசன்	100
நிலமெனும் ஆயுதம் - ஐ.ஜா.ம.இன்பகுமார்	250
எழுத்தில்லா புத்தகம் - கெங்கைகுமார்	200
சொற்களால் நெய்யப்பட்ட சவுக்கு - யாழன் ஆதி	150
அதோ அந்தபள்ளிக்கூடந்தான் - மா. சுரேஷ்	100
தெய்வகடிதைளு - பேரா. ஜெயபிரகாஷ்	அச்சில்
கேரளாவில் பௌத்தம் - பேரா. ஜெயபிரகாஷ்	அச்சில்
தமிழும் பிராகிருதமும் - பேரா. ஜெயபிரகாஷ்	அச்சில்
சி. சாத்தப்பாடி வரலாறு - சா.சீ.ஜோதிமணி	அச்சில்
சுவாமி சகஜானந்தா - அ. அன்பானந்தன்	அச்சில்

அயோத்திதாசரி

ஆத்திசூடி மீள் வாசிப்பு - மா.அமரேசன்	240
ஆதிதிராவிடர் கட்டமைத்த அறிவுத்தளம் - பேரா.செ.கலியபெருமாள்	260

பெரியாருக்கு முன் அயோத்திதாசப் பண்டிதர் எழுத்துச் சீர்திருத்தம் ஓர்

ஆய்வு - அ. அன்பானந்தன் 50

திருக்குறள் மீட்டெடுப்பில் பண்டிதமணி - அயோத்திதாசர் பணிகள்

அ. அன்பானந்தன் 130

பன்முக ஆளுமை பண்டிதர் அயோத்திதாசர் - சீமான். இளையராஜா

அச்சில்

பௌத்தப் பண்டிகைகள் - சீமான். இளையராஜா அச்சில்

தமிழன் கடிதங்கள் தொகுப்பு - 1 பேரா. விஜயகுமார் அச்சில்

கொன்றைவேந்தன் மீள் வாசிப்பு - மா.அமரேசன் அச்சில்

திரைத்துறை

இளையராஜாவின் இசைப் பாடல்களில் புத்தச் சமயக் கோட்பாடுகள் -

மா.அமரேசன் 200

மகாமுனி - திரைக்கதை - சாந்தகுமார் 390

சிவாஜி கணேசனின் மார்லன் பிராண்டோ உடனான ஓர் சமர் -

ம. தொல்காப்பியன் 100

கதைகள்

கிச்சிலிப் பயமாட்டம் பொண்ணு - பேரா. ஏ. மாரிமுத்து 330

கணவன் சொன்ன கதைகள் - க.இ.ஆரோன் ஜோஸ்வா ரூஸ்வெல்ட் 220

கூடிப்பேசும் பூக்கள் - மா. சுரேஷ் 130

கவிதைகள்

தம்மபதம் - யாழன் ஆதி 210

காலி கோப்பையும் தானாய் நிரம்பும் தேனீரும் - யாழன் ஆதி 110

போதலின் தனிமை - யாழன் ஆதி 150

நெடுநல்வாடான் - யாழன் ஆதி 50

சுயசரிதை

புலிப்பால் - பேரா.செ.கலியபெருமாள் 360

www.ingramcontent.com/pod-product-compliance
Lightning Source LLC
LaVergne TN
LVHW100247051026
849517LV00006B/2028
* 9 7 8 9 3 9 1 4 8 0 2 0 2 *